AF659589

ഗ്രീൻ ബുക്സ്

നോക്കിയാൽ കാണാത്ത ആകാശം

റഷീദ് കെ. മുഹമ്മദ്

തൃശൂർ ജില്ലയിൽ പാവറട്ടിയിൽ ജനനം.
പിതാവ്: ഏറച്ചം വീട്ടിൽ കുഞ്ഞു മുഹമ്മദ്.
മാതാവ്: ചന്ദനപ്പറമ്പിൽ നബീസമോൾ.
വിദ്യാഭ്യാസം: വെന്മേനാട് എം.എ.എസ്.എം.
(മുഹമ്മദ് അബ്ദുറഹ്മാൻ സാഹിബ്
മെമ്മോറിയൽ) സ്കൂൾ, മലയാള സാഹിത്യത്തിൽ
ബിരുദം പൂർത്തീകരിച്ചു. (കാലിക്കറ്റ് യൂണിവേഴ്സിറ്റി)
ദൂരദർശനിലും മറ്റും ടെലിഫിലിമുകളും
ഡോക്യുമെന്ററികളും ചെയ്തു. എഴുത്തിൽ സജീവം.
ഒരു സ്വകാര്യ കമ്പനിയിൽ ജോലി ചെയ്യുന്നു.

Email : rasheedpavaratti@gmail.com

ഗ്രീൻ ബുക്സ് പ്രസിദ്ധീകരിച്ച
ഗ്രന്ഥകർത്താവിന്റെ ഇതരകൃതി

ഒറ്റയ്ക്കൊരാൾ
(നോവൽ)

നോവൽ

നോക്കിയാൽ കാണാത്ത ആകാശം

റഷീദ് കെ. മുഹമ്മദ്

ഗ്രീൻബുക്സ്

green books private limited
gb building, civil lane road, ayyanthole,
thrissur- 680 003, kerala, ph: +91 487-2381066, 2381039
website: www.greenbooksindia.com
e-mail: info@greenbooksindia.com

branches:
thrissur 0487-2422515
thiruvananthapuram 0471-2335301
calicut 0495 4854662

malayalam
nokkiyal kanatha aakasam
novel
by
rasheed k muhammad

published june 2023

illustrations : hussain ummer
cover design : rasheed k muhammad

printed in india
repro india ltd

isbn : 978-81-963780-8-0

₹ 220.00
GBPL/1300/2023

സമർപ്പണം

ജന്മം നൽകിയ മാതാപിതാക്കൾക്ക്...

അറിവിന്റെ ആദ്യാക്ഷരങ്ങൾ
പഠിപ്പിച്ച ഗുരുക്കന്മാർക്ക്...

നിഷ്കളങ്ക ബാല്യത്തിന്റെയും
കൗമാരത്തിന്റെയും കളിയോടങ്ങളിൽ
എനിക്കൊപ്പം തുഴഞ്ഞ സതീർത്ഥ്യർക്ക്...

ക്ഷണിക ജീവിതത്തിന്റെ നശ്വരായനങ്ങളിൽ
നിന്നും അനശ്വരമോക്ഷത്തിന്റെ
അർത്ഥന ചൊല്ലുന്ന സുമനസ്സുകൾക്ക്...

സർവ്വോപരി എല്ലാ നല്ല വായനക്കാർക്കും...

ആമുഖം

മരണനേരങ്ങളെ ആധാരമാക്കി ഒരു നോവൽ എഴുതണമെന്ന് ചിന്തിച്ച നാൾ മുതൽ ഞാൻ ഏറെ അസ്വസ്ഥനായിരുന്നു.

എന്റെ എഴുത്തും വായനയും ചിന്തയും വർത്തമാന കാലത്തിന്റെ പൊരുത്തത്തോടും പൊരുത്തക്കേടുകളോടും സമരസപ്പെട്ടും വിഘടിച്ചും അതിജീവിതത്തിന്റെ പാഥേയം തേടി നടന്നു. തിരിച്ചെത്തിയ മാത്രയിൽ വീണ്ടും സന്തത സഹചാരിയായി മരണം കൂട്ടിനെത്തി. പിന്നെ എഴുതാതെ വയ്യെന്നായി. കഥയും കഥാപാത്രങ്ങളും കണ്ണിൽ നിറഞ്ഞു നിന്നു. എങ്കിലും ചെറിയ തോതിലുള്ള പഠനം അനിവാര്യ മാണെന്നുതോന്നി. അന്വേഷിച്ചതത്രയും മരണത്തെക്കുറിച്ചാ യിരുന്നില്ല. പകരം മരണനേരങ്ങളെക്കുറിച്ചായിരുന്നു.

ആത്മീയ ഭൗതിക തലങ്ങളിൽ നിന്നും മരണത്തെക്കുറി ച്ചുള്ള ധാരാളം പഠനങ്ങൾ ഉണ്ട്. ശാസ്ത്ര വീക്ഷണത്തിൽ മരണം എന്നത് കേവലം ജീവന്റെ നഷ്ടമാണ്. ഹൃദ്രോഗവും ഹൃദയാഘാതവും ശ്വാസകോശ രോഗവും കാൻസറും അതിന് കാരണമാകാം. സർവ്വോപരി ശ്വാസം നിലയ്ക്കലാണ് മരണം.

ജനിമൃതികൾക്കിടയിലെ ക്ഷണിക നേരങ്ങളിൽ പെട്ടെന്നി ല്ലാതായിപ്പോകുന്ന ഒരു പ്രതിഭാസമല്ല മരണം. അത് കാലാ തീത സീമകൾ ഭേദിച്ച് ശാശ്വതവും അനശ്വരവുമായ ജീവിത ക്രമത്തിലേക്കുള്ള അതിസൂക്ഷ്മമായ വികാസമാണ്.

മനുഷ്യന് താൻ പിന്നിട്ട ജീവിതപദങ്ങളിലെ ശരിതെറ്റു കളെക്കുറിച്ചും നന്മതിന്മകളെക്കുറിച്ചുമുള്ള ബോധ്യം ഉണ്ടാ വുകേണ്ടതുണ്ട്. അത് അനിവാര്യമാണ്.

ലക്ഷ്യബോധമില്ലാതെ ഉരുവായതല്ല മനുഷ്യൻ എന്നറി യാതെ പോകുമ്പോഴാണ് ജീവിതത്തെ സ്വേച്ഛാപൂർണ്ണമാക്കാ നുള്ള ത്വര ഉണ്ടാകുന്നത്. രംഗബോധമില്ലാതെ കടന്നുവരുന്ന

കോമാളിയല്ല. തികച്ചും രംഗബോധമുള്ള സാത്വികനാണ് മരണം. രംഗബോധം നഷ്ടപ്പെട്ട് കോമാളികളായവരത്രെ ആധുനിക മനുഷ്യൻ.

മഹാഭാരതത്തിലെ യക്ഷപ്രശ്നത്തിൽ യുധിഷ്ഠിരനോട് യക്ഷൻ ഒരു ചോദ്യം ഉന്നയിക്കുന്നുണ്ട്. ‘‘എന്താണ് ഈ ലോകത്തിലെ എറ്റവും അത്ഭുതകരമായ വസ്തുത?’’

ചോദ്യം കേട്ടതും മറുപടി പറയാൻ യുധിഷ്ഠിരൻ വൈകിയില്ല. ‘‘നിമിഷങ്ങൾ തോറും ഇവിടെ എണ്ണമറ്റ ജീവജാലങ്ങളും മനുഷ്യരും മരിച്ചുവീഴുന്നു. എന്നാൽ ജീവിക്കുന്ന ആർക്കും ഒരു ബോധവും ഭയവും അത് നൽകുന്നില്ല. ഏത് നേരത്തും താനും മരിച്ചുവീഴാമെന്ന സത്യവും ധാരണയും ആരും വെച്ചുപുലർത്തുന്നുമില്ല.’’

മനുഷ്യൻ ഭൂമിയിൽ നിലനിൽക്കുന്നതുപോലെതന്നെ പെട്ടന്നൊരിക്കൽ ഇല്ലാതെയാകുമെന്ന ചിന്ത രൂപപ്പെടാത്ത അന്ധമായ ജീവിത ആസ്വാദനത്തെയാണ് എറ്റവും വലിയ വസ്തുതയായി യുധിഷ്ഠിരൻ പറയുന്നത്.

‘‘സദ്വൃത്തർക്കും ദുർവൃത്തർക്കും തങ്ങളുടെ കർമ്മങ്ങൾക്ക് ഒത്ത പ്രതിഫലങ്ങളില്ലെന്ന് വിശ്വസിക്കുകയും നശ്വരമായ ഈ തുച്ഛ ജീവിതത്തിനപ്പുറം ധൃതിയിൽ താണ്ടുകയും ചെയ്യുന്നവർ ദാർശനികമായി നിത്യ പരാജയത്തിലാണ് പതിക്കുക.’’ ഗൗതമബുദ്ധൻ അവിടുത്തെ ഭിക്ഷുക്കളെ ഉപദേശിച്ചു.

‘‘അതെ, ജീവൻ തൊണ്ടക്കുഴിയിലെത്തുകയും രക്ഷിക്കാനാരുണ്ട് എന്ന ചോദ്യം ഉയരുകയും ഈ ലോകത്തോട് വിടപറയുവാൻ സമയമായി എന്ന് തിരിച്ചറിയുകയും, കണങ്കാൽ കണങ്കാലിനോട് ചേരുകയും ചെയ്യുന്ന സമയം; അതാണ് നിന്റെ രക്ഷിതാവിലേക്ക് നയിക്കപ്പെടാനുള്ള മരണ സമയം.’’ (ഖുർആൻ)

‘‘എല്ലാം ഒരു സ്ഥലത്തേക്ക് തന്നെ പോകുന്നു. എല്ലാം പൊടിയിൽ നിന്നുണ്ടായി. എല്ലാം വീണ്ടും പൊടിയായി തീരുന്നു.’’ (സഭാപ്രസംഗി)

‘‘ഐശ്വര്യ മോഹത്താൽ വിവേചന ശക്തിയില്ലാത്തവരും പ്രമാദം പറയുന്നവരുമായ അജ്ഞന്മാർക്ക് പരലോകം പ്രാപിക്കുവാനുള്ള സാധനകളെ പറ്റിയൊന്നും അറിയുകയില്ല. ഈ ലോകം മാത്രമേയുള്ളൂ. പരലോകമില്ല എന്ന് വിചാരിക്കുന്ന അവർ വീണ്ടും വീണ്ടും എന്റെ അധീനതയിലേക്ക് തന്നെ വരുന്നു. (വേദദർശനം)

മത ദർശനങ്ങൾ മാത്രമാണ് ജീവിത മരണങ്ങളെയും മരണനന്തര ജീവിതത്തെയും കുറിച്ച് പറഞ്ഞിട്ടുള്ളത്. കാര്യ കാരണബന്ധങ്ങളെ രുചിച്ചും സ്പർശിച്ചും കേട്ടും കണ്ടും മാത്രം ജീവിതത്തെയും മരണത്തെയും വിശകലനം ചെയ്യുന്ന ശാസ്ത്രം മരണത്തെ പരിചയപ്പെടുത്തുന്നത് വെറുമൊരു സാങ്കേതിക പ്രശ്നമായാണ്.

അത്, ശരീരത്തിലെ അതിപ്രധാനമായ ചില പ്രക്രിയകളെ താൽക്കാലികമായി നിർത്തിവെക്കുകയോ വേണ്ടെന്നുവെയ്ക്കുകയോ ആണ് ചെയ്യുന്നത്. എന്നാൽ നാല് ചോദ്യങ്ങളിലൂടെ ഉപനിഷത്ത് നമ്മുടെ ചിന്താതലങ്ങൾക്ക് വെളിച്ചം പകരുന്നുണ്ട്.

കുതഃ സ്മ ജാതാഃ?

(നാം എന്തിൽ നിന്ന് ഉത്ഭവിച്ചു?)

ജീവാമ കേന?

(എങ്ങനെ നിലനിൽക്കുന്നു?)

ക്വജ സം പ്രതിഷ്ഠഃ?

(എങ്ങോട്ടാണ് നമ്മുടെ മടക്കം?)

ഇവയുടെ ഉത്തരം സാധ്യമാകുമ്പോൾ മനുഷ്യൻ പൂർണ്ണനാകുന്നു, അപ്പോൾ മുതൽ അവൻ അനശ്വരമായ മടക്കത്തിനു വേണ്ടി ഒരുങ്ങുകയായി. അതിലേക്കുള്ള തുടക്കമത്രേ മരണം. ആ ഒരുക്കം നഷ്ടപ്പെട്ടവരുടേതാണ് ഇന്നത്തെ ലോകം.

ചുറ്റിലും നിറഞ്ഞുനിൽക്കുന്ന സ്വാർത്ഥമോഹങ്ങളുടെ ക്ഷണികനേരങ്ങളിൽ എങ്ങനെ ഈ ഭൂമിയിൽ ദീർഘാധിപത്യത്തിന്റെ ഉടമയാകാം എന്നാണ് മനുഷ്യൻ ചിന്തിക്കുന്നത്. അത്തരം ചിന്തകളുടെ ചന്ദനക്കാടുകളിൽ മേയുന്ന ഒരു മദയാനയെ ഞാനിതിൽ വരച്ചിടുന്നു. അതിലൂടെ ജന്മ ജീവിത മരണ പർവ്വങ്ങളിലെ നശ്വരായനങ്ങളിൽ മനുഷ്യൻ ചെലവഴിച്ച കാലയളവുകളുടെ അനശ്വരമായ പരിണതിയെ നോക്കിക്കാണാൻ ശ്രമിക്കുക എന്ന ദൗത്യമാണ് ഇതിലൂടെ നിർവ്വഹിക്കാൻ ശ്രമിക്കുന്നത്.

നന്മയും തിന്മയും ഇരുട്ടും വെളിച്ചവുമായി ഇടകലരുന്ന ഇടനേരങ്ങൾ തേടി എന്റെ ചിന്താശകലങ്ങൾ തെല്ലൊന്നു സഞ്ചരിച്ചു. അതിന് എന്റെ ബുദ്ധിവികാസത്തോളം പഴക്കമുണ്ട്. എന്നാൽ അതൊക്കെയും എഴുതിവെക്കേണ്ടവിധം അന്ന് ഞാൻ വേദനിച്ചിരുന്നില്ല. അതുകൊണ്ടുതന്നെ അതിന്

ആവശ്യമായ അനുഭവങ്ങളും അക്ഷരങ്ങളും മനസ്സിന്റെ തപോവനങ്ങളിൽ ധ്യാനമിരിക്കുകയായിരുന്നു. ഇതിനിട യിൽ എനിക്ക് എന്റെ പിതാവിനും സഹോദരർക്കും തുല്യ മായവരും സതീർത്ഥ്യരും സുഹൃത്തുക്കളും സഹജാതരും അയൽവാസികളും അടങ്ങുന്ന പലരും ഈ മണ്ണിൽ നിന്നും നഷ്ടപ്പെട്ടുകൊണ്ടിരുന്നു. അപകടമരണങ്ങളായും അസുഖ ബാധിത മരണങ്ങളായും പെട്ടന്നുള്ള മരണങ്ങളായും പലരും ഈ സമൂഹവൃക്ഷം അസമയത്ത് പൊഴിച്ച ഇലകളായി പരിണമിച്ചു.

അധിനിവേശങ്ങളിലും യുദ്ധങ്ങളിലും പ്രകൃതി ക്ഷോഭ ങ്ങളിലും മാറാരോഗങ്ങളിലുമായി ആയിരവും പതിനായി രവും ലക്ഷവും വരുന്ന മനുഷ്യരും വിവിധ കാലയളവു കളിലായി ഭൂമുഖത്തുനിന്നും ഇല്ലാതെയായി. എല്ലാം ഞാൻ നോക്കിക്കണ്ടു. അപ്പോഴോക്കെയും ഞാൻ ചിന്തിച്ചത് എങ്ങനെ യാണ് നാം മരിക്കുന്നത് എന്നാണ്.

മരണ നേരങ്ങളിൽ ഓരോ വ്യക്തികൾക്കും ഉണ്ടാകുന്ന അനുഭവം എന്തായിരിക്കും?

ശരീരത്തിൽനിന്നുള്ള ആത്മാവിന്റെ വേർപെടലാണ് മരണം എന്ന സുപരിചിതമായ ഉത്തരം എനിക്ക് തൃപ്തി നൽകിയില്ല. ശരീരവും ആത്മാവും ജീവനും ഒരേപോലെ സമ്മേളിച്ച പുതിയൊരു മനുഷ്യന്റെ തുടക്കം ആദമിനുശേഷം അത്ര എളുപ്പമായിരുന്നില്ലല്ലോ. അതിനായി മാതാപിതാക്കൾ ഉണ്ടാ വേണ്ടതുണ്ട്. അവർക്കിടയിൽ ശാരീരിക ബന്ധം നടക്കേണ്ട തുണ്ട്. അണ്ഡവും ബീജവും സ്രവിക്കേണ്ടതുണ്ട്. അവ കൂടി ക്കലരണം. രക്തപിണ്ഡമായും മാംസവുമായുമൊക്കെ അത് നിശ്ചിത കാലക്രമത്തിലൂടെ വളരേണ്ടതുണ്ട്. പിന്നീടതിലേക്ക് എല്ലുകൾ രൂപപ്പെടണം. കൈയും കണ്ണും കാലും കരളു മൊക്കെ ഉണ്ടാവണം. ഒടുവിൽ ഭൂമിയിലേക്ക് പിറന്നുവീഴും വരെയും അതിസൂക്ഷ്മവും സങ്കീർണ്ണവുമായ വിവിധ ഘട്ടങ്ങളി ലൂടെയാണ് അത് സംഭവിക്കുന്നത്.

എന്നിട്ടും മരണം മാത്രം അത്ര നിസ്സാരമാകുന്നതെങ്ങിനെ? നിസ്സാരമാണോ മരണം?

അപകടങ്ങളിലും അസുഖങ്ങളിലും അതൊന്നുമല്ലാത്ത പൂർണ്ണ ആരോഗ്യത്തിലും മനുഷ്യൻ പെട്ടെന്ന് മരിക്കുന്നു. നിമിഷങ്ങൾകൊണ്ടാണ് സാക്ഷികളാകുന്ന നമുക്കത് അനു ഭവപ്പെടുന്നത്. പ്രസംഗിച്ചുകൊണ്ടിരിക്കെ, കളിച്ചുകൊണ്ടിരിക്കെ,

യാത്ര ചെയ്തുകൊണ്ടിരിക്കെ, ഭക്ഷണം കഴിച്ചുകൊണ്ടിരിക്കെ... അങ്ങനെ നാം ഒരിക്കലും നിനച്ചിരിക്കാത്ത നേരത്ത് മൃത്യു നമ്മെ പിടികൂടുന്നു. പിന്നെ ശരീരം അഴുകാൻ വിടാതെ ആ മൃതദേഹം പെട്ടെന്നുതന്നെ നാം മറവുചെയ്യുകയായി. അങ്ങനെ ഓരോ മനുഷ്യനും എത്ര പെട്ടെന്നാണ് ഈ ഭൂമിയിൽ ഇല്ലാതാകുന്നത്.

ജനന ജീവിത മരണങ്ങളും മരണാനന്തരവും എന്തെന്ന് എനിക്ക് പറഞ്ഞുതന്ന ഖുർആനും അതിന്റെ വ്യാഖ്യാനവും വ്യവസ്ഥകളുമായ പ്രവാചക ജീവിതവും പാഠങ്ങളും വീണ്ടും വീണ്ടും ഞാൻ പരതിനോക്കി. ഒപ്പം ബൈബിളും വേദ വ്യാഖ്യാനങ്ങളും ചികഞ്ഞു.

മരണത്തിന്റെ സ്വഭാവവും ദൈർഘ്യവും എങ്ങനെയെന്നറിയാൻ കണ്ണ് കൂർപ്പിച്ചു. ചില സൂചനകളല്ലാതെ മറ്റൊന്നും കണ്ടെത്താനായില്ല.

എന്നാൽ ഖുർആനിന്റെ എഴുപത്തി ഒമ്പതാം അധ്യായത്തിൽ മുപ്പത്തി ഒന്നുമുതലുള്ള വചനങ്ങളും അറുപത്തിരണ്ടാം അധ്യായത്തിലെ ഏട്ടാമത്തെ വചനവും എന്റെ അന്വേഷണത്തിലേക്കുള്ള ആദ്യ വെളിച്ചം നൽകി. അത് ഇങ്ങനെയായിരുന്നു.

''പിന്നെ, ആ മഹാഘോര വിപത്ത് (അന്ത്യദിനം) ആസന്നമാകുമ്പോൾ അന്ന് മനുഷ്യൻ താൻ പ്രവർത്തിച്ചതെല്ലാം ഓർക്കും. നോക്കുന്നവരൊക്കെയും (അക്രമികളായവർ) കാണും വിധം നരകം തുറന്നുവെക്കപ്പെടും. റബ്ബിന്റെ (പടച്ചവന്റെ) സമക്ഷം നിൽക്കേണ്ടിവരുന്നതിനെ ഭയപ്പെടുകയും ആത്മാവിനെ ദുർമോഹങ്ങളിൽ (അരുതുകളിൽ) നിന്ന് അകറ്റി നിറുത്തുകയും ചെയ്തവനാരോ അവന്റെ താവളം സ്വർഗ്ഗമാകുന്നു.'' (അല്ലാത്തവരുടേത് നരകവും)

''(നബിയേ) പറയുക : തീർച്ചയായും ഏതൊരു മരണത്തിൽനിന്ന് നിങ്ങൾ ഓടി അകലുന്നുവോ അത് തീർച്ചയായും നിങ്ങളുമായി കണ്ടുമുട്ടുന്നതാണ്. പിന്നീട് അദൃശ്യവും ദൃശ്യവും അറിയുന്നവന്റെ അടുക്കലേക്ക് നിങ്ങൾ മടക്കപ്പെടുകയും ചെയ്യും. അപ്പോൾ നിങ്ങൾ പ്രവർത്തിച്ചുകൊണ്ടിരിക്കുന്നതിനെപ്പറ്റി അവൻ (അല്ലാഹു) നിങ്ങളെ വിവരം അറിയിക്കുന്നതാണ്.''

ഓരോ മനുഷ്യനും മരിക്കുമ്പോഴാണ് ഈ ഭൂമിയിലെ അവന്റെ അന്ത്യദിനം സംഭവിക്കുന്നത്. അപ്പോൾ അതു

വരെയും പിന്നിട്ട ജീവിത പന്ഥാവിനെക്കുറിച്ച് അവൻ ഓർക്കേണ്ടതുണ്ട്. വിടപറയുമ്പോൾ അവനറിയണം അലക്ഷ്യമായിട്ടല്ല താൻ സൃഷ്ടിക്കപ്പെട്ടതെന്നും മരിക്കുന്നതെന്നും. അതുകൊണ്ടുതന്നെ അതുവരെയുമുള്ള ജീവിത ചിത്രങ്ങൾ അവൻ കാണുകയും കേൾക്കുകയും ചെയ്യുന്നു. എന്നാൽ അതൊക്കെയും മറ്റാർക്കും അറിയാൻ കഴിയാത്ത അനുഭവങ്ങളാണ്. മരണത്തിന്റെ സമയ ദൈർഘ്യം എന്നത് അവന്റെ ജീവിത കാലത്തോളം തന്നെ നീളമുള്ളതാകും എന്നും ഞാൻ വിശ്വസിക്കുന്നു. മരണം സംഭവിക്കുന്ന മനുഷ്യന്റെ സമയവും കാലവും നാളുകളുമെല്ലാം ജീവിച്ചിരിക്കുന്നവരിൽ നിന്നും തികച്ചും വിഭിന്നമായിരിക്കാം.

മരണം അതിശക്തമായ വേദനയിലൂടെ മാത്രം പൂർത്തീകരിക്കപ്പെടുന്ന ഒരു പ്രക്രിയയാണെന്ന് ഞാൻ പഠിപ്പിക്കപ്പെട്ടിട്ടുണ്ട്. ഒപ്പം മരണാനന്തര ജീവിതത്തെക്കുറിച്ചും. വിവിധ മതങ്ങളും അവയുടെ ദർശനങ്ങളും അത് പറഞ്ഞിട്ടുണ്ട്.

ചില ആത്മാവുകൾ പിടിക്കപ്പെടുന്നത് അല്ലെങ്കിൽ ശരീരത്തിൽ നിന്നും വേർപെടുന്നത് വളരെ ലളിതമായിട്ടായിരിക്കുമത്രേ. എന്നാൽ ചിലത് അതീവ ഗുരുതരമായ പ്രയാസങ്ങളുടേയും വേദനയുടേയും ഇഴഞ്ഞു നീങ്ങുന്ന നിമിഷങ്ങളിലൂടെയും. അവരുടെ നന്മ തിന്മകളുടെ തോതിന്റെ അടിസ്ഥാനത്തിലാണ് അത് സംഭവിക്കുന്നത്.

മരണാസന്നന്റെ അരികിലുണ്ടായിരുന്നവർ പലരും പറഞ്ഞതായി ഞാൻ അറിഞ്ഞിട്ടുണ്ട്. മരിച്ചയാൾ മരിക്കുന്നതിന് ദിവസങ്ങൾക്ക് മുൻപ് പറഞ്ഞതും കണ്ടതുമായ ചില കാര്യങ്ങൾ. ചിലർ മരിക്കുന്നതിന്റെ തൊട്ടുമുമ്പ് പോലും ''ആരോ ഇങ്ങോട്ട് വരുന്നുണ്ട്. വീടും പരിസരവും വൃത്തിയാക്കണം.'' ''പോകാൻ സമയമായിരിക്കുന്നു. കരയരുത്.'' ചിലർ കണ്ണു വെട്ടാതെ എങ്ങോട്ടോ നോക്കിയിരുന്നു. ഇടയ്ക്കിടെ അങ്ങോട്ട് കൈചൂണ്ടിക്കൊണ്ട് പറഞ്ഞു. ''ദാ വരുന്നുണ്ട്... വരുന്നുണ്ട്. എന്താ അവിടെത്തെ നിൽക്കുന്നത്, ഇങ്ങോട്ട് വന്നോളൂ.''

ചിലർ നേരത്തെ മരിച്ചുപിരിഞ്ഞവരെ സ്വപ്നം കണ്ടു. അവർ കൂട്ടിക്കൊണ്ടുപോകാൻ വന്നതായും കൂട്ടിക്കൊണ്ടു പോയതായും കണ്ടു. മറ്റൊരാൾ ഭാര്യയേയും മക്കളെയും വിളിച്ചിരുത്തി കുടുംബ സ്വത്തിനെക്കുറിച്ചും സാമ്പത്തിക കടബാധ്യതകളെക്കുറിച്ചും കിട്ടാനും കൊടുക്കാനുമുള്ളതിനെക്കുറിച്ചും പറഞ്ഞു. താൻ മരിച്ചാൽ ചെയ്യേണ്ടതും പാലിക്കേണ്ടതുമായ കാര്യങ്ങളെക്കുറിച്ചാണ് വേറൊരാൾ പറഞ്ഞത്.

മറ്റു വിഷയങ്ങളിലും കൃത്യമായ ഉപദേശ നിർദ്ദേശങ്ങൾ അയാൾ കുടുംബത്തിന് നൽകി.

ഒരാൾ കുടുംബ ജീവിതത്തിലും സാമൂഹ്യ ജീവിതത്തിലും സംഭവിച്ച വീഴ്ചകളെ അപഗ്രഥിച്ചുകൊണ്ട് പരിഹാരം തേടി നടന്നു. പണമായുള്ളതെല്ലാം കൊടുക്കേണ്ടവർക്ക് കൊടുത്തു വീട്ടി. കിട്ടേണ്ടതിനെ നൽകാൻ കഴിവില്ലാത്തവർക്ക് വിട്ടു കൊടുത്തു. മാപ്പ് ചോദിച്ചു. പൊറുത്തുകൊടുത്തു. ക്ഷമിച്ചു. അപ്പോൾ ആളുകൾ ചോദിച്ചു.

''എന്തേ പെട്ടെന്നിങ്ങനെ. നിങ്ങൾ ഹജ്ജിന് പോകുന്നുണ്ടോ?''

''ഇല്ല.''

മറുപടി അത്രേ പറഞ്ഞുള്ളൂ. ഒടുവിൽ യാത്ര ചോദിച്ചു. അത് അയാളുടെ അന്ത്യയാത്രയായിരുന്നു.

അങ്ങനെ എത്രയെത്ര അനുഭവങ്ങൾ...

ലോകം നവ പുരോഗതിയുടെ ഉത്തുംഗതയിൽ എത്തിയപ്പോഴും മറുമരുന്നില്ലാത്ത മഹാരോഗമായി മരണം ഇന്നും നമുക്കൊപ്പമുണ്ട്. അതിന്റെ സമയവും സ്ഥലവും ആർക്കും പ്രവചിക്കാനാവാതെ അത് തുടർന്നുകൊണ്ടേയിരിക്കുന്നു.

പെട്ടെന്നൊരു ദിവസം കുഴഞ്ഞു വീഴുന്നു. അല്ലെങ്കിൽ ഉറക്കത്തിൽ ഉണരാതെ തണുത്തുറയുന്നു. ചിലർ ആശുപത്രിയിൽവെച്ച്. പണ്ഡിതനും പാമരനും മരിക്കുന്നു. ഏകാധിപതിയും സ്വേച്ഛാധിപതിയും ശാസ്ത്രജ്ഞനും സാങ്കേതിക വിദഗ്ദ്ധനും ഡോക്ടറും മരിക്കുന്നു. എല്ലാം അറിയുകയും എല്ലാവർക്കും അനുഗ്രഹങ്ങൾ വാരിക്കോരിക്കൊടുക്കുകയും എല്ലാ പ്രശ്നങ്ങൾക്കും പരിഹാരം നിർദ്ദേശിക്കുകയും ചെയ്യുന്ന ആൾദൈവങ്ങൾ പോലും മരിച്ചുവീഴുന്നു. അങ്ങനെ എല്ലാ ശരീരവും മരണം വരിക്കുന്നു. ഒരു ദിവസം ഡ്രൈവർ നഷ്ടപ്പെട്ട വാഹനം പോലെ. വണ്ടി കിടപ്പുണ്ട് അതിൽ പെട്രോളും ഉണ്ട്. എന്നാൽ ഡ്രൈവർ എവിടെയോ പോയിരിക്കുന്നു.

ജീവനാണ് നഷ്ടപ്പെട്ടത്. ആത്മാവോ ശരീരമോ അല്ല. പ്രിയപ്പെട്ടവരുടെ മരണങ്ങളിലൂടെ ഈയിടെ എന്റെ മനസ്സും ശരീരവും വല്ലാതെ വേദനിച്ചു. നഷ്ടപ്പെട്ട ഉറക്കങ്ങളിലും സന്തോഷങ്ങളിലും വിശ്രമങ്ങളിലും കടുത്ത കട്ടപ്പിടിച്ച ഇരുട്ടകങ്ങളിലാണ് അത് ചെന്നുനിന്നത്. ഇടവിട്ടെത്തുന്ന മിന്നാമിനുങ്ങുകളല്ലാതെ മറ്റൊന്നും ഞാനപ്പോൾ അവിടെ

കണ്ടില്ല. അവയോ അവരുടെ കർമ്മപദങ്ങളുടെ നേർ സാക്ഷ്യ ങ്ങളായും അനുഭവപ്പെട്ടു.

വേദങ്ങളും ഖുർആനും ബൈബിളും തുടങ്ങി ലഭ്യമായ തൊക്കെയും പറഞ്ഞുതന്ന ഉണർത്തുകളിലൊന്നും മരണ നേരങ്ങളിലെ മനുഷ്യാനുഭവ പാഠങ്ങൾ കണ്ടില്ല. ചില ചെറിയ സൂചനകൾ ഒഴിച്ച്. എന്നാൽ മരണാനന്തര നേരത്തെക്കുറിച്ച് ധാരാളം ഉണ്ട് താനും. സ്വർഗ്ഗ നരകങ്ങളും ശിക്ഷയും രക്ഷയും തീയും ചങ്ങലയും വൈതരണികളും അതിൽ സവിസ്തരം പ്രതിപാദിച്ചിട്ടുണ്ട്.

അപ്പോഴും ജീവൻ അകലുന്ന ആദ്യനേരംതൊട്ട് പൂർണ്ണ മായും വിടപറഞ്ഞൊഴിയുന്ന അവസാന ബിന്ദുവരെയുമുള്ള നേരങ്ങൾ എന്ത്? എങ്ങനെ? എന്നുള്ളതായിരുന്നു എന്റെ ചിന്തകൾ, ചോദ്യങ്ങൾ. ഒടുവിൽ ഞാൻ കണ്ടെത്തിയ ഉത്തര ങ്ങളും അനുഭവങ്ങളുമായിരുന്നു 'നോക്കിയാൽ കാണാത്ത ആകാശമായി' പരിണമിച്ച ഈ കൊച്ചുകൃതി.

ജീവിതത്തിൽ വെളിച്ചം പരിമിതമാണ്. ഇരുട്ടുകളാണ് അധികവും. കട്ടപ്പിടിച്ച കൂരിരുട്ടുകൾ. ആദ്യ വാസസ്ഥലമായ അമ്മയുടെ ഗർഭാശയത്തിൽ ഇരുട്ടാണ്. വെളിച്ചം വിതറുന്ന സൂര്യനുമപ്പുറം ബഹിരാകാശം സമ്പൂർണ്ണമായ ഇരുട്ടിലാണ്. വിദൂരതയിൽ മിന്നുന്ന മിന്നാമിനുങ്ങുകളെപോലെയുള്ള നക്ഷത്രങ്ങളിൽ നിന്നെത്തുന്ന പ്രകാശ കിരണങ്ങളല്ലാതെ മറ്റൊരു വെളിച്ചവും അവിടെയില്ല. നാം കാണുന്ന ആകാശം വെറും വികൽപം മാത്രമാണ്. ഭൂമിക്കടിയിലും സമുദ്രത്തി നടിയിലും കൂരിരുട്ടാണ്. ഒടുവിൽ അടക്കം ചെയ്യുന്ന ശവ ക്കുഴിയിലും ഇരുട്ടുതന്നെ.

ഇരുട്ടുകൾ കൂടുതൽ കൂടുതൽ കട്ടപിടിച്ച് കൂരിരുട്ടുകളായി ത്തീർന്ന ഒരു മനുഷ്യജന്മത്തിന്റെ കഥ പറയുകയാണു ഞാൻ. ഇരുട്ടിൽ നിന്നും ഇരുട്ടിലേക്ക് കുതിച്ചോടി കിതച്ചുവീണ കടലപ്പാപ്പന്റെ കഥ. ഒപ്പം, ഇട്ടിപ്പുറം കൊച്ചുലോനയുടേയും മഞ്ചവർക്കിയുടേയും കഥ. പളനിയുടെയും റുക്കുവിന്റെയും ജോയിച്ചൻ മുതലാളിയുടെയും മുരുകന്റെയും അനിലയുടെയും അന്നയുടേയും കഥ. ഔസേപ്പിന്റെ കഥ. തിരുവസ്ത്രം സ്വീകരിച്ചുകൊണ്ട് കന്യാസ്ത്രീയായി ജീവിതത്തിൽ നിന്നും ഒളിച്ചോടാൻ ആഗ്രഹിക്കുകയും ഒടുവിൽ ആത്മഹത്യയിൽ അഭയം തേടുകയും ചെയ്ത ത്രേസ്യയുടെ കഥ.

എന്റെ ആദ്യനോവലിനെ പോലെ ഇതിന്റെ രചനയും ഞാൻ നിർവഹിച്ചത് മൊബൈൽ ഫോണിലാണ്. ഓരോ

എഴുത്തിനു മുമ്പും അനുഭവപ്പെടുന്ന വിളിയാളങ്ങൾക്കു ശേഷമാണ് ഞാൻ എഴുതിത്തുടങ്ങുന്നത്. ജോലികൾക്കിട യിൽ വീണുകിട്ടുന്ന ഒഴിവുനേരങ്ങളിലും രാത്രികളിലും യാത്രകളിലും ഞാൻ എഴുതി.

അപ്പോൾ പ്രവാസത്തിന്റെ പൊള്ളുന്ന ചൂടിൽ ഞാൻ തണുത്തുറയുകയും മരംകോച്ചുന്ന തണുപ്പുകളിൽ വിയർ ത്തൊലിക്കുകയും ചെയ്തിരുന്നു. കഥാബീജം ഗർഭം ധരിച്ച മനസ്സുമായി കുറേ ഞാൻ നടന്നിട്ടുണ്ട്. അതിനിടയിൽ അയനാ ന്തരങ്ങൾ എന്ന പേരിൽ ഒരു നോവൽ എഴുതിത്തുടങ്ങി. അതിന്റെ എഴുത്തിൽ മുഴുകിയിരിക്കെ കടന്നുവന്ന ഒരു ഉപ കഥയായ 'വഴി' എഴുതി അവസാനിപ്പിക്കാൻ കഴിയാത്ത പ്രവാഹമായപ്പോൾ പിന്നീടത് 'ഒറ്റയ്ക്കൊരാൾ' എന്ന എന്റെ ആദ്യനോവലായി പുറത്തുവന്നു.

രണ്ടാമത്തെ എഴുത്തിനിരുന്നപ്പോഴും അയനാന്തരങ്ങൾക്ക് എന്റെ അക്ഷരങ്ങൾ വഴങ്ങിയില്ല. നട്ടുച്ചവെയിലിലും ഇരുട്ട് പരത്തിയ കുറേ ചോദ്യങ്ങളായി ഇതിലെ കഥാപാത്രങ്ങൾ എനിക്ക് ചുറ്റും വട്ടം കറങ്ങി. അവർ ഇന്നലെകളിൽ ഈ സമൂഹത്തിൽ ജീവിച്ചിരുന്നവരാകാം. പത്രവാർത്തകളിൽ എന്നോ ഞാൻ വായിച്ചുപോയതോ അല്ലെങ്കിൽ വായിച്ച റിഞ്ഞവരും കണ്ടും കേട്ടും അറിഞ്ഞവരും എന്നോട് പറഞ്ഞ വരുമാകാം. എന്തായാലും ഈ കഥാപാത്രങ്ങൾ കാലങ്ങളായി എനിക്കൊപ്പമുണ്ടായിരുന്നു. ഒറ്റയ്ക്കൊരാളിലെ മാജിദിനെ പോലെ ഇവരും എന്നോട് വിലപിച്ചിരുന്നു. എന്റെ ഉറക്ക ങ്ങളിൽ വിശ്രമങ്ങളിൽ ചിന്തകളിൽ. ഇന്ന് ഞാനവർക്ക് മോക്ഷം നൽകുകയാണ്. എന്റെയും നിന്റെയും നോക്കിയാൽ കാണാത്ത ആകാശങ്ങളിലേക്ക്.

റഷീദ് കെ. മുഹമ്മദ്

അവതാരിക

പാപത്തിന്റെ ഉത്സവങ്ങൾ

ടി.ഡി. രാമകൃഷ്ണൻ

"Beyond the fiction of reality, there is the reality of the fiction."

Slavoj Zizek

ഇരുപത്തിഒന്നാം നൂറ്റാണ്ടിൽ ആഗോളതലത്തിൽ തന്നെ നോവൽ എന്ന സാഹിത്യരൂപം വലിയ മാറ്റങ്ങളിൽക്കൂടിയാണ് കടന്നുപോകുന്നത്. നോവലിനെക്കുറിച്ച് നിലനിൽക്കുന്ന ധാരണകളെയെല്ലാം റദ്ദാക്കികൊണ്ട്, ഭാഷയിലും പ്രമേയത്തിലും ആഖ്യാനത്തിലും ധീരമായ പരീക്ഷണങ്ങളാണ് ഇക്കാലത്തെഴുതുന്ന നോവലിസ്റ്റുകൾ നടത്തുന്നത്. 2017ൽ നോബൽസമ്മാനം നേടിയ കസുവോ ഇഷിഗുരോവിന്റെ 'ക്ലാര ആൻറ് ദി സൺ' പോലെയുള്ള സമകാല നോവലുകൾ മനുഷ്യഭാവനയുടെ അനന്ത സാധ്യതകളെ തുറന്നിടുകയാണ്. സ്വാഭാവികമായും അത്തരം മാറ്റങ്ങൾ മലയാളത്തിലും സംഭവിക്കുന്നുണ്ട്. നോവലുകളെപ്പറ്റി നിലനിൽക്കുന്ന സകല ധാരണകളേയും അട്ടിമറിക്കുന്ന നിരവധി മലയാള നോവലുകൾ ഓരോ വർഷവും പുറത്തിറങ്ങുന്നുണ്ട്. അത്തരം കൃതികളും എഴുത്തുകാരുമാണ് മലയാള സാഹിത്യത്തെ എപ്പോഴും മുന്നോട്ട് നയിക്കുന്നത്. അവരുടെ കൂട്ടത്തിലേക്ക് ചേർത്തുവായിക്കാൻ സാധിക്കുംവിധമുള്ള ഒരു നോവലാണ് റഷീദ് കെ മുഹമ്മദ് എഴുതിയ 'നോക്കിയാൽ കാണാൻ ആകാശം'.

ഗ്രന്ഥകാരന്റേതായി നേരത്തെ പുറത്തുവന്ന 'ഒറ്റയ്ക്കൊരാൾ' എന്ന നോവലിൽനിന്നും വളരെ വ്യത്യസ്തമായ രീതിയിലാണ് വലിയൊരു ജീവിത യാഥാർത്ഥ്യത്തെയും

വീക്ഷണങ്ങളെയും ഈ നോവലിൽ കൈകാര്യം ചെയ്യുന്നത്. ഒറ്റയ്ക്കൊരാളിൽ മുഴുത്ത് നിൽക്കുന്ന മൂല്യബോധത്തെ ഉത്തേജിപ്പിക്കും വിധം തന്നെയാണ് ഈ നോവലും നോവലിസ്റ്റ് കൊണ്ടുപോകുന്നത്.

മരണത്തെയും മരണാനുഭത്തെയും സമീപിക്കുക എന്നത് അത്ര ചെറിയ കാര്യമല്ല. എഴുത്തിൽ അധികമൊന്നും സാധ്യതയില്ലാത്ത മരണനേരങ്ങളെ അതിസമർത്ഥമായി അനുവാചകനെ അനുഭവിപ്പിക്കുവാൻ ഈ എഴുത്തുകാരന് സാധിച്ചിട്ടുണ്ട്.

റഷീദ് കെ മുഹമ്മദ് ഖത്തറിലെ അൽഖോറിൽ ജോലി ചെയ്തുകൊണ്ട് തന്റെ സാഹിത്യരചന നിർവ്വഹിക്കുന്ന പ്രവാസി എഴുത്തുകാരനാണ്.

ബെന്യാമിന്റെ ആടുജീവിതത്തിന്റെ വൻവിജയവും ഗ്രീൻ ബുക്സ് ഉൾപ്പെടെയുള്ള പ്രസാധകരുടെ ശക്തമായ പിന്തുണയും ഗൾഫ് പ്രവാസികളായ മലയാളി എഴുത്തുകാർക്ക് വലിയ ആത്മവിശ്വാസവും സർഗ്ഗാത്മക ഊർജ്ജവും നൽകുന്നുണ്ട്. മലയാള സാഹിത്യത്തിൽ അടുത്ത കാലത്തുണ്ടാവുന്ന മികച്ച രചനകളിൽ പലതും ഗൾഫ് പ്രവാസികളുടേതാണ്. കഴിഞ്ഞ വർഷം ജെ.സി.ബി പുരസ്കാരത്തിന്റെ ചുരുക്കപ്പട്ടികയിൽ ഇടം പിടിച്ച ഷീല ടോമിയുടെ 'വല്ലി' തന്നെയാണ് അതിന്റെ ഏറ്റവും നല്ല ഉദാഹരണം. അതുകൊണ്ടുതന്നെ മലയാള സാഹിത്യത്തിലെ പ്രബുദ്ധരായ വായനക്കാരും നിരൂപകരുമെല്ലാം പ്രവാസലോകത്തിൽ നിന്നുള്ള കൃതികളെ മുൻകാലങ്ങളിൽ നിന്ന് വ്യത്യസ്തമായി വളരെ താത്പര്യത്തോടെയും ഗൗരവത്തോടെയുമാണ് വായിക്കുന്നത്.

'നോക്കിയാൽ കാണാത്ത ആകാശം' അത്തരമൊരു വായന ആവശ്യപ്പെടുന്ന കൃതിയാണ്. ഇതിൽ മരണമെന്ന അതിസങ്കീർണ്ണമായ യാഥാർത്ഥ്യത്തെ അതിന്റെ സമഗ്രതയിലും സൂക്ഷ്മതയിലും വായനക്കാരുടെ മുമ്പിൽ അവതരിപ്പിക്കുകയാണ് നോവലിസ്റ്റ് ചെയ്തിരിക്കുന്നത്.

'നോക്കിയാൽ കാണാത്ത ആകാശത്തിലെ' ഓരോ വാക്യവും വാതായനങ്ങളും മരണത്തിന്റെ നിറവും മണവുമുള്ളതാണ്.

ഇന്നോളം ആർക്കും ഒരിക്കലും അനുഭവിച്ചറിയാൻ കഴിയാത്ത മരണമെന്ന യാഥാർത്ഥ്യത്തെ കാൽപ്പനികതയുടെ

ഉന്മാദസമാനമായ സഞ്ചാരങ്ങളിലൂടെ വായനക്കാരനെ അനുഭവിപ്പിക്കുകയാണ് റഷീദ് കെ മുഹമ്മദ് എന്ന എഴുത്തുകാരൻ. നോവലിലെ ഓരോ വരികളും വായിക്കുന്ന സമയത്ത് യഥാർത്ഥത്തിൽ നമ്മളും മരണമെന്ന അവസ്ഥയിലൂടെ കടന്നുപോവുകയാണെന്ന് തോന്നിപ്പോകും. വായനയ്ക്കൊപ്പം അനുവാചകന് അനുഭവേദ്യമാകുന്ന ഫിക്ഷന്റെ അത്ഭുതപ്പെടുത്തുന്ന ഈ സാധ്യതയെയാണ് എഴുത്തിന്റെ വിജയം എന്നു സിസേക്ക് പറയുന്നത്. യാഥാർത്ഥ്യത്തെക്കുറിച്ചുള്ള കഥപറച്ചിലിനപ്പുറത്ത് കഥപറച്ചിൽ കൊണ്ട് സൃഷ്ടിക്കാൻ കഴിയുന്നൊരു യാഥാർത്ഥ്യമുണ്ട്. ആ യാഥാർത്ഥ്യമാണ് ഈ നോവലിൽ വളരെ സമർത്ഥമായി അവതരിപ്പിക്കുന്നത്.

ഒരു മനുഷ്യൻ തന്റെ സഹജീവികളോടും സമൂഹത്തോടുമുള്ള പ്രവർത്തികൾ നിർണ്ണയിക്കപ്പെടുന്നത് എന്തിന്റെ അടിസ്ഥാനത്തിലാണ്? അവൻ/അവൾ യഥാർത്ഥത്തിൽ സ്നേഹം, ദയ, കരുണ എന്നിങ്ങനെയുള്ള ഗുണങ്ങളുള്ളവരാണോ? അതോ സ്വാർത്ഥതയും ആർത്തിയും അവയുണ്ടാക്കുന്ന ഹിംസാത്മകമായ പ്രവർത്തികളുമാണോ മനുഷ്യന്റെ യഥാർത്ഥ സ്വഭാവം? മതങ്ങളുടേയും സ്റ്റേറ്റിന്റേയും നിയമങ്ങളും നിയന്ത്രണങ്ങളുമാണോ മനുഷ്യനെ മാന്യനായി ജീവിക്കാൻ നിർബ്ബന്ധിക്കുന്നത്? ഒരവസരം കിട്ടിയാൽ അല്ലെങ്കിൽ ഒരു സാധ്യത മുന്നിലേക്ക് വന്നാൽ, മനുഷ്യന്റെ മൂല്യബോധങ്ങളെല്ലാം തകർന്നടിയില്ലേ?

ഈ ചോദ്യങ്ങൾക്കുള്ള ഉത്തരങ്ങൾ അത്ര ലളിതമല്ല. പല ഉത്തരങ്ങളും മനുഷ്യനന്മയെക്കുറിച്ചുള്ള നമ്മുടെ ധാരണകളെ തകർത്തെറിയുന്നതുമാവും. ഈ നോവലിലെ മുഖ്യകഥാപ്രാത്രമായ കടലപ്പാപ്പന്റെ ജീവിതകഥയിലൂടെ ആ ചോദ്യങ്ങൾ റഷീദ് കെ മുഹമ്മദ് വായനക്കാരുടെ മുമ്പിലേക്ക് വെയ്ക്കുകയാണ്.

നന്മയുടെ നല്ലിളംനാമ്പുകൾ ഒട്ടും കിളുർക്കാത്ത വരണ്ട മരുഭൂമിയാണ് കടലപ്പാപ്പന്റെ മനസ്സ്. പണം പവർ എന്നതിനപ്പുറം മറ്റൊരു ചിന്തയും പാപ്പനില്ല. നന്മതിന്മകളുടെയും അരുതുകളുടേയുമൊക്കെ അതിർവരമ്പുകൾ പാപ്പന്റെ വേലിക്കെട്ടുകൾക്ക് പുറത്താണ്. തിന്മയോടുള്ള അഭിനിവേശം സ്കൂൾ പഠനകാലം മുതൽ തന്നെ പാപ്പനിൽ ആരംഭിക്കുന്നുണ്ട്. പിന്നീട് ജീവിതത്തിന്റെ ഓരോ ഘട്ടത്തിലും അത് കൂടുതൽ ശക്തി പ്രാപിച്ച് അയാളുടെ

ഭൗതികമായ നേട്ടങ്ങളുടെ അടിസ്ഥാനമായി മാറുകയാണ്. തിന്മ അല്ലെങ്കിൽ പാപംകൊണ്ട് കെട്ടിയുയർത്തിയ സാമ്രാജ്യത്തിലെ ചക്രവർത്തിയായി അയാൾ മാറുന്നു. മതബോധമോ സമൂഹ്യജീവിതം നൽകുന്ന മൂല്യബോധമോ അയാളെ ഒരു ഘട്ടത്തിലും അതിൽ നിന്ന് പിന്തിരിപ്പിക്കുന്നില്ല. തന്റെ ചതിയുടേയും വഞ്ചനയുടേയും വയലൻസിന്റെയും ഇരകളായി ദുരിതക്കയങ്ങളിലേക്ക് വീഴുന്ന മനുഷ്യരെക്കുറിച്ച് കടലപ്പാപ്പൻ ഒരിക്കലും ചിന്തിച്ചിട്ടില്ല.

എന്നാൽ, ആ ചിന്തകളെ മരണം ഉണർത്തുമ്പോൾ ശക്തനായ കടലപ്പാപ്പൻ പശയിൽ ഒട്ടിയ പാറ്റപോലെ ഒന്നനങ്ങാൻപോലും കഴിയാതെ വിധേയപ്പെട്ടിരുന്നു.

ഇട്ടിപ്പുറം ഇട്ടിലോനയും വല്ല്യലോനയും കൊച്ചുലോനയും അടങ്ങുന്ന ലോന ഫാമിലിയോടുള്ള പ്രതികാരത്തിന്റെ മനസ്സുമായി വളർന്ന പാപ്പനിൽ പിന്നീട് കാണാൻ സാധിക്കുന്നത് യാഗാശ്വം കണക്കെ കുതിച്ചുപായുന്ന തിന്മകളുടെ മൂർത്തഭാവത്തെയാണ്. അവസാനം അപ്രതീക്ഷിതമായി മരണം അയാളെ അടിയറവ് പറയിക്കുമ്പോൾ കടലപ്പാപ്പന്റെ മനസ്സിലൂടെ കടന്നുപോകുന്ന ഗതകാലങ്ങളുടെ അനുഭവസാക്ഷ്യങ്ങൾ അയാളെ അതിക്രൂരമായി നോക്കിക്കാണുന്നു. അപ്പോൾ നിസ്സഹായനായി കിടന്നുകൊണ്ട് അയാൾ അവയെയും ഒരിക്കൽക്കൂടി അനുഭവിച്ചറിയുകയും ചെയ്യുന്നു. പെട്ടെന്ന് ഉയർന്നുകേട്ട അശരീരിയിൽ പാപ്പൻ സ്തബ്ധനായി.

‘‘പാപ്പാ, നീ ആരുണോദയ പുത്രൻ ലൂസിഫറിന്റെ പിൻഗാമിയായിരുന്നു. കൊടുക്കപ്പെട്ടതിലൊന്നും തൃപ്തനാകാതെ ദൈവസിംഹാസനത്തിനും മുകളിൽ ഉയരണമെന്നാണ് അവൻ മോഹിച്ചത്. അത് അവന്റെ വീഴ്ചയ്ക്ക് കാരണമായി. അവനെ തുടർന്ന നിന്റെയും. യെശയ്യാവിന്റെ പതിമൂന്ന് പതിനഞ്ച് നീ വായിക്കുകയും കേൾക്കുകയും ചെയ്യാഞ്ഞതെന്ത്?’’

ജീവിത കർമ്മങ്ങളുടെ കട്ടപ്പിടിച്ച കൂരിരുട്ടുകൾ മിന്നാമിനിങ്ങുകളായി മിന്നി മിന്നിയെത്തുമ്പോൾ ഭയപ്പാടിൽ നടുങ്ങുന്ന കടലപ്പാപ്പൻ തന്റെ ദുഷ്ടതകൾ നോക്കിക്കാണുകയാണ്.

‘‘എന്തൊരു ക്രൂരനായിരുന്നു ഞാൻ. നിലവിലെ നരകങ്ങളൊന്നും തനിക്ക് പറ്റാത്തവിധം ദുഷ്ഠതയുടെ ചെയ്തികൾ നിറഞ്ഞ തന്റെ ജീവിതത്തിന് ഇനിയും എത്രയോ

കൂടിയ ശിക്ഷകളായിരിക്കും കാത്തിരിപ്പുണ്ടാവുക? അതിനു മുൻപ് അന്നമ്മയെങ്കിലും എനിക്കൊന്നു മാപ്പ് തന്നെങ്കിൽ.''

ശേഷിക്കുന്ന ആത്മാവിന്റെ തുടിപ്പുകളാൽ പാപ്പൻ വെറുതെ ആത്മഗതം കൊണ്ടു. അന്നയുടേതെന്ന് തോന്നിച്ച മുഖമുള്ള ഒരു മാലാഖ തേരിൽനിന്നിറങ്ങി. ഒപ്പം മറ്റു മാലാഖമാരും. അപ്പോൾ എല്ലാവർക്കും അന്നയുടെ മുഖ മായിരുന്നു.

റഷീദ് കെ മുഹമ്മദ് കഥ പറയുകയാണ്. വെറും കഥ യല്ല. മൂല്യബോധങ്ങളിലും ചില മനുഷ്യബന്ധങ്ങളിലും ബന്ധനങ്ങളിലും വിളക്കിച്ചേർത്തതും വിഘടിപ്പിച്ചതുമായ കരുത്തുറ്റ ഒരു കഥ. കരുണാർദ്രതയും കരളും കണ്ണിൽ ചോരയുമില്ലാത്തവനുമായ കടലപ്പാപ്പന്റെ കഥ. സമൂഹ ത്തിന്റെ വിഭിന്ന വീക്ഷണങ്ങളിൽ ഇരയാക്കപ്പെടുന്നവ രുടെ മനോവ്യാപരങ്ങളെ, പക്വമായ അവതരണത്തിലൂടെ വായനയുടെ കണ്ണുകളിൽ പ്രതിഫലിപ്പിക്കുന്ന ആഖ്യാനം ഈ നോവലിൽ മുഴുനീളെ അനുഭവിക്കാൻ സാധിക്കുന്നു.

''പാപ്പന്റെ ചുണ്ടുകൾ ഇളകുന്നുണ്ടോ?''

വർക്കി സംശയിച്ചു. കുറ്റബോധത്തിന്റെയും നിരാശ യുടെയും നിസ്സഹായതയുടെയും വിളറിയ മുഖവുമായി കിടക്കുന്ന ആ അപരാധിയുടെ സ്വരം വർക്കിയുടെ കാതിൽ പതുക്കെ വിറകൊണ്ടു.

''വർക്ക്യേ... നീ എന്നോട് പൊറുക്കണം. മറ്റുള്ളവരാരും എന്നോട് പൊറുത്തില്ല. ദുഷ്ടനായിരുന്നില്ലേ ഞാൻ, ദുഷ്ടൻ. നീയെങ്കിലും എനിക്ക് മാപ്പുതരില്ലേ?''

വർക്കിയുടെ കണ്ണുകൾ പൊഴിച്ച കണ്ണുനീർതുള്ളികൾ ഐസ് പെട്ടിയിൽ ധാരധാരയായി വീണു. പെട്ടിയിൽ വെച്ച ടവ്വൽകൊണ്ട് അത് തുടച്ചിട്ട് പെട്ടിക്കകത്തേക്ക് തന്നെ നോക്കികൊണ്ട് വർക്കി നിന്നു. പാപ്പൻ ഉറങ്ങുക യാണ്. ഇനി ഒരു ഉണർവ്വും മടക്കവുമില്ലാത്ത ഉറക്കം. അപ്പോൾ അയാളുടെ മനസ്സ് വിങ്ങുന്നുണ്ടായിരുന്നു.

''പാപ്പാ, നീ എന്തിനാണിങ്ങനെ പോയത്? നീണ്ട ഇരു പത്തിരണ്ടുവർഷമുണ്ടായിട്ടും ഒന്നും മിണ്ടാതെയും പറയാ തെയും...?''

നോവലിലെ നാടകീയതയും വൈകാരികതയും നിറഞ്ഞ ചില രംഗങ്ങൾ ഇങ്ങനെ പോകുന്നു.

പാപ്പൻ ഇപ്പോൾ മരണത്തിന്റെ വിദൂരമായ ദൂരനേരങ്ങളെ അനുഭവിക്കുകയാണ്. താനൊന്ന് പെട്ടെന്ന് മരിച്ചിരുന്നെങ്കിൽ എന്ന് അയാൾ കൊതിച്ചു. ഇല്ലെങ്കിൽ താനുണ്ടാക്കിയ സമ്പത്തും സന്താനങ്ങളും സർവ്വതും പകരം നൽകാം, തന്നെ ഈ മരണത്തിന്റെ പിടിയിൽ നിന്നും മോചിപ്പിക്കുവാൻ ആരാണ് സഹായിക്കുക, അയാൾ ആശിച്ചു. താൻ നിസ്സഹായനായി വീണതുമുതൽ ആശുപത്രിയിലും പിന്നെ, ഐസുപെട്ടിയിലാക്കി വീട്ടിലും തന്നെ വെയ്ക്കുന്നതും അന്ത്യോപചാരമർപ്പിക്കുവാൻ ചുറ്റും കൂടിയ വലിയ ജനാവലിയെയും പാപ്പൻ കണ്ടുകൊണ്ടിരുന്നു. അവരെ കേൾക്കുകയും ചെയ്തു. ആരറിയുന്നു താനിപ്പോൾ അനുഭവിക്കുന്ന വേദന എന്നയാൾ നൊമ്പരപ്പെട്ടു.

കൂരിരുട്ടിന്റെ ആഴങ്ങളിൽ നിന്നെവിടെനിന്നോ ഒരു മിന്നാമിനുങ്ങ് മിന്നി വന്നു. പിന്നെ ഒന്നിനുപിറകെ ഒന്നൊന്നായി ഒരായിരം മിന്നാമിനുങ്ങുകൾ. അവ പാറിപ്പറന്ന് പാപ്പന്റെ തലയ്ക്കു ചുറ്റും വട്ടം വെച്ചു. തുറന്നു പിടിച്ച കണ്ണുകളിലേക്ക് ചില ദൃശ്യങ്ങൾകൂടി തെളിഞ്ഞു. കാതിൽ ആരോ ജീവൻ വെടിയുന്ന ഒരു കരച്ചിലും പിന്നെ പിടച്ചിലും.

അപ്പോൾ പാപ്പൻ ഒരു മനുഷ്യന്റെ മുഖം കണ്ടു. മരണവേദന പോലും മറന്നുകൊണ്ട് പാപ്പൻ നടുങ്ങി. അത് ദീർഘമായ വർഷങ്ങൾക്കപ്പുറത്തുനിന്നുള്ള ഒരു കാഴ്ചയായിരുന്നു.

''ഇതെന്താണ് ഞാനീ കാണുന്നത്? ജോയിച്ചൻ മുതലാളിയാണല്ലോ ഇത്!''

പാപ്പൻ തന്റെ ജീവിതത്തിൽ ചെയ്തതൊക്കെയും ഒന്നും വിട്ടുപോകാതെ കാണുവാനാരംഭിച്ചു. ഒന്നിലും നന്മയുടെ ഒരു കാണികപോലും ഉണ്ടായിരുന്നില്ല. എല്ലാം തെറ്റുകളും പാപങ്ങളും മാത്രം.

''പാപ്പാ ഇതു ഞാനാണ്, ഞാൻ...''

പാപ്പൻ വീണ്ടും നടുങ്ങിവിറച്ചു.

''നിന്നെ വിശ്വസിച്ച്, നിന്നെ കൂടെ കൂട്ടിയ നിന്റെ ജോയിച്ചൻ മുതലാളിയാണു ഞാൻ. ഓർമ്മയുണ്ടോ നിനക്കെന്നെ? പിന്നെ, ആ കാടും സന്ധ്യയും...?''

ആ കാഴ്ചകൾ കണ്ടു തീരവേ മറ്റൊരു കാഴ്ചയ്ക്കുള്ള മിന്നാമിന്നുകൾ മിന്നിവന്നു.

അമിത വേഗത്തിൽ വാഹനങ്ങൾ പലതും കടന്നു പോയിക്കൊണ്ടിരുന്നു. കുറച്ചുനേരം കൂടിക്കഴിഞ്ഞപ്പോൾ അതേ ട്രാക്കിൽ മറ്റൊരു ചരക്കുലോറി കൂടി അതിവേഗ ത്തിൽ പാഞ്ഞുവന്നു. റോഡിൽ എന്തോ ഒന്ന് കിടക്കു ന്നതായി ഡ്രൈവർ കണ്ടെങ്കിലും അയാളതു കാര്യമാ ക്കാതെ ഓടിച്ചുപോയി. എന്തോ ഒന്നിൽ വണ്ടി കയറി യിറങ്ങിയെന്നു മാത്രമേ അയാൾക്ക് അനുഭവപ്പെട്ടുള്ളൂ. അത് ഒരു മനുഷ്യനായിരുന്നു എന്നറിയില്ല. അറിഞ്ഞാലും വേഗത കുറയ്ക്കാനോ പെട്ടെന്ന് ബ്രേക്ക് ചെയ്യാനോ കഴി യാത്ത വേഗതയും സ്ഥലവുമായിരുന്നു അത്. അങ്ങനെ നേരം പുലരുന്നതിനു മുന്നെയായി പല വാഹനങ്ങളും പളനിയിൽ കയറിയിറങ്ങികൊണ്ട് കടന്നുപോയി. അതോടെ പളനിയെന്ന മനുഷ്യൻ കേവലം ചതഞ്ഞരഞ്ഞ ഒരുപിടി മാംസം മാത്രമായി വാഹനങ്ങളുടെ ടയറുകളിലും റോഡിന്റെ സുഷിരങ്ങളിലും പറ്റിപ്പിടിച്ചൊടുങ്ങി.

പിറ്റേന്ന് നേരം പുലരുമ്പോൾ അവിടെ വട്ടം പറന്നും താഴ്ന്നിറങ്ങിയും ഒരു കൂട്ടം കാക്കകൾ ചിതറിത്തെറിച്ച മാംസങ്ങൾ കൊത്തിപെറുക്കുന്ന കാഴ്ചയാണ് ജനം കണ്ടത്. ആ കാഴ്ചകളും കൂടി പാപ്പൻ കണ്ടുകൊണ്ടി രുന്നു. ഒടുവിൽ കത്തിപ്പുകഞ്ഞുകൊണ്ടിരിക്കുന്ന ഒരു വിറകുകൊള്ളികണക്കെ പളനി പാപ്പന്റെ അരികിലെത്തി. അയാൾ പാപ്പനെ വിളിച്ചുകൊണ്ട് ശുദ്ധ മലയാളത്തിൽ ഇങ്ങനെ പറഞ്ഞുകൊണ്ടിരുന്നു.

‘‘നമ്മളൊക്കെ പാപികളാണ് പാപ്പാ, ഒരിക്കലും മോക്ഷ മില്ലാത്ത മഹാ പാപികൾ, നീ ഇതുകണ്ടില്ലേ?’’

അയാൾ അയാളുടെ പുകയുന്ന ശരീരം കാണിച്ചു.

‘‘അണ്ണാച്ചി...’’ എന്നു വിളിച്ചലറുവാൻ ആഗ്രഹിച്ചെ ങ്കിലും കടലപ്പാപ്പന് ഒന്നിനും കഴിയില്ലായിരുന്നല്ലോ. തന്റെ ജീവിതാനുഭവങ്ങളൊക്കെയും കാണുന്നു, കേൾക്കുന്നു എന്നല്ലാതെ.

കാണരുതെന്നും കേൾക്കരുതെന്നും ആഗ്രഹിക്കാൻ മാത്രമല്ലേ ഇപ്പോൾ തനിക്ക് സാധിക്കൂ. മറ്റെന്തും ആഗ്രഹി ക്കാനും അത് ചെയ്യാനുമുള്ള സ്വാതന്ത്ര്യവും കരുത്തും; ഇപ്പോഴിതാ ആ ആയുസ്സ് തന്നെയും തിരിച്ചെടുത്തു

കൊണ്ടിരിക്കുന്നു. താൻ വിധേയനാണ്. വിധിയുടെ വികൃതമായ വിളയാട്ടങ്ങൾക്ക് നിന്നു കൊടുക്കാൻ മാത്രം വിധിക്കപ്പെട്ട വെറും വിധേയൻ.''

ഒന്നിനുപുറകെ മറ്റൊന്നായി കടന്നുവന്ന മിന്നാമിനുങ്ങുകൾ കടലപ്പാപ്പന്റെ കണ്ണിൽ കഴിഞ്ഞ ദൃശ്യങ്ങളോരോന്നും കാണിച്ചുകൊണ്ട് കടന്നുപോയി.

''ത്രേസ്യേ... നീ എന്നെ കുറ്റക്കാരനാക്കി വിചാരണ ചെയ്യുകയാണോ?''

''ഞാനൊന്നിനുമില്ല. നിങ്ങളെന്തിനാണ് ഇട്ടിപ്പുറത്തു വന്നെന്നെ പെണ്ണു ചോദിച്ചത്? നിങ്ങൾക്ക് എന്തുയോഗ്യതയാണ് അതിനുള്ളത്?''

''അപ്പൊ, നീ എന്നെ സ്നേഹിച്ചിട്ടില്ലേ? നിന്നെ ഞാനെന്റെ ഹൃദയത്തിൽ കൊണ്ടുനടന്നിരുന്നത് നീ അറിഞ്ഞിരുന്നില്ലേ...?''

പ്രണനഷ്ടത്തിന്റെ തീവ്രവികാരം പാപ്പനിൽ വരുത്തുന്ന മാറ്റങ്ങൾ ചിന്തകൾക്കപ്പുറമായിരുന്നു. പണവും സ്വാധീനവും കൈമുതലായുള്ളവന്റെ പ്രതികാരം അണപൊട്ടിയൊഴുകിയ വെള്ളപ്പാച്ചിലായിരുന്നു.

തണുത്തുറഞ്ഞ ശവപ്പെട്ടിയിൽ എല്ലാം കണ്ടും കേട്ടും കടലപ്പാപ്പാൻ കിടന്നു.

ഇപ്പോൾ ഇരട്ടി മരണങ്ങളുടെ വേദനയാണ് പാപ്പൻ അറിയുന്നത്. അസഹ്യമായ പീഡനങ്ങളുടെ മൂർദ്ധന്യത്തിൽ അയാളുടെ അന്തരംഗത്തിൽനിന്ന് പെട്ടന്നൊരു വിളിയാളം ഉയർന്നു.

''എന്റെ ദൈവമേ...''

''ചൂളപോലെ കത്തുന്ന ഒരു ദിവസം വരും; അപ്പോൾ അഹങ്കാരികളൊക്കെയും സകല ദുഷ്പ്രവർത്തിക്കാരും താളടിയാകും. വരുവാനുള്ള ആ ദിവസം വേരും കൊമ്പും അവശേഷിക്കാതെ അവരെ ദഹിപ്പിച്ചുകളയുമെന്ന് സൈന്യങ്ങളുടെ യഹോവ അരുളിച്ചെയ്യുന്നു. ഞാൻ ഉണ്ടാക്കുവാനുള്ള ദിവസങ്ങളിൽ ദുഷ്ടന്മാർ നിങ്ങളുടെ കാലിൻ കീഴിൽ വെണ്ണീർ ആയിരിക്കക്കൊണ്ട് നിങ്ങൾ അവരെ ചവിട്ടിക്കളയും. പാപ്പാ... മാലാഖി നാലിൽ ഒന്ന് നിന്നോടിത് പറഞ്ഞിരുന്നുവല്ലോ? നീയതിന് ചെവികൊടുത്തില്ല.''

അശരീരിയായുണർന്ന മേഘ ഗർജ്ജനത്തിൽ പാപ്പൻ കൂടുതൽ നടുങ്ങുകയായിരുന്നു.

കടലപ്പാപ്പൻ തന്റെ ദൂർത്ത ജീവിതത്തിന്റെ നഷ്ട ബോധങ്ങളെക്കുറിച്ചോർത്തുകൊണ്ട് നൊന്തു പിടഞ്ഞ മനസ്സുമായി ആ ശവമഞ്ചത്തിൽ കിടന്നു. സെമിത്തേരിയിൽ സജ്ജമാക്കിയ കല്ലറക്കരികിൽ പുരോഹിതർ മൃതദേഹം ധൂപിച്ചു. ദേവാലയ ഗോപുരത്തിൽ വിലാപത്തിന്റെ മണിമുഴങ്ങി. ഗ്രാമവീഥികളിൽ ആ മണിമുഴക്കം ആഴത്തിൽ ചെന്നു പതിച്ചു. വീടകങ്ങളിലും കവലകളിലും ആളുകൾ മൂക്കത്ത് വിരൽവെച്ചു. കടലപ്പാപ്പനെന്ന മദയാനയുടെ ഒടുക്കനേരങ്ങൾ അവർ അറിഞ്ഞു. അയാളുടെ പീഡനങ്ങളിലും വഞ്ചനകളിലും നൊന്തുപിടയുന്നവരും വീടും തൊടിയും നഷ്ടപ്പെട്ട് അനാഥമായിപ്പോയവരും ആത്മഹത്യ ചെയ്തവരുമായവരുടെ രക്തബന്ധങ്ങളിലുള്ളവരും സുഹൃത്തുക്കളും നെടുവീർപ്പയച്ചു. കൂട്ടത്തിൽ ആ മണിമുഴക്കം ഔസേപ്പിന്റെ വാടകവീട്ടിലും ഇട്ടിപ്പുറം തറവാടിന്റെ അകത്തളത്തിലും ചെന്നുപതിച്ചു.

ജീവിത വഴികളിൽ നിന്നും പെറുക്കിയെടുത്ത ഒട്ടനവധി കഥാപാത്രങ്ങളിലൂടെയും സന്ദർഭങ്ങളിലൂടെയുമായിക്കൊണ്ട് തുടർന്നുപോകുന്ന ഗംഭീരമായ ഒരു ആഖ്യാനം. മനുഷ്യമനസ്സുകളുടെ അതിതീവ്രവും കലുഷിതാവുമായ വികാരവായ്പുകളുടെ വേലിയിറക്കങ്ങളും വേലിയേറ്റങ്ങളും പങ്കുവെയ്ക്കുന്ന കഥാപാത്രങ്ങൾ. അവ ഈ കഥയിൽ മാത്രമല്ല; സമൂഹ പരിസരങ്ങളിലെവിടെയൊക്കെയോ ഉള്ളവരെന്ന തോന്നൽ നമ്മെ ഓർമ്മിപ്പിക്കുന്നു. അപ്രകാരം എഴുത്തുകാരനും എഴുത്തും വായനക്കാരാനും ഒരേ ബിന്ദുവിലൂടെ സഞ്ചരിക്കുന്ന അപൂർവ്വമായ ഒരു വായനാനുഭവം ഈ നോവൽ നൽകുന്നുണ്ട്.

ലോക സാഹിത്യത്തിൽ മരണത്തെ അടിസ്ഥാനമാക്കി രചിക്കപ്പെട്ട ധാരാളം കൃതികളുണ്ട്. എന്നാൽ മരണത്തെ ആവിഷ്കരിക്കുകയും അതിനെ അനുവാചകനെകൊണ്ട് അനുഭവിപ്പിക്കുകയും ചെയ്യുന്ന ഒരപൂർവ്വമായ വികാരം 'നോക്കിയാൽ കാണാത്ത ആകാശ'ത്തിന്റെ വായനയിൽ വായനക്കാരന് അനുഭവിക്കാൻ സാധിക്കുന്നുണ്ട്. ഇതാണ് ഈ രചനയെ വിത്യസ്തമാക്കുന്നത്.

കടലപ്പാപ്പന്റെ തിന്മകൾക്കിരയാവരുടെ നിര നീണ്ടതാണ്. സ്വന്തം ഭാര്യ അന്ന മുതൽ ഔസപ്പ്, ജോയിച്ചൻ മുതലാളി, ഗൾഫുകാരൻ അശോകന്റെ കുടുംബം, മകൾ

അനില, ഇട്ടിപ്പുറം കൊച്ചു ലോന, മുരുകന്റെ ഭാര്യ രുഗ്മിണിയെന്ന റുക്കു, ത്രേസ്യ, മഞ്ചവർക്കി എന്നിവരിലേക്കത് നീണ്ടു കിടക്കുകയാണ്.

ഈ കഥാപാത്രങ്ങളെയെല്ലാം സൂക്ഷ്മമായും മിഴിവോടെയും അവതരിപ്പിക്കാൻ എഴുത്തുകാരന് കഴിഞ്ഞിട്ടുണ്ട്. ചെറിയ കഥാപാത്രമാണെങ്കിലും പെരുംകായംവിൽക്കുന്ന പളനിയെയും പാപ്പന്റെ സ്റ്റാഫ് ആയ മുരുകനെയും വളരെ ഒതുക്കത്തോടെ നമുക്ക് വായിച്ചുപോകാം.

ലളിതമായ ഭാഷയിൽ, അതിദാർശനികമായ ഭാരങ്ങളൊന്നുമില്ലാതെ, നമുക്ക് ചുറ്റും ജീവിക്കുന്ന കുറേ പച്ചമനുഷ്യരായിട്ടാണ് കടലപ്പാപ്പനുൾപ്പെടെ ഈ നോവലിലെ ഓരോ കഥാപാത്രത്തേയും റഷീദ് കെ മുഹമ്മദ് ചിത്രീകരിച്ചിരിക്കുന്നത്. അത് വായനയെ അനായസമാക്കുന്നുവെന്ന് മാത്രമല്ല വായനക്കാർക്ക് നോവൽ അവതരിപ്പിക്കുന്ന സംഭവങ്ങൾ ഒരു ചലച്ചിത്രത്തിലെന്നപോലെ മനസ്സിൽ കാണാൻ കഴിയുകയും ചെയ്യുന്നു എന്നത് വായനയെ കൂടുതൽ സുഖമമാക്കുന്നു.

റഷീദ്.കെ.മുഹമ്മദിന്റെ 'നോക്കിയാൽ കാണാത്ത ആകാശം' നേരിട്ട് പറയാതെ പറഞ്ഞുപോകുന്ന വളരെ പ്രധാനപ്പെട്ട ചില രാഷ്ട്രീയ ദാർശനിക പ്രശ്നങ്ങൾ ഉന്നയിക്കുന്നുണ്ട്. മനുഷ്യവംശത്തിന്റെ തുടക്കം മുതൽ ഇന്നേവരെ ഉണ്ടായ വിവിധ മതങ്ങൾക്കും പലതരം പ്രത്യയശാസ്ത്രങ്ങൾക്കും അവനെ നന്മയിലേക്ക് നയിക്കാൻ കഴിയാതെ പോയതെന്തുകൊണ്ടാണ്? ത്യാഗത്തിന്റെ മഹത്വത്തെ വലിച്ചെറിഞ്ഞ് ഭോഗത്തിന്റെ ആഘോഷങ്ങളെ ഒരു മടിയുമില്ലാതെ സമൂഹം ഇന്നും സ്വീകരിക്കുന്നതെന്തുകൊണ്ടാണ്? സമത്വത്തെക്കുറിച്ചും സ്നേഹത്തെക്കുറിച്ചും സാഹോദര്യത്തെക്കുറിച്ചും ആർജ്ജിച്ചെടുത്ത മൂല്യബോധങ്ങളെ പൂർണ്ണമായി തിരസ്കരിച്ച് മനുഷ്യർ എന്തുകൊണ്ടാണ് ലാഭത്തിന്റെ ഹിംസാത്മകതയിൽ അഭിരമിക്കുന്ന കച്ചവടമുതലാളിത്തത്തെ ആഘോഷിക്കുന്നത്?

ഇങ്ങനെയുള്ള ഒരുപിടി ചോദ്യങ്ങളെ അവശേഷിപ്പിച്ചുകൊണ്ടാണ് അന്തിമമായ ശവക്കല്ലറയുടെ കൂരിരുട്ടിലേക്ക് കടലപ്പാപ്പാനെ നോവലിസ്റ്റ് അടക്കം ചെയ്യുന്നത്.

വായനക്കാരെ ചിന്തിപ്പിക്കുക എന്നത് തന്നെയാണല്ലോ സാഹിത്യത്തിന്റെ ആത്യന്തികമായ ലക്ഷ്യം. അതു

സാധ്യമാക്കുന്ന കടലപ്പാപ്പനെന്ന പ്രതിനായകൻ മലയാള നോവൽ സാഹിത്യത്തിലേക്കുള്ള ഒരു ഒറ്റയാനായി കരുതുന്നതിൽ തെറ്റില്ല.

പാപത്തിന്റെ ഉത്സവങ്ങളാൽ ആഘോഷിക്കപ്പെടുന്ന കടലപ്പാപ്പന്റെ ജീവിതം മരണമെന്ന യാഥാർത്ഥ്യത്തിന് മുന്നിൽ പകച്ച് നിൽക്കുമ്പോൾ അയാളെപ്പോലെ ഓരോ വായനക്കാരനും സ്വയം വിചാരണക്ക് വിധേയരാകുമെന്നതാണ് 'നോക്കിയാൽ കാണാത്ത ആകാശത്തെ' മികച്ച കൃതിയാക്കുന്നത്. അപ്പോഴും നോവലിലുടനീളം നിവർന്നുനിൽക്കുന്ന കഥാനായകൻ മരണമായി ബോധ്യപ്പെടുന്ന വായനാനുഭവം പുതിയചിന്തയുടെ വാതായനങ്ങൾ വായനക്കാരനുമുന്നിൽ തുറന്നുനൽകുന്നുണ്ട്.

റഷീദ് കെ മുഹമ്മദിനും നോവലിനും എല്ലാവിധ ആശംകളും നേരുന്നു.

■

ഇരുട്ട്

കാലടിയിൽ കരിയിലകൾ നുറുങ്ങുന്ന ശബ്ദം മാത്രമേ കേൾക്കുന്നുള്ളൂ. ഓരോ കാൽവെപ്പിലും അത് തുടരുന്നുണ്ട്. വേഗത കുറഞ്ഞ നടത്തത്തിൽ ഭയപ്പാടിന്റെ കിതപ്പുയർന്നു. കണ്ണിൽ ഇരുട്ടുകയറിയിരിക്കുന്നു.

ഒരു മിന്നാമിനുങ്ങിന്റെ നേർത്ത വെളിച്ചമെങ്കിലും കാണാൻ കൊതിച്ചു കൊണ്ട് അയാൾ തന്റെ കണ്ണുകൾ പൂർണ്ണമായും തുറന്നു പിടിച്ചു.

എങ്കിലും ഒന്നും കാണാൻ കഴിയാത്ത അന്ധതമസം മാത്രം. മുകളിൽ ആകാശം പോലുമില്ലാത്ത കൂരിരുട്ടിലാണ് താനിപ്പോഴുള്ളതെന്ന് ബോധ്യമായി.

പലകുറി മേലേക്ക് നോക്കിയതാണ്, ഒരു നക്ഷത്രത്തിന്റെ തിളക്കമെങ്കിലും കണ്ണിൽ തറയ്ക്കുവാൻ, അതുണ്ടായില്ല. അധികദൂരം നടന്നപ്പോൾ നിന്നു. ഹൃദയ താളത്തെയും കിതപ്പിനെയും നിയന്ത്രിച്ചു കൊണ്ട് കാതുകൾ വട്ടം പിടിച്ചു. നിതാന്തമായ നിശ്ശബ്ദതയിൽ നിന്നും ഉയരുന്ന എന്തെങ്കിലും ഒരു ശബ്ദത്തിനായി.

ഇല്ല, ഒരു ശബ്ദവുമില്ല. കാറ്റുകൾ തൊടുന്ന ഇലകളുടെയോ ഒരു ചെറുപ്രാണിയുടെ മൂളക്കമോ ഇല്ല.

'താൻ നിന്നപ്പോൾ കരിയിലയുടെ ഞരക്കങ്ങളും നിശ്ശബ്ദമായിരിക്കുന്നു. വനാന്തരത്തിലാണോ ഇലകൾ പൊഴിഞ്ഞുകിടക്കുന്ന വഴിയിലാണോ? നാട്ടിലോ നഗരത്തിലോ എവിടെയാണ് താനുള്ളത്?'

മനസ്സ് ചോദിച്ചു.

ഈ ലോകം ഇപ്പോൾ നിലനിൽക്കുന്നില്ലന്നും സർവ്വജീവജാലങ്ങളും അവസാനിച്ചു പോയിരിക്കുന്നുവെന്നും അയാൾ കരുതി.

'ഒരു പക്ഷേ, ജീവനുള്ള ഒരു ജീവിയായി താൻ മാത്രമേ ഇപ്പോൾ ഈ ഭൂമുഖത്തുള്ളൂ. ഇത് ഭൂമിയാണോ? അതോ മറ്റേതെങ്കിലും ഗ്രഹമാണോ?'

മനസ്സ് ആവർത്തിച്ചു.

ശ്വസിക്കാനുള്ള വായു മാത്രമേ അവിടെ ലഭ്യമായിരുന്നുള്ളൂ. അയാൾ നിന്നിടത്തുനിന്നും ഓടാൻ ആരംഭിച്ചു. നാലുഭാഗത്തേക്കും കഴിയുന്ന അത്രയും ദൂരം ഓടി. ചുറ്റും കൈകൾ കൊണ്ടു തടഞ്ഞു നോക്കി. ഒരു വസ്തുവിലും ചെന്നുമുട്ടിയില്ല, ഒന്നിലും സ്പർശിക്കുവാനും സാധിച്ചില്ല. വല്ലാത്തൊരു ശൂന്യതയും നിശ്ശബ്ദതയും ഇരുട്ടും നിറഞ്ഞ ഏതോ മഹാ മരുഭൂമിലാണെന്നാണ് തോന്നിയത്. പെട്ടെന്നാണ് ഉപരിലോകത്ത് ഒരു കൈ പ്രത്യക്ഷപ്പെട്ടത്. ആ കൈ അയാളിലേക്ക് നീണ്ടുവന്നു. ഭയവിഹ്വലനായിടുമ്പോൾ ഓടാൻ തുടങ്ങി. കൈ അയാൾക്കൊപ്പം നീണ്ടു വന്നു.

കാൽകീഴിൽ മണ്ണിനുപകരം മറ്റെന്തോ അനുഭവപ്പെട്ടു. ഓട്ടത്തിനിടെ ക്രമേണ കാൽചുവട്ടിലമരുന്ന കരിയിലയുടെ ഞരക്കങ്ങൾ ഇല്ലാതെയായി. തികഞ്ഞ നിശ്ശബ്ദത മാത്രം. താൻ ഓടിക്കൊണ്ടിരുന്ന പ്രതലം തന്നെവിട്ട് താഴ്ന്നുപോവുകയോ അല്ലെങ്കിൽ താൻ ഉയർത്തപ്പെടുകയോ ചെയ്തിരിക്കുന്നു. ആകെ അവിടെ ഉണ്ടായിരുന്നത് വായുവും പിന്നെ കട്ടപ്പിടിച്ച ഇരുട്ടുമായിരുന്നു. അതിനൊപ്പം അയാൾ തിരിച്ചറിഞ്ഞ ഭീകര സത്യം മറ്റൊന്നായിരുന്നു. തനിക്ക് ശ്വസിക്കാനുള്ള വായു കുറഞ്ഞു വരുന്നു. ശ്വാസതടസ്സം നേരിട്ടു തുടങ്ങി. സർവ്വശക്തിയുമെടുത്തുകൊണ്ട് ശ്വസിക്കാൻ ശ്രമിച്ചെങ്കിലും സാധിച്ചില്ല. അയാൾ മുകളിലേക്ക് നോക്കി. ആ കൈ അപ്രത്യക്ഷമായിരിക്കുന്നു. അധികം വൈകിയില്ല, അയാൾ വീണു. പ്രതലമില്ലെങ്കിലും ഭൂമിയിലും ആകാശത്തുമല്ലാത്ത അന്തരീക്ഷത്തിൽ നിസ്സഹായനും നിശ്ചലനുമായി കിടന്നു.

പതുക്കെ പതുക്കെ കട്ട പിടിച്ച പുകച്ചുരുളുകളെ നീക്കി മിന്നാമിനുങ്ങിന്റെ നേരിയ മിന്നൽ പോലെ ഒരു നുള്ളു വെളിച്ചം കണ്ണുകളിൽ പതിച്ചു. അല്ല, അത് മിന്നാമിനുങ് തന്നെയായിരുന്നു. ആ വെളിച്ചത്തിലൂടെ അലറിക്കരഞ്ഞും കൈകാലിട്ടടിച്ചും അയാൾ ഈ ഭൂമിയിലേക്ക് പിറന്നു വീണ സന്ദർഭങ്ങളെ കണ്ടു,

അതും ഒരിരുട്ടറയിൽ നിന്നായിരുന്നു വന്നത്. ആരോ മുഖം തുടയ്ക്കുകയും വായയും മൂക്കും വൃത്തിയാക്കി ശ്വസിക്കാൻ സഹായിക്കുകയും ചെയ്യുന്നുണ്ടായിരുന്നു. ഭൂമിയിലെ മാലാഖമാരായിരുന്നു അത്. അവർ അമ്മയുടെ മുല ഞെട്ടുകൾ കുഞ്ഞു വായയിലേക്ക് തിരുകിവെച്ചു. അങ്ങനെ ആദ്യ ഭോജനമായ ഭൂമിയിലെ അമൃത് അയാൾ കുടിച്ചു. അമ്മ ഒന്നുമറിയാതെ ഉറങ്ങുകയായിരുന്നു.

രണ്ട് കാലുകളുടെയും പെരുവിരലുകളിൽ നിന്നും അസഹ്യമായ വേദന അനുഭവപ്പെട്ടു. ആയിരം സൂചിമുനകൾക്കൊണ്ട് കുത്തി നോവിക്കുന്നതാണോ? അതോ തീയിലിട്ടു പഴുപ്പിച്ച ഇരുമ്പുകമ്പികൾ വെച്ചുകൊണ്ട് പൊള്ളിക്കുന്നതാണോ? അതുമല്ലങ്കിൽ തന്റെ വിരലുകളെ ഒരു കൂട്ടം ചുണ്ടെലികൾ കാർന്നു തിന്നുന്നതാണോ എന്നൊന്നും മനസ്സിലാക്കാനാവാത്ത അസഹ്യമായ വേദനയായിരുന്നു

അത്. ശരീരം നിശ്ചലമായതിനാൽ അനങ്ങാൻ സാധിക്കുന്നില്ല. വിരലുകൾ അനക്കണമെന്നുണ്ട്, പക്ഷേ, കഴിയുന്നില്ല. ആരോ കാണിക്കുന്ന ചില കാഴ്ചകൾ കാണാൻ മാത്രമാണ് തനിക്ക് സാധിക്കുന്നത്. കാണരുതെന്ന് കരുതാനേ കഴിയു. എന്നാൽ കാണാതിരിക്കാൻ തനിക്കാവില്ലെന്ന് അറിഞ്ഞു. മനസ്സുകൊണ്ട് ആഗ്രഹിക്കാം. മനസ്സ് ശ്യൂന്യമാണ്. ഓരോ കാഴ്ചകൾക്ക് മുൻപ് അതേ കുറിച്ച് അജ്ഞാനയായിരുന്നു.

താൻ വീണിരിക്കുന്നു,

അല്ല, ആരോ വീഴ്ത്തിയിരിക്കുന്നു.

മരണം വിശന്നൊട്ടിയ വയറുമായി തന്റെ ജീവകണങ്ങളെ പലതായി പകുത്തുകഴിഞ്ഞിരിക്കുന്നു. അതിന്റെ അവസാന കോശങ്ങളിൽ നിന്നും പതുക്കെ പതുക്കെയായി തിന്നു തുടങ്ങുകയാണ്. എത്ര വിശപ്പുണ്ടായിട്ടും മരണത്തിനുമാത്രമാണ് ആർത്തിയില്ലാത്തത്.

തട്ടിപ്പറിക്കാനും പങ്കുചോദിക്കാനും ആരുമില്ലാത്ത കേവലം ഇരമാത്രമാണ് താനെന്ന് അയാളറിഞ്ഞു. എത്ര ക്ഷമയോടെയും സാവധാനത്തിലുമാണ് മരണം തന്നെ ഭക്ഷിക്കുന്നത്?

'പ്രതിബന്ധങ്ങളെ വെട്ടിവീഴ്ത്തി മുന്നേറിയ താനല്ലേ ഈ വീണുകിടക്കുന്നത്. ഭൂമിയിൽ ആഴത്തിൽ വേരാഴ്ത്തിയ അതിശക്തവും ഉയരമുള്ളതുമായ ഒരു വനവൃക്ഷം നിലംപതിച്ചതുപോലുള്ള വീഴ്ചയല്ലേ ഇത്?

താൻ പാപ്പൻ, കടലപ്പാപ്പനെന്ന് നാട്ടുകാർ വിളിക്കപ്പെടുന്ന സമ്പന്നനും അധികാരസ്ഥാനങ്ങളിൽ സ്വാധീനമുള്ളവനുമായ ബിസിനസ്സുകാരൻ. ആ താനിങ്ങനെ വീണുപോകേണ്ടവനായിരുന്നോ?

എവിടെ എന്റെ അംഗരക്ഷകർ? എവിടെ എന്റെ വിലകൂടിയ വാഹനങ്ങൾ? ഞാൻ അഹന്തയിൽ വാണരുളിയിരുന്ന എന്റെ ആസ്ഥാന മന്ദിരങ്ങളെവിടെ? എവിടെ ഞാൻ പടുത്തുയർത്തിയ ബിസിനസ് സാമ്രാജ്യങ്ങൾ?

എന്നെ ഇത്രയും നിന്ദ്യതയിലേക്ക് തള്ളിവിട്ടുകൊണ്ട് അവരൊക്കെ എവിടെ പോയിരിക്കുന്നു? എന്റെ ഉത്തരവിനായി കാത്തുനിന്ന പിണിയാളുകളെവിടെ? എന്റെ രോഗപ്രതിരോധങ്ങളെ അടയാളപ്പെടുത്താൻ ഞാൻ വിളിച്ചാൽ ഓടിയെത്തുന്ന മെഡിക്കൽ സംഘമെവിടെ?'

സ്വയം ചോദ്യങ്ങൾ ആവർത്തിച്ചുകൊണ്ടിരിക്കെ മുട്ടിലിഴയുന്ന ഒരു കുഞ്ഞ് നിവർന്നുനിന്ന് നടക്കുകയും ഇരിക്കുകയും പിന്നെ ഓടുകയും ചെയ്യുന്നത് അയാൾ കണ്ടു.

'കൊളുത്തില്ലാത്തതിനാൽ ഇഴുകിയിറങ്ങുന്ന ട്രൗസർ ചരടുകൊണ്ട് വരിഞ്ഞു കെട്ടി ഉറപ്പിച്ച്, കുടുക്കുകൾ പൊട്ടി നിരതെറ്റിയിട്ട നരച്ച ഷർട്ടും ധരിച്ച് അര കയിൽ കഞ്ഞിയും മോന്തി ചുണ്ടുകൾ

തുടച്ച് കൂട്ടുകാർക്കൊപ്പം പള്ളിക്കൂടത്തിലേക്ക് ഓടി പോയിരുന്ന ഞാനല്ലേ അത്?'

കൗമാരത്തിന്റെ കളികാലങ്ങളിലാണ് പണമുണ്ടാക്കണമെന്ന് പാപ്പന് തോന്നിത്തുടങ്ങിയത്. കൂട്ടുകാർ നല്ല വസ്ത്രവും സൈക്കിളും ഒക്കെ ഉപയോഗിക്കുമ്പോഴും മിഠായിയും ഐസ്ക്രീമും ജ്യൂസുമൊക്കെ കഴിക്കുമ്പോഴും അവനിലെ നിരാശബോധം ഒരു പ്രതികാരവാഞ്ഛ സൃഷ്ടിച്ചിരുന്നു.

'എന്തെങ്കിലും ചെയ്യണം അക്ഷരങ്ങളെ കൂട്ടിചൊല്ലിയും എഴുതിയും പഠിച്ചതുകൊണ്ടൊന്നും കാര്യമില്ല. പണമുണ്ടാക്കണം. തനിക്കും നല്ല ഭക്ഷണം കഴിക്കണം. നല്ല വസ്ത്രം ധരിക്കണം. നല്ല വീടും കാറും സൗകര്യങ്ങളും ഉണ്ടാക്കണം. എന്നിട്ട് ഇട്ടിപ്പുറത്തുകാരെ പോലെ ജീവിക്കണം. പണമില്ലാത്തതിനാൽ മാത്രമാണ് താൻ പുറം പോക്കിലേക്ക് വലിച്ചെറിയപ്പെട്ടത്. പണമുണ്ടാക്കണം. അതിന് ലാഭം കിട്ടുന്ന കച്ചവടം ചെയ്യണം.'

മനസ്സ് പറഞ്ഞുകൊണ്ടിരുന്നു.

സ്വന്തം അധ്യാപികയുടെ ബാഗിൽ നിന്നും മോഷ്ടിച്ചെടുത്ത നോട്ടുകൾകൊണ്ടാണ് ആദ്യമായിട്ടവൻ കടലകച്ചവടത്തിന് തുടക്കം കുറിച്ചത്. കടലയും കപ്പലണ്ടിയും വാങ്ങി വറുത്തെടുത്ത് കടലാസിൽ കുമ്പിൾ കുത്തി ചെറിയ ടിന്നുകളിലാക്കി അത് പള്ളിക്കൂടത്തിൽ പോകാത്ത കൂട്ടുകാർക്ക് കൊടുക്കും. അവർ സ്കൂൾ കുട്ടികൾക്കിടയിലും വഴിയോരങ്ങളിലും കൊണ്ടു നടന്നു വിൽക്കും.

അപ്പോൾ അവനെ കൂട്ടുകാർ കടലപ്പാപ്പൻ എന്ന പേരിൽ വിളിച്ചുതുടങ്ങി.

കൊച്ചു കൊച്ചു കച്ചവടത്തിലെ കുഞ്ഞു കുഞ്ഞു ലാഭങ്ങൾ പാപ്പനിൽ കൂടുതൽ കടലയും കപ്പലണ്ടിയുമൊക്കെ വാങ്ങിച്ചു വിൽക്കാൻ പ്രേരണ നൽകി. അതിന് കൂടുതൽ പണം വേണമായിരുന്നു. മോഷണം തന്നെയായിരുന്നു കണ്ടെത്തിയ മാർഗ്ഗം. ക്ലാസ്സ് സമയങ്ങളിൽ മൂത്രമൊഴിക്കണമെന്നും വെള്ളം കുടിക്കണമെന്നും പറഞ്ഞിട്ടവൻ പുറത്തിറങ്ങും. നേരെ പോകുന്നത് ഓഫീസ് മുറിയിലേക്കാണ്. അവിടെയുള്ള ചുവരിലെ ആണിയിൽ തൂക്കിയ ടീച്ചർമാരുടെ ബാഗുകൾ അവൻ പരിശോധിക്കും. അവരപ്പോൾ ക്ലാസ്സുമുറികളിൽ കുട്ടികളെ പഠിപ്പിക്കുകയാകും. ബാഗിലുള്ള പണം പാപ്പൻ മോഷ്ടിക്കും.

സ്കൂൾ വിട്ട് പോകുമ്പോൾ ബസ്സിൽ കയറി ടിക്കറ്റെടുക്കാൻ നോക്കുമ്പോഴാണ് ബാഗ് കാലിയാണെന്ന് ടീച്ചർമാർ അറിയുക. സ്ഥിരം യാത്രക്കാരായതിനാൽ നാളെ തരാമെന്ന് പറഞ്ഞ് വിഷമത്തോടെയും ജാള്യതയോടെയും അവർ യാത്ര തുടരും.

മോഷണം ആവർത്തിക്കപ്പെട്ടപ്പോൾ അധ്യാപകർ വെള്ളം കുടിക്കാനും മൂത്രമൊഴിക്കാനും പോകുന്ന കുട്ടികളെ നിരീക്ഷിക്കാൻ തുടങ്ങി. ഒരു ദിവസം പാപ്പൻ പിടിക്കപ്പെട്ടു. അന്ന് ഹെഡ് മാഷുടെ കൈയിൽ നിന്നും കണക്കിനു കിട്ടി. എന്നാൽ മറ്റു കുട്ടികൾ ഇതറിയാതിരിക്കാൻ മാഷ് ശ്രദ്ധിച്ചു. അതുകൊണ്ട് കള്ളൻ പാപ്പൻ എന്ന പേര് കിട്ടിയില്ല. പാപ്പൻ പിന്നെ സ്കൂളിൽ പോയില്ല. അന്നത്തോടെ പഠിത്തം നിറുത്തി. അധ്യാപിക അധ്യാപകന്മാർ വീട്ടിലെത്തി സ്കൂളിലേക്ക് വരാൻ പറഞ്ഞെങ്കിലും അവൻ ചെന്നില്ല.

അവർക്ക് ഡിവിഷൻ നിലനിർത്താനുള്ള കുട്ടികൾ ഇപ്പോൾ തന്നെ കുറവായിരുന്നു. അതിനിടയിലാണ് പാപ്പൻ വരാതാകുന്നത്. അതുകൊണ്ടുതന്നെ പാപ്പനോട് ക്ഷമിക്കാനും പൊറുക്കാനും അവർ ഒരുക്കമായിരുന്നു. എണ്ണം തികയ്ക്കാൻ ഒരു തലയെങ്കിലും ആയല്ലോ. എന്നിട്ടും അവൻ വന്നില്ല.

എങ്കിലും ത്രേസ്യയെ കാണാൻ ഇടയ്ക്കൊക്കെ സ്കൂൾ പരിസരത്ത് അവൻ എത്തുമായിരുന്നു. സുന്ദരിയും പാപ്പന്റെ പ്രണയിനിയും നാട്ടിലെ പേരുകേട്ട പണക്കാരായ ഇട്ടിപ്പുറത്തെ കൊച്ചുലോനയുടെ മകളുമായിരുന്നു ത്രേസ്യ.

അവളെ സ്വന്തമാക്കുക എന്നതായിരുന്നു പാപ്പന്റെ ജീവിതലക്ഷ്യം. അതിന് പണമുണ്ടാക്കണം. വീട് പണിയണം. കാറ് വാങ്ങിക്കണം. പാപ്പൻ ആലോചിച്ചു. എന്നാൽ പഠിപ്പുകൂടി വേണമെന്ന് പാപ്പൻ ചിന്തിച്ചില്ല. പഠിപ്പുണ്ടെങ്കിലും ത്രേസ്യയെ പാപ്പന് കൊടുക്കില്ലായിരുന്നു അവർ.

പാപ്പൻ വളർന്നപ്പോൾ ഒരു ദിവസം ഇട്ടിപ്പുറം തറവാടിന്റെ പൂമുഖത്ത് കയറി നെഞ്ചും വിരിച്ച് നിന്നുകൊണ്ട് അയാൾ ത്രേസ്യയെ പെണ്ണു ചോദിച്ച ഒരു കഥയുണ്ട് നാട്ടിൽ. അതൊരു ഗംഭീര വഴക്കിലും അടിപിടിയിലുമാണ് അന്ന് അവസാനിച്ചത്.

കൊച്ചുലോനയും മക്കളും പാപ്പനെ പൊതിരെ തല്ലി. പാപ്പനും തിരിച്ചടിച്ചു. പരിക്ക് കൂടുതലും പറ്റിയത് പാപ്പനായിരുന്നു. ശരീരത്തിന് പറ്റിയ പരിക്കുകളേക്കാൾ മനസ്സിനായിരുന്നു പാപ്പന് മുറിവേറ്റത്. അന്ന് മനസ്സിൽ കുറിച്ചിട്ടതാണ് ഇട്ടിപ്പുറം തറവാടിന്റെ നാശം.

'അല്ലെങ്കിലും തെമ്മാടിക്കുഴീൽ അടക്കിയ അവറാന്റെ കൊച്ചു മോൻ കടലപ്പാപ്പന് ഇട്ടിപ്പുറം കൊച്ചുലോനയുടെ മകളെ മോഹിക്കാൻ എന്ത് യോഗ്യതയാണുള്ളത്?'

'യോഗ്യതയുണ്ട്, പാപ്പനു മാത്രമേ അതിനുള്ള യോഗ്യതയുള്ളൂ. ഇത്തിരി വളഞ്ഞിട്ടാണെങ്കിലും ഇട്ടിപ്പുറം തന്നെയാണല്ലോ തന്റെയും തറവാട്.'

നാട്ടുകാരുടെ ചോദ്യത്തിനുള്ള ഉത്തരം പാപ്പൻ മനസ്സിൽ പറഞ്ഞു.

തന്റെ അപ്പന്റെ അപ്പനെ ചതിച്ചതാണ് കൊച്ചുലോനയുടെ അപ്പൻ ഇട്ടിലോന. ഒടുവിൽ പലിശക്കടങ്ങളിലും കേസുകളിലും കുടുക്കി കുടുക്കി മദ്യം നൽകി ബോധം കളഞ്ഞ് തന്റെ അപ്പാപ്പനെ കൊണ്ടവർ ആത്മഹത്യ ചെയ്യിപ്പിച്ചു. അത് ആത്മഹത്യ ആയിരുന്നില്ലന്നും തല്ലിക്കൊന്ന് കെട്ടിതൂക്കിയതാണെന്നും ഒരു സംസാരമുണ്ട് നാട്ടിൽ.

പാപ്പൻ ഓരോ സംഭവങ്ങളും കണ്ടുകൊണ്ടിരുന്നു. കൂരിരുട്ടിലേക്ക് മിന്നാമിനുങ്ങുകൾ കൂട്ടത്തോടെ വന്നു. വെള്ളത്തുണിയിലേക്ക് പരന്നെത്തിയ ചലച്ചിത്ര വെട്ടംപോലെ ഗതകാല രംഗങ്ങൾ ഒന്നിനു പുറകെ മറ്റൊന്നായി ഓർമ്മകളുടെ ക്യാൻവാസിൽ പതിച്ചുകൊണ്ടിരുന്നു.

വിരലുകളിലെ മാംസം പൂർണ്ണമായും തിന്നുതീർത്ത ചുണ്ടലികൾ പെരുവിരലുകളുടെ അസ്ഥികളിൽ കൂടി കാർന്നെടുക്കാനാരംഭിച്ചു. അസഹ്യമായ വേദനയുടെ പിടച്ചിലുകളുമായി ജീവകണങ്ങളോരോന്നും അയാളുടെ ഞരമ്പുകളിലൂടെ തലച്ചോറിൽ ചെന്നുമടങ്ങി. എല്ലുകളിൽ പല്ലുകൾ ഉരയുന്ന ശബ്ദം കേൾക്കുന്നുണ്ട്. തുറന്നു പിടിച്ച കണ്ണുകൾപോലും അടക്കാൻ കഴിയാതെ പാപ്പൻ കിടന്നു. ഇരുട്ടിൽ ഇടയ്ക്കിടെ പാറിവന്നെത്തുന്ന മിന്നാമിനുങ്ങിന്റെ ഇത്തിരി വെട്ടങ്ങൾ ആളിക്കത്തുന്ന പന്തങ്ങളായി. അയാൾ അയാളെത്തന്നെ കാണുകയായിരുന്നു. ശൈശവവും ബാല്യവും കൗമാരവും യുവത്വവും പിന്നിട്ട സർവ്വസ്വാതന്ത്ര്യത്തിന്റെ വിഘ്നരഹിതവും അനന്തവുമായ ഇന്നലെകൾ.

കടലപ്പാപ്പൻ

പാപ്പന്റെ വീഴ്ചയെപ്പറ്റിയുള്ള വാർത്തകൾ കാട്ടുതീ പോലെ പടർന്നു.

പലിശപ്പണത്തിന്റെ ഗഡുക്കൾ മുടങ്ങിയ ഔസേപ്പിന്റെ വീടും പുരയിടവും കൈയടക്കി അവരെ പുറംതള്ളുമ്പോഴായിരുന്നു പാപ്പൻ നിലംപതിച്ചത്.

''അയ്യോ, കർത്താവിനെയോർത്ത് ഞങ്ങളെ വഴിയാധാരമാക്കല്ലേ...''

വാവിട്ടുകരയുന്ന ഔസേപ്പിന്റെ ഭാര്യയുടെയും മക്കളുടെയും കൂട്ടക്കരച്ചിലുകൾ കേൾക്കാൻ പാപ്പൻ ചെവികൊടുത്തില്ല.

ഒരിക്കൽ ആ വീടും പുരയിടവും നല്ല വിലയ്ക്ക് പാപ്പൻ ചോദിച്ചതായിരുന്നു, ബിൽഡിംഗ് പണിയുവാൻ. അന്ന് ഔസേപ്പ് കൊടുത്തില്ല. അന്നും ഇന്നും വീടും പറമ്പുമൊന്നും കൊടുക്കാൻ ഔസേപ്പിന് താത്പര്യമില്ല. ജനിച്ചുവളർന്ന വീടും മണ്ണുമാണത്. വീടിന്റെ അടുത്ത് പുതിയ റോഡും കടകളുമൊക്കെ വന്നപ്പോൾ അവിടെ നല്ല സൗകര്യമായതിൽ അയാൾക്ക് സന്തോഷമായിരുന്നു.

മക്കളുടെ പഠിപ്പും കല്യാണവുമായി കുറച്ചു കടം വന്നു. എഡ്യുക്കേഷൻ ലോണെടുത്താ മക്കള് പഠിച്ചത്. രണ്ടാമത്തവന് മാത്രമേ തിരിച്ചടക്കാൻ പറ്റിയുള്ളൂ. മൂന്നാമത്തവന് പറ്റിയില്ല. യു കെയിൽ പോയി പഠിച്ചതുകൊണ്ട് കടം വന്നത് ലക്ഷങ്ങളായിരുന്നു. പെട്ടെന്നൊരുനാൾ സംഭവിച്ച മാരകമായ അപകടത്തിൽ തളർന്നു കിടപ്പാണവൻ. ഔസേപ്പിന് ഇനി അവനിൽ പ്രതീക്ഷയില്ല. പിന്നെ ലക്ഷങ്ങൾ നിക്ഷേപിച്ച ചിട്ടിക്കമ്പനികൂടി പൊട്ടിപ്പൊളിഞ്ഞപ്പോൾ അന്ന് തകർന്നതാ ഔസേപ്പ്. അതുവരെ ഉണ്ടാക്കിയതെല്ലാം അതോടെ പോയി. ഇനിയുള്ളത് കാക്കകാരണവന്മാർ ഉണ്ടാക്കിവെച്ച കുറച്ചു മണ്ണാണ്. അത് വിൽക്കേണ്ടി വരുമോ എന്നയാൾ ഭയപ്പെട്ടു. അപ്പോഴാണ് കലപ്പാപ്പന്റെ സഹായം തേടിയത്.

അവർ കൂടെപ്പിറപ്പിനെപോലുള്ള കൂട്ടുകാരായിരുന്നു. പണ്ട് കുട്ടിക്കാലത്ത് കപ്പലണ്ടി വറുക്കാനും അതുകൊണ്ടുനടന്നു വിൽക്കാനും

ഔസേപ്പ് പാപ്പനെ കുറേ സഹായിച്ചിട്ടുണ്ട്. ആ വിശ്വാസവും സ്നേഹവും കൊണ്ടാണ് പാപ്പന്റെ ഓഫീസിൽ നിന്നും ജോലിക്കാർ പറഞ്ഞ എല്ലാ പേപ്പറുകളിലും അയാൾ ഒപ്പുവെച്ചു കൊടുത്തത്. എങ്കിലും അവസാന നേരത്ത് ഔസേപ്പിന്റെ കൈയൊന്നു വിറച്ചു. അപ്പോൾ അയാൾ പാപ്പനെ ഫോണിൽ വിളിച്ചു.

''പാപ്പാ, നിന്റെ പിള്ളേര് കുറേ കടലാസ്സിൽ എന്നെകൊണ്ട് ഒപ്പ് വെപ്പിക്കുന്നുണ്ട് ട്ടാ, കുഴപ്പമൊന്നുല്ലല്ലോ. എന്റെ ആധാരവും ഞാൻ കൊടുക്കുന്നുണ്ട്. എല്ലാം നിന്നെ വിശ്വസിച്ചിട്ടാ.''

''നീ ധൈര്യമായി കൊടുത്തോ. അത് നിന്റെ വീട്ടിലിരിക്കുന്നതു പോലെ എന്റെ ഓഫീസിലെ ലോക്കറിലിരിക്കും. നിനക്ക് എപ്പഴാ വേണ്ടതെങ്കിൽ എടുത്തുകൊണ്ടുപോയ്ക്കോ. എന്താ പോരെ നിനക്ക്?''

പാപ്പന്റെ മറുപടി അയാളുടെ മനസ്സിൽ കുറച്ചൊന്നുമല്ല ധൈര്യവും സമാധാനവും പകർന്നത്.

പാപ്പൻ തുടർന്നു.

''ഔസേപ്പേ, ഇത് ഗവർമെന്റ് നിയമമാടോ, കുറേ കടലാസും ഒപ്പുമൊക്കെ ചെയ്യണമെന്നും പണമിടപാടിനുള്ള ഈട് ഓഫിസിലെ ലോക്കറിൽ തന്നെ വെക്കണമെന്നുമൊക്കെ. അത് സ്വർണ്ണമായാലും ആധാരമായാലും മറ്റെന്ത് പ്രമാണമായാലും ശരി. ഞാനത് ചെയ്തില്ലെങ്കിൽ പിന്നെ അവര് എന്റെ കച്ചോടം പൂട്ടും. അതുകൊണ്ടല്ലേ ഇതൊക്കെ, അല്ലാതെ നമ്മള് തമ്മിലെന്തോന്ന് ആധാരവും കണക്കും?''

അതിനെപ്പറ്റിയൊന്നും കൂടുതലായി പാപ്പൻ ചിന്തിച്ചില്ല. ആപത്ത് സമയത്ത് പാപ്പനല്ലേ ഉള്ളൂ എന്നുമാത്രമാണ് ഓർത്തത്. ഒരു വലിയ സഞ്ചിയിൽ പൊതിഞ്ഞുകെട്ടിയ ലക്ഷങ്ങളുടെ നോട്ടുകെട്ടുകളുമായി ഔസേപ്പ് പടിയിറങ്ങുമ്പോൾ ഓർത്തു. ചെറിയ പലിശ എടുത്താലും പാപ്പനല്ലാതെ മാറ്റാരാ തന്നെ ഈ നേരത്ത് സഹായിക്കാനുള്ളത്?

മാസങ്ങളും വർഷവും കടന്നുപോയി. എടുത്ത പണമോ പലിശയോ ഒന്നും തിരിച്ചടയ്ക്കാൻ ഔസേപ്പിന് കഴിഞ്ഞില്ല. ആയിടെ ഇളയ മകന്റെ ജോലികൂടി നഷ്ടപ്പെട്ടതുകൊണ്ട് ഉള്ള വരുമാനവും നിന്നു. പറമ്പിലേയും പാടത്തെയും പണികൾ നടന്നിട്ട് കുറേ ആയി. അതുകൊണ്ട് ആ വരുമാനവും ഇല്ല. കടങ്ങൾ പെരുത്തു. പാപ്പനെ കാണുമ്പോഴൊക്കെ ഔസേപ്പ് പറയും.

''പാപ്പാ, നിന്റെ പണത്തിലേക്ക് ഇനിയും ഞാനൊരുപാട് തിരിച്ചടയ്ക്കാനുണ്ട്. കൂട്ടുപലിശയൊന്നും നീ എടുക്കില്ലെന്ന് പറഞ്ഞതുകൊണ്ടാണ് എനിക്ക് സമാധാനം. ഇനിയും എത്രനാളിങ്ങനെ എന്നോർത്തിട്ട് ഒരന്തവുമില്ല. പിന്നെ പറമ്പിലെ വരുമാനവും

കുറഞ്ഞതുകൊണ്ട് ഓരോ ദിവസവും പ്രയാസങ്ങൾക്കുമേൽ പ്രയാസമായി. ഇതിപ്പൊ നീയായതുകൊണ്ടല്ലേ, മറ്റുവല്ലവരുമാണെങ്കിൽ..?''

''ഔസേപ്പേ, നിന്നെക്കൊണ്ട് എന്നാ ഒക്കുന്നതെങ്കിൽ അന്ന് മതിയടോ എനിക്കാ പണം. അത് ഞാൻ നിനക്ക് പലിശയ്ക്ക് തന്നതല്ല. പിന്നെ കമ്പനിയുടെ നടപടിക്രമങ്ങൾ പ്രകാരമാണ് ഈട് വാങ്ങിച്ചത്.''

പാപ്പന്റെ വാക്കുകൾ ഔസപ്പിന്റെ കണ്ണുകൾ നനയിച്ചു.

''പാപ്പാ, ഞാനൊരു കാര്യം പറയട്ടെ നിന്നോട്, നിനക്കറിയാലോ, നീ തന്ന കാശിനും പലിശയ്ക്കുമുള്ളത് പണമായി തരാൻ എന്നെക്കൊണ്ട് ഇപ്പോൾ നിവൃത്തിയില്ല. അതുകൊണ്ട് എന്റെയാ താഴത്തും പാടത്തുള്ള പറമ്പിൽനിന്നും നിന്റെ പണത്തിന് തുല്യമായത് നീ അളന്നെടുത്തോ. കുറച്ചു മണ്ണിട്ട് നികത്തിയാൽ നല്ല അസ്സല് പറമ്പാ അത്. കര ഭാഗത്തുള്ളതൊക്കെയും നല്ല കായ്ഫലമുള്ള തെങ്ങുകളാ. നീ കണ്ടിട്ടില്ലേ? ഇത്തിരി ചാണകവും പിണ്ണാക്കും കൂടി കൊടുത്ത് നന തുടങ്ങിയാൽ അതൊക്കെയും പ്രാന്ത്പിടിച്ചു കായ്ക്കും. എന്റെ കൈയിൽ കാശില്ലാതായപ്പോൾ നനപോലും ഇല്ലാണ്ടായി. നിന്റെ പക്കലാകുമ്പോൾ നീയത് പൊന്നുപോലെ നോക്കുമല്ലോ.''

അയാൾ വല്ലാതെ നിരാശനായി.

''ഹേയ്, എന്താ നിയ്യ്പറേണെ, അതൊന്നും വേണ്ട. നിന്റെ തറവാട്ടു മണ്ണല്ലേ അത്. അതൊന്നും ആർക്കും വിൽക്കേണ്ട. എന്റെ കാശ് നിന്നെക്കൊണ്ടുപറ്റുമ്പോ തന്നാമതീന്ന് പറഞ്ഞില്ലേ ഞാൻ...''

പാപ്പൻ വീണ്ടും വിശ്വാസമുള്ള വാക്കുകൾകൊണ്ട് ഔസേപ്പിന്റെ മനസ്സ് കീഴടക്കി.

''പാപ്പാ, പെട്ടന്നെങ്ങാനും കർത്താവുവിളിച്ചാൽ പോയല്ലേ പറ്റൂ നമുക്ക്. ഇങ്ങനെ നിനക്കൊരു കടവും ബാക്കിവെച്ചുകൊണ്ട് ഞാൻ പോയാൽ എന്റെ പിള്ളേർക്കും നീ പോയാൽ നിന്റെ പിള്ളേർക്കും അതൊരു പ്രശ്നാവും. പിന്നെ നമ്മുടെ തലപോയാൽ മറ്റുള്ളവര് എന്തൊക്കെ കാട്ടിക്കൂട്ടുമെന്ന് ആരുകണ്ടു?''

''ഇപ്പോൾ അതിനെ പറ്റിയൊന്നും ബേജാറാവണ്ട. സമയമാകുമ്പോ ഞാൻ പറയാം. അപ്പൊ നമുക്ക് എന്താവേണ്ടതെങ്കിൽ ആലോചിച്ചു ചെയ്യാം. നീ സമാധാനമായിരിക്ക്.''

പാപ്പന്റെ ആശ്വാസവാക്കുകൾ ഔസേപ്പിൽ സമാധാനം പെയ്തു. ആളുകൾ എന്തുപറഞ്ഞാലും പാപ്പന്റെ ഈ നല്ല മനസ്സ് കണ്ടും അനുഭവിച്ചും കഴിയുന്ന ഔസേപ്പിന് പാപ്പനുവേണ്ടി പ്രാർത്ഥിക്കാൻ മാത്രമേ കഴിഞ്ഞുള്ളൂ.

കടലപ്പാപ്പനിൽ നിന്നും പലിശപ്പാപ്പനിലേക്കുള്ള ദൂരം കുറവായിരുന്നു. കടലക്കച്ചവടത്തിനൊപ്പം പലിശയ്ക്കുകൊടുത്തും തട്ടിച്ചുമാണ്

പാപ്പൻ വളർന്നത്. പലിശപ്പാപ്പനെന്നും നാട്ടുകാർക്കിടയിൽ അയാൾ പ്രസിദ്ധനാണ്. ധാരാളം ഭൂമികൾ പാപ്പൻ വാങ്ങിക്കൂട്ടി. ടൗണിലും നാട്ടിലും കുറേ കെട്ടിടങ്ങൾ പണിതു. സമാന്തര ബാങ്കുകളും കച്ചവടങ്ങളും തുടങ്ങി. എല്ലാം കടല എന്ന പേരിലായിരുന്നു.

കടല ബസ് സർവീസ്, കടല ബാർ ആൻഡ് ഹോട്ടൽസ്, കടല ഫിനാൻസ് ആൻഡ് ലീസ്, കടല കോംപ്ലക്സ്, കടല മോട്ടോർസ്, കടല റിസോർട്സ് തുടങ്ങി പാപ്പാനില്ലാത്ത ബിസിനസ്സ് ഒന്നുമില്ലായിരുന്നു.

വളരെ കർക്കശക്കാരനും കുറുക്കബുദ്ധിക്കാരനുമായിരുന്നു പാപ്പൻ. പലിശയ്ക്ക് പണം കൊടുത്തുകൊണ്ട് തട്ടിയെടുത്ത ധാരാളം വീടും പറമ്പുമുണ്ട് പാപ്പന്റെ കൈയ്യിൽ. പാപ്പനിൽ നിന്നും പണയത്തിന് പണം വാങ്ങിച്ചവരാരും പിന്നീടത് തിരിച്ചെടുത്ത സംഭവം ഉണ്ടായിട്ടില്ല. ഒരിക്കലും പലിശയടക്കാൻ ആരോടും ആവശ്യപ്പെടുകയോ അത് ഓർമ്മിപ്പിക്കുകയോ ചെയ്യില്ല.

ഈടിന് മാറ്റാരുകൊടുക്കുന്നതിനേക്കാൾ കൂടുതൽ കൊടുക്കും. അതുകൊണ്ടുതന്നെ തീരെ നിവർത്തിയില്ലാത്തവർ അവസാനം പണത്തിന് ചെല്ലുക പാപ്പന്റെ അടുത്തേക്കാണ്. ഒടുവിൽ പലിശയിനത്തിൽ ഭീമമായ സംഖ്യയായി പണയം തിരിച്ചെടുക്കാൻ കഴിയാതെ വരുമ്പോൾ പെട്ടെന്നാണ് നടപടി ആരംഭിക്കുക. അതിനു മാത്രമായി തീറ്റിപോറ്റുന്ന കുറേ ഗുണ്ടകളും വക്കീലന്മാരുമുണ്ട്. രാഷ്ട്രീയക്കാരും പൊലീസും പാപ്പന്റെ കൂടെ നിൽക്കും. അതിൽ ഭരണപക്ഷവും പ്രതിപക്ഷവും കണക്കാ. അവർക്കൊക്കെ വാരിക്കൊരിക്കൊടുക്കും പാപ്പൻ.

മാസങ്ങൾ പിന്നെയും കടന്നുപോകവെ, ഒരു നാൾ ഔസേപ്പിന് കടല ഫിനാൻസ് ആൻഡ് ലീസ് കമ്പനിയിൽ നിന്നും ഒരു കത്തു വന്നു. കമ്പനിവീട്ടിലെ വാടക താമസക്കാരനായ ഔസേപ്പും ഭാര്യയും മക്കളും കാലമിത്രയായിട്ടും വാടക നൽകാതിരിക്കുന്നതുകൊണ്ടും ആ വീട് പൊളിച്ച് കമ്പനിയുടെ ആവശ്യത്തിന് അവിടെ പുതിയ കെട്ടിടം പണിയാൻ ഉദ്ദേശിക്കുന്നതുകൊണ്ടും എത്രയും വേഗം വാടക കുടിശ്ശിക തീർത്ത് വീടും പറമ്പും ഒഴിഞ്ഞുപോകണമെന്നു പറഞ്ഞുകൊണ്ടായിരുന്നു കത്ത്. ഔസേപ്പിനും കുടുംബത്തിനും വീടിന്നകത്തേക്കിറങ്ങിവന്ന ഇടിവെട്ടായിരുന്നു അത്. പാപ്പനിൽ നിന്നും കടമെടുത്തതോടുകൂടി തങ്ങളുടെ വീടും പറമ്പും അന്യമായിക്കഴിഞ്ഞിരുന്നു എന്ന സത്യം അപ്പോഴാണ് അവർ മനസ്സിലാക്കിയത്. താൻ ഒപ്പിട്ടുകൊടുത്ത എഗ്രിമെന്റുകളിലൂടെ സംഭവിച്ചത് വില്പനയായിരുന്നല്ലോ എന്നറിഞ്ഞപ്പോൾ ഔസേപ്പ് നെഞ്ചുരുകി വീണു.

‘‘പാപ്പാ... നീ എന്നേയും ചതിച്ചല്ലോടാ...’’

വീണേടത്തുകിടന്നുകൊണ്ട് ഔസേപ്പ് വിമ്മിപ്പൊട്ടി.

പാപ്പനെ കാണാൻ ശ്രമിച്ചപ്പോഴും അയാൾ ഒഴിഞ്ഞുമാറി. ഓഫീസിൽ നിന്നും അറിഞ്ഞത് വീട് ഉടനെ ഒഴിഞ്ഞുപോകണമെന്നാണ്. ഇതോടെ പാപ്പന്റെ ചതിക്കഥയിലേക്ക് ഒന്നുകൂടി ചേർക്കപ്പെട്ടിരിക്കുന്നു. അങ്ങനെമാത്രമേ നാട്ടുകാർ പറഞ്ഞുള്ളൂ.

''എങ്കിലും ഔസേപ്പിനോട് ഇങ്ങനെ കാണിച്ചത് വല്ല്യ ചെയ്ത്തായിപ്പോയി. ഇതിനൊന്നും അനുഭവിക്കാതെ പോകില്ല ആ പലിശപാപ്പൻ. അയാള് നശിച്ചു പണ്ടാരമടങ്ങും.''

കൂട്ടത്തിൽ പാപ്പാനെ ശപിച്ചു ചിലർ.

ശാപങ്ങളും കണ്ണീരും കരച്ചിലുമൊന്നും പാപ്പനെ കുലുക്കിയില്ല. ഔസേപ്പിന്റെ വീട് പൊളിച്ചുകൊണ്ട് അവിടെ പണിയാനുള്ള ബഹുനില കെട്ടിടത്തിന്റെ പ്ലാൻ തയ്യാറാക്കിവെച്ചിട്ടാണ് ഇതൊക്കെ ചെയ്യുന്നത്. കെട്ടിടത്തിന് കടല അർക്കേട് എന്ന് പേരും കരുതിയിരിക്കുകയാണ്.

അടുത്ത ദിവസം തന്നെ പാപ്പന്റെ ഗുണ്ടകളും പിന്നെ പൊലീസും വക്കീലുമൊക്കെ അവിടെ വന്നു. ഗുണ്ടകൾ വീട്ടിലെ വസ്തു വഹകൾ എടുത്ത് പുറത്തേക്കെറിഞ്ഞുകൊണ്ട് വാതിലുകൾ കൊട്ടിയടച്ചു പൂട്ടിട്ടുപൂട്ടി. ഔസേപ്പും മക്കളും നിസ്സഹായരായി ഉമ്മറത്തിരുന്നു കണ്ണീർ വാർത്തു.

''കമ്പനിയിൽ വന്നു ലക്ഷങ്ങൾ വാങ്ങി പൊതിഞ്ഞുകെട്ടിക്കൊണ്ടുപോകുമ്പോൾ ഈ വിഷമം ഒന്നും കണ്ടിരുന്നില്ലല്ലോ? പലിശയും മുതലുമടയ്ക്കാതെ കടം വാങ്ങിയ പണം തിന്നു നടക്കുമ്പോൾ ഓർക്കണമായിരുന്നു വീടും പറമ്പും പോകുമെന്ന്.എല്ലാം എഴുതി ഒപ്പിട്ടുകൊടുത്തിട്ടല്ലേ പണം വാങ്ങിച്ചത്?''

ഗുണ്ടകളുടെ കൂട്ടത്തിൽ ഒരുത്തൻ അലറി.

വീടൊഴിപ്പിക്കലിന്റെ തിരക്കിലേക്ക് കാറിലെത്തിയ പാപ്പൻ മുറുക്കിച്ചവച്ചു തുപ്പിക്കൊണ്ട് പറഞ്ഞു.

''ഔസേപ്പേ, നീ കരഞ്ഞിട്ടൊന്നും കാര്യമില്ലാ. പല പ്രാവശ്യം നിന്നോട് ഞാൻ പറഞ്ഞിട്ടും നീ ഇറങ്ങാത്തതുകൊണ്ടാണ് എനിക്കിപ്പോ നിന്നെ ഇങ്ങനെ ഇറക്കേണ്ടി വരുന്നത്.''

''അയ്യോ, പാപ്പാ, നീ എപ്പോഴാ എന്നോടങ്ങിനെ പറഞ്ഞത്? അതിന് ഞാൻ ഇതൊന്നും നിനക്ക് വിറ്റിട്ടില്ലല്ലോ! നീയെന്നെ സഹായിച്ചതല്ലേ...?''

''പിന്നേ... എനിക്കെന്താ ഭ്രാന്തുണ്ടോ നിനക്ക് ലക്ഷങ്ങൾ നൽകി സഹായിക്കാൻ. മാർക്കറ്റിലിട്ടാൽ ഈ പണം ഇപ്പോൾ നൂറിരട്ടിച്ചേനെ. ഈ പാപ്പൻ ലാഭം കാണാതെ ഒന്നും ചെയ്യില്ല. അത് പെറ്റ തള്ളയ്ക്കായാലും ശരി, എന്നിട്ടല്ലേ നീ.''

''ദുഷ്ടാ നീ എന്നെ ചതിക്കുകയായിരുന്നു അല്ലേ?''

''എഴുതി ഒപ്പിട്ടുകൊടുത്തത് നീയാണ്. അതുവായിച്ചു ബോധ്യം വന്നിട്ടല്ലേ കമ്പനിയിൽ നിന്നും ലക്ഷങ്ങൾ വാങ്ങിച്ചത്?''

ഔസേപ്പ് പൊട്ടിക്കാരായാനാരംഭിച്ചു.

''ഇംഗ്ലീഷും വായനയും അറിയാത്ത എന്നെകൊണ്ട് ഒപ്പുവെപ്പിച്ചത് നിന്റെ പണിക്കാരാ, ഞാൻ നിന്നെവിളിച്ചു ചോദിക്കുകയും ചെയ്തതല്ലേ, എന്നിട്ടും...?''

''ഒരു എന്നിട്ടുമില്ല, ഓഫീസിലെ സ്റ്റാഫ് അതൊക്കെയും നിന്നെ മലയാളത്തിൽ വായിച്ചു കേൾപ്പിച്ചു എന്ന് നീതന്നെ സമ്മതിച്ചു കൊണ്ടുള്ള കടലാസുണ്ട്. അതിൽ നീ നിന്റെ കൈവിരലുകൊണ്ട് ഒപ്പ് പതിച്ചുവെച്ചിട്ടുമുണ്ട്. പിന്നെ വസ്തുവഹകൾ എനിക്ക് രജിസ്റ്റർ ചെയ്തുതന്നതുമൊക്കെ നീ മറന്നു അല്ലേ..? എല്ലാറ്റിനും തെളിവും സാക്ഷികളുമുണ്ട്.''

''കർത്താവേ, ഇതൊക്കെ എന്ന്, എപ്പോൾ. നീയെന്നെ ചതിച്ചല്ലോ. എന്റെ വയ്യാത്ത മകനുമായി ഞാനിനി എവിടെപ്പോകും. ദുഷ്ടാ, നീ നശിച്ചുപോകത്തേയുള്ളൂ.''

ഔസേപ്പ് ഹൃദയം പൊട്ടിപ്പറഞ്ഞു.

പാപ്പൻ ഒന്നു ചിരിച്ചു.

''ഔസേപ്പേ, ഞാൻ മനുഷ്യപ്പറ്റില്ലാത്തവനാണെന്ന് നീ പറയണ്ട. അതുകൊണ്ട്, വേണമെങ്കിൽ എന്റെ വാടക വീടുകളിൽ ഏതെങ്കിലും ഒന്നിലേക്ക് ഇന്ന് തന്നെ നീ താമസം മാറിക്കോ. കുറച്ചുകാലം നീയവിടെ ഫ്രീയായി താമസിച്ചോളൂ, വാടകയൊന്നും ഇപ്പോൾ തരേണ്ട.''

ഇതു പറഞ്ഞ് കൂടെ നിൽക്കുന്ന ശിങ്കിടിയോട് ചോദിച്ചു.

''ഡാ മക്കളെ നമ്മുടെ ഔസേപ്പിന് താമസിക്കാനുള്ള വീട് ഒഴിവില്ല്യോടാ അവിടെ?''

''ഓ, ഉണ്ട് മുതലാളി. ഒരെണ്ണം ഒഴിവുണ്ട്.''

''ആ... ഈ ഔസേപ്പിന് ഭാഗ്യമുണ്ടഡാ മക്കളേ... എന്നാ പിന്നെ വേഗം ആയിക്കോട്ടെ, അങ്ങോട്ടുമാറിക്കോ.''

''പാപ്പാ...''

അയാളൊന്ന് അലറിവിളിച്ചു.

''ഈ ഉമ്മറത്തെ കഴുക്കോലുകളിൽ കെട്ടിതൂങ്ങി ചത്താലും ഞങ്ങൾക്ക് വേണ്ടടോ നിന്റെയാ ഔദാര്യം.''

''ഹ... ഹ... ഹാ, ഔസേപ്പേ, പണ്ട് നിന്നോടു ഞാൻ നല്ല വിലയ്ക്ക് ചോദിച്ചതാ ഈ വീടും പറമ്പും. നീ ഇത് തന്നില്ലെന്നു മാത്രമല്ല,

ഒരു വാക്കും കൂടി നീ അന്ന് പറഞ്ഞു. അത് ഓർമ്മയുണ്ടോ നിനക്ക്?''

ഔസേപ്പും കുടുംബവും നാട്ടുകാരും അതെന്തെന്നറിയാതെ നിന്നു.

''അന്ന് നീ എന്നോട് ചോദിച്ചു, 'എന്റെ വീടിനും പറമ്പിനും വിലപറയാനായോ പാപ്പാ' എന്ന്. അന്നുകുറിച്ചിട്ടതാ ഞാൻ ഈ സന്ദർഭം. ഇത് ഞാൻ ഇടിച്ചുനിരത്തും. എന്നിട്ടിവിടെ അടിപൊളി ബിൽഡിംഗ് പണിയും. നീ ഇവിടുന്ന് ഇറങ്ങാതെ നിന്നാൽ നിന്നെയും കുടുംബത്തേയും കൊന്നുകുഴിച്ചുമൂടിയിട്ടായാലും ഞാനിവിടെ എന്റെ കെട്ടിടം പണിയുകതന്നെ ചെയ്യും. എന്നിട്ട് അതിന്റെ മുകളിൽ ഞാനെന്റെ ബോർഡ് വെക്കും. കടല ആർക്കേഡ്. ഹ... ഹ... ഹാ...''

അതും പറഞ്ഞ് ആർത്തുചിരിച്ചുകൊണ്ട് കടലപ്പാപ്പൻ തിരിഞ്ഞു നടന്നു.

ചിരിയുടെ ശബ്ദവീചികൾ കൂർത്ത ശരം കണക്കെ ഔസേപ്പിന്റെയും ഭാര്യയുടെയും കാതിലും കരളിലും തറച്ചുകൊണ്ടിരുന്നു. ഹതാശനായ ഔസേപ്പ് ഉമ്മറപ്പടിയിൽ തളർന്നിരുന്നു. മനസ്സ് അലറിപിടക്കുകയും പൊട്ടിക്കരയുകയും ചെയ്യുന്നുണ്ടായിരുന്നു.

ഒന്നുമാത്രം അയാൾ വിളിച്ചുപറഞ്ഞു

''പാപ്പാ... ഇതിലും ഭേദം നീ പറഞ്ഞതുപോലെ നിനക്ക് ഞങ്ങളെ കൊന്നിട്ടുപോകാമായിരുന്നില്ലേ, ഈ ചതിക്ക് കർത്താവ് നിന്നോട് പൊറുക്കില്ലാട്ടോ... പൊറുക്കില്ല.''

ചുറ്റും കൂടിയ ജനം മൂക്കത്തു വിരൽവെച്ചു. ആർക്കും ഒന്നും ചെയ്യാനോ പറയാനോ പറ്റിയില്ല. മനസ്സിൽ പാപ്പനോട് ദേഷ്യവും വെറുപ്പും ഉണ്ടങ്കിലും എല്ലാം കണ്ടുനിൽക്കാൻ മാത്രമേ അവർക്ക് കഴിഞ്ഞുള്ളൂ.

ഔസേപ്പ് ഒന്നുകൂടി വിളിച്ചു

''പാപ്പാ...''

പാപ്പൻ ഒന്ന് തിരിഞ്ഞുനോക്കിയിട്ട് വീണ്ടും ചിരിച്ചു

''ഹ... ഹ... ഹാ...''

ഡ്രൈവർ ഓടിച്ചെന്നു കാറിന്റെ ഡോർ തുറന്നുപിടിച്ചു. പാപ്പൻ അവനോട് വണ്ടിയിൽ കയറാൻ ആംഗ്യം കാണിച്ചു. ഡോർ തുറന്നു വെച്ചുകൊണ്ട് ഡ്രൈവർ തന്റെ സീറ്റിൽ വേഗം കയറിയിരുന്നു. പാപ്പൻ ഉറച്ച കാൽവെപ്പുകളോടെയും ഔസേപ്പിന്റെ വസ്തു വഹകൾ വെട്ടിപ്പിടിച്ച സന്തോഷത്തോടെയും ആർത്തു ചിരിച്ചുകൊണ്ട് വണ്ടിയിലേക്ക് കാലെടുത്തുവെക്കവേ, ഒരു നിമിഷം ആ പൊട്ടിച്ചിരി

തൊണ്ടയിൽ കുരുങ്ങിനിന്നു. പിന്നെ ശബ്ദം പുറത്തേക്ക് വന്നില്ല. തൊണ്ട വരണ്ടുണങ്ങി. കണ്ണിൽ ഇരുട്ട് കട്ടപ്പിടിച്ചു. കൈകാലുകൾ കുഴഞ്ഞു. കാറിൽ കയറാൻ പാപ്പനു കഴിഞ്ഞില്ല. അതിനുമുന്നെ അയാൾ നിലംപതിച്ചു. നാട്ടുകാർ ആരും ഓടിച്ചെന്നില്ല. എല്ലാവരും നോക്കിനിൽക്കുക മാത്രമേ ഉണ്ടായുള്ളൂ.

ഡ്രൈവർ വന്നു താങ്ങിയെടുക്കാൻ ശ്രമിച്ചെങ്കിലും തടിച്ചുവീർത്ത പാപ്പനെ എടുക്കാൻ അയാൾക്ക് കഴിഞ്ഞില്ല. ഗുണ്ടകളും പൊലീസും ചേർന്ന് പെട്ടെന്ന് ആശുപത്രിയിൽ എത്തിച്ചു. ആ വാർത്ത കാട്ടുതീ പോലെ പരന്നു.

''കടലപ്പാപ്പൻ വീണിരിക്കുന്നു.''

ആതുരാലയം?

മരണം ആയിരം മൊട്ടുസൂചികളായി കുത്തിനോവിച്ചും ചുണ്ടെലികളായി കാർന്നുകൊണ്ടും കടലപ്പാപ്പനെ തിന്നുതീർക്കുകയായിരുന്നു.

ഞെരിയാണിയുടെ അസ്ഥികൾ കൂടി കരണ്ടുതീർത്തിരിക്കുന്നു. അതോടെ കാൽപാദങ്ങൾ രണ്ടും തനിക്കു നഷ്ടമായെന്ന് പാപ്പനറിഞ്ഞു.

''എന്തൊരു വേദനയാണിത്. ഇങ്ങനെയായിരിക്കും മരണമെന്ന് ആരുമെന്തേ തന്നോട് പറയാതിരുന്നത്?''

കുഴഞ്ഞുവീഴും വരെയുള്ള കർമ്മങ്ങൾ രേഖപ്പെടുത്തിയ ഒരു വലിയ പുസ്തം അപ്പോൾ പാപ്പനെ കാണിക്കപ്പെട്ടു.

അത് കാണിച്ചുകൊടുത്തത് ഒരു കൂട്ടം സത്വങ്ങളായിരുന്നു. നന്മതിന്മകളുടെ കർമ്മസാക്ഷ്യമായിരുന്നു ആ പുസ്തകതാളുകളിൽ നിറയെ ഉണ്ടായിരുന്നത്. അതിന്റെ ഏടുകൾ ഒന്നുപോലും വെളുത്തതായി പാപ്പൻ കണ്ടില്ല. എല്ലാം കരിപിടിച്ചു കറുത്തും വൃണവും പഴുപ്പും ചലവും ഒലിച്ചിറങ്ങുന്നതുമായിരുന്നു.

അവയിലെ അക്ഷരങ്ങൾ പുഴുക്കളായി പുളയ്ക്കുന്നുണ്ടായിരുന്നു. അത് കാണിക്കുമ്പോൾ അവരുടെ കൈവശമുള്ള ചീഞ്ഞളിഞ്ഞും പുഴു ഇഴയുന്നതുമായ ആരുടെയോ തോളറ്റം മുതലുള്ള ഒരു കൈയിന്റെ അസ്ഥി പാപ്പന്റെ മുഖത്തേക്കവർ കൊണ്ടുവന്നു. അതിന്റെ രണ്ടു വിരലുകൾ മൂക്കുകളിലും കണ്ണിലും ആഴ്ന്നിറങ്ങി അതിൽ നിന്നും ധാരാളം പുഴുക്കൾ അയാളുടെ കണ്ണുകളിലേക്കും മൂക്കിലേക്കും വായിലേക്കും ഇറച്ചുകയറിക്കൊണ്ടിരുന്നു. അവർ അയാളുടെ ഏടുകൾ മറിക്കാനാരംഭിച്ചു. അപ്പോൾ അതുവരെയില്ലാത്ത ദുർഗന്ധവും വമിച്ചു.

പാപ്പൻ തന്റെ ജീവിതനേട്ടങ്ങളുടെ കൊടുമുടികൾ കീഴടക്കി കുതിച്ചുപായുമ്പോൾ അറിഞ്ഞിരുന്നില്ല മരണം നിത്യനഷ്ടത്തിന്റെ നിതാന്തമായ കണക്കുകൾ എഴുതിവെക്കുന്നുണ്ടെന്നും അത്

ഇപ്രകാരമാകുമെന്നും. ഇപ്പോൾ താനുള്ളത് നഷ്ടക്കാരുടെ കൂട്ടത്തിലാണെന്ന് പാപ്പൻ തിരിച്ചറിഞ്ഞു.

ഇത്ര പെട്ടന്നുള്ള മടക്കം പാപ്പൻ ചിന്തിച്ചിരുന്നില്ല. അപ്പോൾ ഒരു വചനം അശരീരിയായി മുഴങ്ങി.

''ആത്മാവ് അതിനെ നൽകിയ ദൈവത്തിന്റെ അടുക്കലേക്ക് മടങ്ങിപോകും. സഭാ പ്രസംഗി പന്ത്രണ്ടിൽ ഏഴ് നീ എന്തുകൊണ്ട് വായിച്ചില്ല?''

പാപ്പൻ വിയർത്തു.

''സഭാ പ്രസംഗിയോ, ആരാണയാൾ? ഞാൻ ആരെയും കണ്ടിട്ടില്ല, കേട്ടിട്ടുമില്ല.''

ആശുപത്രിയുടെ ഐ സി യു വിൽ കിടന്ന് പാപ്പന്റെ ആത്മാവ് സ്വന്തം ജീവിതം നോക്കിക്കാണുകയായിരുന്നു. കണ്ണിലും മൂക്കിലും

ആഴ്ന്നിറങ്ങിയ വിരലുകൾ എടുക്കപ്പെട്ടു. അവയൊക്കെയും പൂർവ സ്ഥിതി പ്രാപിച്ചു.

പെട്ടന്നാണ് അവിടെ വശ്യമായ സുഗന്ധം പരന്നത്. പാപ്പന്റെ മൂക്കും കണ്ണുകളും അതിന്റെ ഉറവിടം പരതി. തൊട്ടപ്പുറത്തെ കട്ടിലിൽ മരിച്ചുകിടക്കുന്ന ആളെ ഒരു കൂട്ടം മാലാഖമാർ വന്നുകൊണ്ട് കർമ്മ പുസ്തകം കാണിക്കുകയായിരുന്നു. അവർ അതിന്റെ ഓരോ ഏടുകളും മറിച്ചുകൊണ്ടിരുന്നു. തൂവെള്ളനിറത്തിലുള്ളതായിരുന്നു ആ ഏടുകൾ. അതിലെ അക്ഷരങ്ങൾ സ്വർണ്ണനൂലുകൊണ്ട് തുന്നിപ്പിടിപ്പിച്ച വയുമായിരുന്നു. ഓരോന്ന് മറിക്കുമ്പോഴും അതുവരെ അനുഭവിക്കാത്ത അതിവശ്യമായ സുഗന്ധം വഴിഞ്ഞുകൊണ്ടിരുന്നു. ഓരോ ഏടുകൾക്കും വ്യത്യസ്തമായ സുഗന്ധമായിരുന്നു. അവർ അയാളുടെ മൂർദ്ധാവിലും നെറ്റിയിലും വാത്സല്യത്തോടെ ചുംബിക്കുകയും തലോടുകയും വജ്രപാത്രങ്ങളിൽ കരുതിയ തെളിനീരുകൾ അയാളെ കുടിപ്പിക്കുകയും ചെയ്യുന്നുണ്ടായിരുന്നു.

''ഡോക്ടർ ഇയാളെ എന്തുവേണം. ഇനിയും കിടത്തണോ?''

''കുറച്ചു കൂടി ഇവിടെ കിടക്കട്ടെ, മരിച്ചശേഷം പറഞ്ഞാൽ മതി ബന്ധുക്കളോട്. എങ്കിലേ ബില്ലിന് കനമുണ്ടാകൂ.''

നഴ്സിന്റെ ചോദ്യത്തിന് ഡോക്ടർ മറുപടി നൽകി.

''ഇയാളോ?''

''ആ ഇയാളെ വല്ല വാർഡിലേക്കോ വരാന്തയിലേക്കോ മാറ്റിക്കോളൂ. കൂടുതൽ കിടത്തിയാൽ ചിലപ്പോൾ ബോഡി കൊണ്ടുപോകാനുള്ള ക്യാഷ് നമ്മൾ കൊടുക്കേണ്ടി വരും, ആ... പിന്നേയ്, അപ്പുറത്തെ ഐ സി യു വിലെ ആൾ മരിച്ചെന്നു പറഞ്ഞോളൂ. ബന്ധുക്കളോട് ഇതുവരെയുള്ള ബില്ല് അടക്കാൻ പറയണം. കൂട്ടത്തിൽ പാപ്പന്റെ ബന്ധുക്കളോട് രണ്ട് കരിക്ക് പെട്ടന്ന് കൊണ്ടുവരാൻ പറയൂ, എനിക്ക് നല്ല ദാഹമുണ്ട്. പാപ്പൻ സംസാരിച്ചു എന്ന് പറഞ്ഞാൽ മതി, പുത്തൻപണക്കാരനല്ലേ. കുറച്ചുകിടക്കട്ടെ ഇവിടെ.''

''ഓക്കേ ഡോക്ടർ.''

നേഴ്സ് വാതിൽ തുറന്നുകൊണ്ട് കരിക്ക് ആവശ്യപ്പെട്ടു. പാപ്പന്റെ ആൾക്കാർ കരിക്കിനായി ധൃതിയിൽ പോയി.

മറ്റെയാൾ മരിച്ചു എന്ന വിവരം പറഞ്ഞപ്പോൾ അയാളുടെ ബന്ധുക്കൾ ആർത്തുകരഞ്ഞു.

''വീട്ടിലായിരുന്നെങ്കിൽ അന്ത്യസമയത്ത് എത്തിക്കേണ്ട കർമ്മങ്ങളെങ്കിലും ചെയ്തുകൊടുക്കായിരുന്നു. ഇതിനുള്ളിൽ കയറിയാൽ പിന്നെ ഒന്നിന്നും കഴിയില്ല.''

മരണവാർത്ത അറിഞ്ഞപ്പോൾ ബന്ധുക്കളും അവിടെ കൂടിയവരും തമ്മിൽ പറഞ്ഞു

''നമ്മളെന്താ ചെയ്യുക, ജീവൻ കിട്ടാനുള്ള കൊതികൊണ്ടാ ഇവിടെ കൊണ്ടുവരുന്നത്. ഡോക്ടർ പറഞ്ഞാൽ പിന്നെ നമുക്കെന്തെങ്കിലും ചെയ്യാൻ പറ്റോ.''

''അതെ അതെ. ഇവിടെ എത്തിയാൽ അവര് നേരെ അതിന്റെ ഉള്ളിൽ കയറ്റും. പിന്നെ ഒന്നു കാണാനോ ഇത്തിരി വെള്ളം കൊടുക്കാനോ ഒന്നിന്നും പറ്റില്ല.''

''ഇതിപ്പോ ഇവിടെ മാത്രമല്ല, ഒരുവിധം ആശുപത്രികളിലൊക്കെ ഇതുതന്നെയാ സ്ഥിതി.''

''അതെ അതെ, മരിക്കുമെന്ന് ഉറപ്പുണ്ടെങ്കിൽ പോലും ഐ സി യു വിൽ നിന്നിറക്കില്ല. അവസാന സമയത്ത് ഒന്ന് അടുത്തിരിക്കാനോ കാണാനോ പോലും ഇവർ അനുവദിക്കില്ല.''

''ഇപ്പൊ ആശുപത്രീന്ന് പറഞ്ഞാൽ ഇതല്ലേ ബിസിനസ്. നമ്മളെ പോലുള്ളവരുടെ അവസ്ഥയൊന്നും ഇവർക്കറിയണ്ടല്ലോ.''

''എന്നാലും രക്ഷയില്ലെന്ന് കണ്ടാൽ അവർക്ക് പറഞ്ഞൂടെ വീട്ടിലേക്ക് കൊണ്ടുപോയ്ക്കോളാൻ. വെറുതെ കിടത്തി മരിപ്പിച്ചിട്ടേ പുറത്തേക്ക് വിടൂ എന്നായാൽ... ഒപ്പം വലിയ ബില്ലും, കഷ്ടം.''

ഐ സി യു വിന്റെ വാതിൽ തുറന്നു. വെള്ള പുതപ്പിച്ച ഒരു ശരീരം പുറത്തേക്ക് കൊണ്ടുവന്നു. ബന്ധുമിത്രാദികൾ മൃതദേഹം കെട്ടിപ്പുണർന്നു കരഞ്ഞു.

ദുഃഖം കടിച്ചമർത്തിയ ഗദ്ഗദങ്ങളും ആശ്വാസത്തിന്റെ വാക്കുകളും ആശുപത്രി വരാന്തയിൽ നിറഞ്ഞു.

ഐ സി യു വിൽ മരിച്ചയാൾ കിടന്നിരുന്ന ബെഡ് നഴ്സുമാർ വൃത്തിയാക്കുമ്പോൾ ആ ബെഡിലേക്ക് തന്നെ നോക്കി കൊണ്ടു നിൽക്കുന്ന ഡോക്ടറെ കണ്ടപ്പോൾ നഴ്സ് ചോദിച്ചു.

''എന്താ സാറേ, ഒരു വിഷമം.''

''എങ്ങനെ വിഷമിക്കാതിരിക്കും? ഈ ബെഡ് ഇനി എത്ര ദിവസം ഇങ്ങനെ ഒഴിഞ്ഞുകിടക്കുമോ ആവോ. സിറ്റിയിൽ പണി നടക്കുന്ന ഫ്ളാറ്റിന്റെ ഫിനിഷിങ് ഘട്ടത്തിലാണ് ഞാൻ. സി ബ്ലോക്കിലെ ഐ സി യു സിയിൽ ആരെങ്കിലും കയറിയിട്ട് ആഴ്ച ഒന്നായി.''

''സാറേ, നൂറ്റിപന്ത്രണ്ടിലെ പേർഷ്യന്റിനെ ഇങ്ങോട്ട് മാറ്റിയാലോ?''

''ഏയ്, അതുവേണ്ടഡോ, അതൊന്നും കാശില്ലാത്ത ടീമുകളാണ്. നാളെയും ബില്ലടച്ചില്ലെങ്കിൽ വാർഡിലേക്ക് മാറ്റുന്നതാ നല്ലത്.''

കൂട്ടത്തിൽ മറ്റൊരു നേഴ്സാണ് അതിനു മറുപടി പറഞ്ഞത്.

''ദിവസവും ഐ സി യു നിറഞ്ഞു കവിഞ്ഞിരുന്നത് ആ പകർച്ച വ്യാധിയുടെ കാലത്തായിരുന്നു. ഇപ്പോൾ അതും അവസാനിച്ചു. ഇനിയിപ്പോ ഈച്ചയേയും ആട്ടി ഇരിക്കേണ്ടി വരുമോ സിസ്റ്ററേ നമ്മൾ?''

''സാറ് വിഷമിക്കാതിരിക്ക്, ഇപ്പോൾ നമുക്ക് ഈ പാപ്പനെങ്കിലും ഉണ്ടല്ലോ. ഇനി വല്ല ടെസ്റ്റും മറ്റുമുണ്ടെങ്കിൽ അതും കൂടിയങ്ങ് എഴുതിച്ചേർക്കണം. ഇയാൾ വടിയായത് നമുക്കല്ലേ അറിയൂ. ഇവിടുന്ന് തന്നെ ഫ്രീസറിൽ കിടത്തിവിടുന്നതുകൊണ്ട് ആരും അറിയില്ല.''

''നമ്മുടെയൊക്കെ കഞ്ഞികുടി മുട്ടിക്കാൻ ഹോസ്പിറ്റൽ നിർമി ക്കുന്ന വിദ്വാനല്ലേ ഈ കിടക്കുന്നത്. ഇയാളെ ഇങ്ങനെയല്ലാതെ പിന്നെങ്ങനെയാ ദൈവം നമുക്കു മുന്നിൽ കൊണ്ടുതരുന്നത്?''

''എങ്കിലും ന്റെ സാറേ, ഇങ്ങേർക്ക് അത് കാണാനുള്ള ആയുസ്സ് ഇല്ലാണ്ടായല്ലോ...''

പാപ്പൻ പണിയുന്ന കടല എന്നപേരിലുള്ള ഒരു വലിയ ഹോസ്പി റ്റൽ തൊട്ടടുത്തുതന്നെ തല ഉയർത്തിവരുന്നുണ്ട്. ഒരിക്കൽ ഇതേ ആശുപത്രിയിൽ തന്നെ ചികിത്സയ്ക്ക് വന്നപ്പോൾ വേണ്ട പരിഗണന കിട്ടിയില്ലന്നും ബില്ല് കൂടുതലാണെന്നും മനസ്സിലാക്കിയ പാപ്പൻ അന്ന് തീരുമാനിച്ചതായിരുന്നു അതിനടുത്തുതന്നെ വലിയൊരു ഹോസ്പിറ്റൽ പണിയണമെന്ന്.

എന്തുവിലകൊടുത്തും മക്കളെ ഡോക്ടറാക്കണമെന്ന്. എന്നിട്ട് വേണം പണ സമ്പാദനത്തിന്റെ പുതിയമേഖല കൂടി തന്റെ കൈ പ്പിടിയിൽ ഒതുക്കാൻ. പിന്നെ ഉറക്കിലും ഉണർവിലുമെല്ലാം പാപ്പന് ആ ഒരു വിചാരമേ ഉണ്ടായിരുന്നുള്ളൂ. കടല ഹോസ്പിറ്റൽ. ജില്ലയിലെ തന്നെ വലിയ ഹോസ്പിറ്റലുകളിൽ ഒന്നായിരിക്കണം അത്.

കാലം അതിന്റെ സഞ്ചാരം അതിവേഗം തുടർന്നു. പാപ്പൻ കരുതി യതുപോലെതന്നെ മക്കൾ വിദേശത്ത് മെഡിസിൻ പഠനം പൂർത്തീ കരിച്ചു. ഹോസ്പിറ്റൽ പണിയാനുള്ള ചിന്തയുമായി പാപ്പൻ നെട്ടോട്ട മോടി. മന്ത്രിമാരും ഉദ്യോഗസ്ഥന്മാരും അടങ്ങുന്ന സുഹൃത്തുക്കളു മായി കാര്യങ്ങൾ ചർച്ചചെയ്തു. എല്ലാവരും പരിപൂർണ്ണ പിന്തു ണയും സഹായവും വാഗ്ദാനം ചെയ്തു. ഭരണ പ്രതിപക്ഷങ്ങൾക്ക് പാപ്പൻ പണം വാരിയെറിഞ്ഞു. അതുകൊണ്ടുതന്നെ എതിർശബ്ദ ങ്ങളില്ലാതെ അതിനുള്ള സ്ഥലം ടൗണിൽ തന്നെ പാപ്പൻ കണ്ടെത്തി. കടല കൺവെൻഷൻ സെന്റർ പണിയാനായി മാറ്റിവെച്ചതായിരുന്നു ആദ്യം അത്. എന്നാൽ അത് മറ്റൊരു സ്ഥലത്തേക്ക് മാറ്റുകയും അവിടെ ഹോസ്പിറ്റൽ പണിയാൻ ആരംഭിക്കുകയുമാണുണ്ടായത്.

ഹോസ്പിറ്റലിന് കൂടുതൽ സ്ഥലം ആവശ്യമായിരുന്നതിനാൽ അതിനുവേണ്ടി പാപ്പൻ പലവിധ കുതന്ത്രങ്ങളും ഭീഷണികളും ഗുണ്ടായിസവും കാണിച്ചിട്ടുണ്ട്. അന്നാണ് നിയമവും നീതിയുമൊക്കെ പാപ്പന്റെ പണത്തിനപ്പുറം പോകില്ലെന്ന് അയാൾ അറിഞ്ഞത്.

അതുവഴി പുറംപോക്കിലെന്നും പറഞ്ഞ് പല വീടുകളും കടകളും പാപ്പൻ ഒഴിപ്പിച്ചു. ചിലത് പണം കൊടുത്തു വാങ്ങിച്ചു. പത്രവാർത്തകളും ചില സമര സംഘങ്ങളും സജീവമായിരുന്നെങ്കിലും പാപ്പന്റെ പണത്തിന്റെയും സ്വാധീനത്തിന്റെയും അപ്പുറം കടക്കാൻ അവർക്കു കഴിഞ്ഞില്ല. ഭരണപക്ഷവും പ്രതിപക്ഷവും പാപ്പന്റെ മുന്നിൽ ഓച്ഛാനിച്ചു നിന്നു. പഠനം കഴിഞ്ഞ് വിദേശത്തു പ്രാക്ടീസ് ചെയ്യുന്ന മക്കൾ വരുമ്പോഴേക്കും പണി പൂർത്തീകരിക്കാനുള്ള തിരക്കിലായിരുന്നു പാപ്പൻ. അതിനിടയിലാണ് ഔസേപ്പിന്റെ വീടും പുരയിടവും കൈക്കലാക്കാനുള്ള തീരുമാനവുമായി പുറപ്പെട്ടത്. അതുകൂടി പിടിച്ചിട്ടു വേണം ഹോസ്പിറ്റലിനൊപ്പം അവിടെയും ഒരു ഷോപ്പിംഗ് കോംപ്ലക്സ് കൂടി പണിയുവാൻ. പാപ്പന്റെ പ്ലാനുകളെല്ലാം വലുതായിരുന്നു. പക്ഷേ, അതിനുള്ള ആയുസ്സും ആരോഗ്യവും തന്റെ പണത്തിന്റെയും സ്വാധീനത്തിന്റെയും പരിധിയിലല്ല എന്നുള്ള സത്യം ഒരിക്കലും പാപ്പൻ തിരിച്ചറിഞ്ഞിരുന്നില്ല.

ഒരിക്കൽ ഒരു വെഞ്ചിരിപ്പ് കർമ്മത്തിൽ പങ്കെടുക്കവേ പള്ളിയിലെ അച്ചൻ പാപ്പനോട് പറഞ്ഞു

“മകനേ, കർത്താവിനെ മറന്നുപോകരുത്. ഇടവകയിലെ സമ്പന്നരിൽ പ്രമുഖനാണ് നീ. നിന്റെ അകമഴിഞ്ഞ സേവനം പള്ളിക്കും ഇടവകയ്ക്കുമൊക്കെ ആവശ്യമുണ്ട്. പാപ്പൻ വാങ്ങിച്ച ആ സണ്ണിച്ചന്റെ സ്ഥലത്തിനടുത്തുള്ളത് പള്ളിപ്പറമ്പാണ്. അറിയാലോ? ആധാരത്തിന് ചില പ്രശ്നങ്ങളുണ്ടെങ്കിലും അത് പള്ളിക്കുള്ളതുതന്നെയാണ്. പാപ്പൻ അതും കൂടി വാങ്ങിക്കുന്നുണ്ട് എന്ന് കേട്ടല്ലോ, അതുവേണ്ട, കർത്താവ് പൊറുക്കില്ല.”

“ഏത് കർത്താവാ അച്ചോ? എവിടത്തെ കർത്താവ്? എന്നിട്ടാണോ പണ്ടെന്റെ അപ്പനേം അമ്മയേം വഴിയാധാരമാക്കി പുറംതള്ളിയത്? എന്റെ അപ്പന്റെ അപ്പനെ ഇവിടുത്തെ തെമ്മാടിക്കുഴിലേക്ക് വലിച്ചിട്ടു മൂടിയത്? അന്നും ഇന്നും എന്നും ഭരണം ഇട്ടിപ്പുറത്തുകാരാണല്ലോ? അന്നും ഈ കർത്താവും പള്ളിയും ഇടവകയും ഇവിടെ ഉണ്ടായിരുന്നല്ലോ...? നിങ്ങൾ പുരോഹിതന്മാർ അവരുടെ ചൊൽപടിയിലും. അധികകാലം ഇതുണ്ടാവില്ല. പൊളിച്ചടുക്കും ഈ പാപ്പൻ.”

“അതുപിന്നെ...”

''വേണ്ട, അച്ചനൊന്നും പറയണ്ട. എനിക്ക് തോന്നുമ്പോലെ ഞാൻ ചെയ്യും. ഇത് പാപ്പനാ കടലപ്പാപ്പൻ. കടലുപോലെ തിര യിരമ്പുന്നുണ്ട് ഇന്നും ഈ നെഞ്ചില്, അച്ഛനുകേൾക്കാവോ ആ ശബ്ദം.''

കുറച്ചുനേരം അച്ചൻ ഒന്നും പറഞ്ഞില്ല.

''ആ... ഞാനിറങ്ങുന്നു. പള്ളിക്ക് പാപ്പന്റെ ഔദാര്യം എന്തങ്കിലും വേണമെങ്കിൽ അതു കൊടുത്തയയ്ക്കാം. പറഞ്ഞാ മതി.''

''പാപ്പാ... കഴിഞ്ഞതെല്ലാം കഴിഞ്ഞു. അതൊക്കെ പഴയ കഥ കളായില്ലേ. ഒന്നും മനസ്സിൽ വെക്കരുത്. നമ്മൾ മനുഷ്യരുടെ കണ്ണടയാൻ അധികനേരമൊന്നും വേണ്ട.''

''ഹ... ഹ... ഹ...''

പാപ്പൻ ഒന്നു ചിരിക്കുകമാത്രം ചെയ്തു.

ആ ചിരിയാണിപ്പോൾ പാപ്പന്റെ കാതിൽ മുഴങ്ങുന്നത്. എന്നാൽ അത് പാപ്പന്റേതായിരുന്നില്ല. പാപ്പന്റെ ചതികൾക്കും പീഡനങ്ങൾക്കും വിധേയരായവരുടേതായിരുന്നു. അതിൽ പാപ്പനാലും പാപ്പന്റെ ആളുകളാലും കൊല്ലപ്പെട്ടവരുമുണ്ടായിരുന്നു. ഇങ്ങനെ ഒരു ദിവസം നിസ്സഹായനായി വീഴുന്ന പാപ്പന്റെ കിടപ്പുകാണാൻ കാലങ്ങളായി കാത്തിരുന്നവരായിരുന്നു അവർ. ഈ പുതിയ ലോകം പാപ്പൻ പരിചയിച്ചു തുടങ്ങണം. ഇത് നിത്യജീവിതത്തിന്റെ അന്തമില്ലാത്ത ലോകമാണ്. നന്മ-തിന്മകളുടെ കർമ്മഫലങ്ങൾക്കുള്ള ഉത്തരം വിധിക്കപ്പെടുന്ന ലോകം. ഇവിടെ പീഡകർ പരാജയപ്പെട്ടവരും പീഡിപ്പിക്കപ്പെട്ടവർ വിജയിച്ചവരുമാണ്. ആരൊരാളാണോ സത്യ ത്തിനും ധർമ്മത്തിനും നീതിക്കും സമാധാനത്തിനുമായി നില കൊണ്ടിരുന്നത് അവന്റെ കർമ്മങ്ങൾക്കുള്ള ഉത്തരം നിത്യമായ ശാന്തിയത്രേ. അല്ലാത്തവർക്ക് നിത്യമായ നാശവും. ആ നാശത്തിൽ അവരുടെ ശരീരവും ആത്മാവും നശിക്കുന്നില്ല. അവ നിലനിൽക്കെ തന്നെ അവയിൽ ഒടുക്കമില്ലാത്തതും അതിഭയാനകരവുമായ പീഡന ങ്ങൾ മാറിമാറി തുടർന്നുകൊണ്ടേയിരിക്കും.

ദൈവ വചനങ്ങൾ നിരന്തരം മനുഷ്യനോട് പറഞ്ഞുകൊണ്ടിരുന്നു. പള്ളികളും അമ്പലങ്ങളും മഠങ്ങളും ചർച്ചകളും സിനഗോഗുകളും ആ സത്യത്തിന്റെ പ്രാഘോഷണ കേന്ദ്രങ്ങളായിരുന്നു. അവരുടെ യൊക്കെ ദിവ്യഗ്രന്ഥങ്ങളിൽ അത് സവിസ്തരം പ്രതിപാദിച്ചിട്ടുണ്ട്.

അപ്പോൾ ഇടിമുഴക്കം പോലെ അശരീരി ഉയർന്നു.

''നാം നമ്മുടെ പ്രതിനിധികളായി ഒട്ടനവധി പ്രവാചന്മാരെയും ഋഷി ശ്രേഷ്ഠരേയും മുനിവര്യന്മാരെയും അതാത് കാലഘട്ടങ്ങളി ലൂടെ മനുഷ്യകുലത്തിലേക്ക് നിയോഗിച്ചിട്ടുണ്ട്. അവർക്ക് നാം

വെളിപാടുകൾ നൽകി. ഹീബ്രുവിലും അരാമിക്കിലും സംസ്കൃതത്തിലും ലാറ്റിനിലും അറബിയിലും മറ്റ് നിരവധി ഭാഷകളിൽ അവർ മനുഷ്യരോട് ജീവിത വ്യവസ്ഥകൾ സംസാരിച്ചു. മരണത്തേയും മരണാനന്തരജീവിതത്തെയും കുറിച്ച് വിശദമാക്കി. നോക്കിവായിക്കുവാൻ സങ്കീർത്തനങ്ങളും തോറയും വേദങ്ങളും ബൈബിളും ഖുർആനും അടങ്ങുന്ന ഗ്രന്ഥങ്ങൾ നൽകി. എന്നിട്ടും മനുഷ്യൻ കാണാമറയത്തും കേൾവിക്കുമപ്പുറം മറ്റെന്തൊക്കെയോ തേടി നടന്നു. പണത്തിനും അധികാരത്തിനും പ്രതികാരത്തിനും പ്രശസ്തിക്കുമപ്പുറം ഭൂമിയിൽ നിന്നുള്ള മടക്കം നിങ്ങൾ പ്രതീക്ഷിച്ചില്ല.''

പാപ്പൻ നിശ്ചലനും നിസ്സഹായനുമായി എല്ലാം കേട്ടു. മരണം യാഥാർത്ഥ്യമാണെന്നിരിക്കെ അവ വിശ്വസിക്കിലും മരണാനന്തര ജീവിതത്തെകുറിച്ചുള്ള ചിന്തകൾ യുക്തിബോധത്തിന്റെ കടലാഴങ്ങളിലും തർക്ക ചിന്തയുടെ ആകാശ ഉയരങ്ങളിലും മനുഷ്യരെ കൊണ്ടെത്തിച്ചു.

അതുകൊണ്ടുതന്നെ ഭൂമിയിലെ ക്ഷണികവാസത്തിന്റെ പരമാധികാരിയാകുവാൻ അവർ മോഹിച്ചു. പാപ്പനും അങ്ങനെയായിരുന്നു. അതുകൊണ്ടാണ് മാറ്റാരെപോലെയും പാപ്പനും ഒരുവേള മടക്കം ഒട്ടും പ്രതീക്ഷിക്കാതിരുന്നത്.

ജോയിച്ചൻ മുതലാളി

"ദുഷ്ടടൻ ചത്തതു നന്നായി. ഒരു മനുഷ്യനും ഒരു ഗുണോം ചെയ്യാത്തോൻ. ഇപ്പൊ കണ്ടില്ലേ, ഐസ് പെട്ടിയിൽ വെറുങ്ങലിച്ചു കെടക്കണത്."

"മത്തായിച്ചാ, അയാള് മരിച്ചില്ലേ, ഇനി ഒന്നും പറയണ്ട."

"നീയെന്തൂട്ടാ ഈ പറേണെ, ഇന്നാട്ടിലെ എന്തോരം ആളോളുടെ വീടും പറമ്പും പൊന്നുമാ അയാൾ കൈകലാക്കിയിട്ടുള്ളത്. കൊള്ളപ്പലിശവാങ്ങി കേസും കൂട്ടൊണ്ടാക്കി ഒടുവിൽ ഒക്കെ തട്ടിയെടുക്കല്ലാർന്നോ."

"മത്തായിച്ചൻ പറഞ്ഞതിൽ തെറ്റൊന്നും ഇല്ലെടോ, അയാൾക്ക് ദണ്ണണ്ടാവും പറ്റിച്ചില്ലേ ഈ പാവത്തിനേം."

"ചത്തുകിടക്കുമ്പോ ചമഞ്ഞുകിടന്നിട്ടൊന്നും കാര്യമില്ലട്ടാ. ചത്താലും ആളൊള് നല്ലതുപറയണം. അതിന് ജീവിച്ചിരിക്കുമ്പോ നല്ലത് ചെയ്യണം. ഇയാള് പിച്ചച്ചട്ടിയിലും കൈയിട്ടുവാരുകയായിരുന്നല്ലേ?"

"ആ പാവം ഔസേപ്പിനോട് ഇങ്ങനെ ഒരു ചതി കാണിക്കുമെന്ന് ആരെങ്കിലും കരുതിയോ? കർത്താവ് പാപ്പന് അപ്പൊത്തന്നെ കൊടുത്തില്ലേ? ഒറ്റ നിമിഷമേ വേണ്ടിവന്നുള്ളൂ. ചക്ക വെട്ടിയിട്ടതു പോലെയല്ലേ വീണത്. ഇത്രയുള്ളൂ... അഹങ്കരിക്കണ്ട, ആരും..."

നാട്ടിൽ പാപ്പനെപ്പറ്റി നല്ലതുപറയാൻ ആരുമുണ്ടായിരുന്നില്ല. അത്രയും ദുഷ്ടനായിരുന്നു പാപ്പൻ. എന്നാലും വലിയ ജനാവലിയും മന്ത്രിമാരും നേതാക്കളും ഒക്കെ വന്നിരുന്നു.

"അതങ്ങനെയാണല്ലോ, നാട്ടിൽ നല്ലവനും പാവപ്പെട്ടവനുമായ ആരെങ്കിലും ജീവിച്ചു മരിച്ചാൽ ആരും അറിയില്ല."

നാട്ടുകാർ അങ്ങനെ പലതും പറഞ്ഞു.

പാപ്പന്റെ മരണത്തിൽ ആദരസൂചകമായി കടകളൊക്കെ അടച്ചിട്ടു. ടൗണിലെ കെട്ടിടങ്ങളിൽ അധികവും പാപ്പന്റേതുതന്നെയായിരുന്നു.

ഒരു ദിവസം ഒഴിവുകിട്ടി എന്നതിനപ്പുറം മറ്റൊരു വികാരവും അന്ന് അവരിൽ ആരിലും ഉണ്ടായില്ല.

പണത്തിനോടുള്ള ആർത്തിമൂത്തുമൂത്തു തുടങ്ങിയതാണ് ആ ജീവിതം. പാപ്പന്റെ കടലക്കച്ചവടം മുതൽ മരണം വരെയുള്ള വളർച്ച യുടെ ഓരോ ഘട്ടങ്ങളും നോക്കികണ്ടവരാണ് നാട്ടുകാർ. അതി ലൊക്കെയും ധാരാളം ദുരൂഹതകളുണ്ടുതാനും. നാട്ടുകാർ അതു പറയുമായിരുന്നു.

ഇപ്പോഴിതാ ഒരിക്കലും പ്രതീക്ഷിക്കാത്ത ഒരു നേരത്ത് പാപ്പൻ മരിച്ചിരിക്കുന്നു. അതും ഒപ്പം വിശ്വസിച്ചുനിന്ന സുഹൃത്തിനെയും ചതിച്ച് അതിന്റെ സന്തോഷത്തിൽ പൊട്ടിച്ചിരിച്ച് വണ്ടിയിലേക്ക് കാലെടുത്തു വെക്കുമ്പോൾ...

എന്തെല്ലാം കണക്കുകൂട്ടലുകളായിരുന്നു പാപ്പന്. എന്തെല്ലാം പ്ലാനിങ്ങുകൾ, സ്വപ്നങ്ങൾ, ഇനിയും വെട്ടിപ്പിടിച്ചും തട്ടിപ്പറിച്ചും കൊതി തീർന്നിട്ടില്ലാത്ത സ്വാർത്ഥമോഹങ്ങളുടെ ആർത്തികൾ നിറഞ്ഞ മനസ്സുമായാണ് പാപ്പൻ വീണത്. എന്തെങ്കിലും ഒന്ന് പറഞ്ഞു വെക്കാനോ എഴുതിവെക്കാനോ അയാൾക്കായില്ല.

ഒട്ടേറെ ബിസിനെസ്സ് സ്ഥാപനങ്ങളുണ്ട്. അതിനനുസരിച്ച സാമ്പ ത്തിക ഇടപാടുകൾ. അലമാരകൾ നിറഞ്ഞിരിക്കുന്ന അന്യരുടെ ആധാരങ്ങൾ, സ്വർണ്ണങ്ങൾ, നിക്ഷേപങ്ങൾ...

പണത്തിന്റെയും സ്വാധീനത്തിന്റെയും ബലത്തിൽ അനധികൃത മായും അനുമതിയില്ലാതെയും പടുത്തുയർത്തുന്ന കെട്ടിടങ്ങൾ, എല്ലാം പലിശപ്പണത്തിന്റെ മാത്രം അടിത്തറയിലാണ് പടുത്തുയർത്ത പ്പെട്ടത്. ഇന്ന് പാപ്പൻ പോകുമ്പോൾ ഒന്നിലും വ്യക്തതയും കൃത്യ തയും ഇല്ലാത്ത മടക്കമാകുന്നു അത്. ഒന്നിൽ നിന്നും ഒരു തരിമ്പു പോലും അയാൾ കൊണ്ടുപോകുന്നുമില്ല.

ഒരു വീഴ്ചയിലൂടെ ഒറ്റ നിമിഷം കൊണ്ടാണ് ജീവൻ വെടിഞ്ഞ തെന്നാണ് നാട്ടിൽ സംസാരം. വിദേശത്തുള്ള മക്കൾ വരാൻ വേണ്ടി ആശുപത്രിയിൽ നിന്നുതന്നെ ഐസ് പെട്ടിയിൽ വെച്ചതാണത്രേ മൃതദേഹം.

കൊട്ടാരതുല്യമായ വീട്ടിലെ പട്ടുമെത്തയിൽ കിടന്നു സ്വപ്നങ്ങൾ കണ്ടിരുന്ന പാപ്പനിപ്പോൾ ഡെഡ് ബോഡി ഫ്രീസറിൽ തണുത്തു റഞ്ഞുകിടക്കുകയാണ്.

സത്യത്തിൽ, വീണപ്പോൾ എല്ലാം തീർന്നിരുന്നുവോ? ഇല്ല. പാപ്പൻ മാത്രമാണ് ആ വീഴ്ചയുടെയും മരണത്തിന്റെയും ദൈർഘ്യം അറിഞ്ഞത്. അത് അറിയണമെങ്കിൽ ഓരോരുത്തരും മരണത്തിന്റെ പിടിയിൽ അകപ്പെടും വരേയും കാത്തിരിക്കണം.

പാപ്പൻ ഇപ്പോൾ അത് അനുഭവിക്കുകയാണ്. എന്തൊരു ദൈർഘ്യമാണ് മരണത്തിന്. ഓരോ മനുഷ്യനും ജീവിച്ച അത്രയും നേരമുണ്ടതിന്. മനുഷ്യനു ലഭ്യമാകുന്ന ആയുസ്സുപ്രകാരം ശൈശവത്തിൽ നിന്നും തുടങ്ങി ബാല്യകൗമാരങ്ങളും യുവത്വവാർധക്യങ്ങളും ചെലവഴിച്ച ജീവിത കർമ്മങ്ങളും സാഹചര്യങ്ങളും മരിക്കുന്നവർ കണ്ടുകൊണ്ടിരിക്കുമത്രെ. മരണാസന്നന്റെ അരികിലുള്ളവർക്കുപോലും അതൊന്നും അറിയുക സാധ്യമല്ല.

''തങ്ങൾ നോക്കിയിരിക്കെ പെട്ടെന്നൊന്നു ഞെരങ്ങി അല്ലെങ്കിൽ കണ്ണൊന്നു തുറിച്ചുനോക്കി, ദീർഘമായിട്ടൊന്നു ശ്വാസം വലിച്ചു... അതോടെ തീർന്നു, പിന്നെ അനങ്ങിയില്ല.''

അവർക്കുണ്ടാകുന്ന അനുഭവം അത്രമാത്രമാണ്. അത് അവർ പറഞ്ഞുകൊണ്ടിരുന്നു.

എന്നാൽ മരണവും മരണത്തിന് കീഴ്പ്പെടുന്നവർക്കുമിടയിലുള്ള ദൂരം വളരെ വലുതാണ്. കാലിലെ പെരുവിരലിന്റെ തൊലിപുറത്തു നിന്നുമാണ് അൽപ്പാൽപ്പമായി മനുഷ്യന്റെ ആത്മാവിനെ മരണം പിടിച്ചുതുടങ്ങുക. അത് അനുഭവിക്കുന്നവർക്ക് ശരീരത്തിന്റെകൂടി വേദനയേറിയ ഇല്ലാതാകലുമാണത്. ഒടുവിൽ മൂർദ്ധാവിലെ തൊലിപ്പുറംവരെയും നിലനിന്ന ജീവന്റെ അവസാന കണികകളിൽ ഒന്നുപോലും അവശേഷിപ്പിക്കാത്ത വിധം മരണം ആത്മാവിനെയും ശരീരത്തെയും നക്കിത്തുടയ്ക്കും. അപ്പോൾ ഓരോ മനുഷ്യനും അറിയും താനും തന്റെ ശരീരവും ഇല്ലാതെയാവുന്നു എന്ന സത്യം. മരണമാണ് വേദനകളിൽ വെച്ച് എറ്റവും അസഹ്യമായ വേദന.

എന്നാൽ മരണത്തെക്കുറിച്ച് ജനം പറയുന്നത് അങ്ങനെയൊന്നുമല്ലല്ലോ

'പെട്ടന്നായിരുന്നു എന്നാണ്. ഒന്നുവീണതേയുള്ളൂ. ഹാർട്ട് അറ്റാക്കായിരുന്നു. കുഴഞ്ഞുവീണു മരിച്ചു. കുറേ ആയി മൂപ്പര് തീരെ കിടപ്പിലായിരുന്നു. ആക്സിഡന്റ് ഉണ്ടായതാണ്. കളിക്കുകയായിരുന്നു. ഒഴുക്കിൽ പെട്ടതാണ്. ഷോക്കടിച്ചതാണ്. പാമ്പുകടിച്ചതാണ്. ഹോസ്പിറ്റലിൽ എത്തുമ്പോഴേക്കും തീർന്നു.''

അങ്ങനെ എത്രയെത്ര കാരണങ്ങൾ സംഭവങ്ങൾ. അതെങ്ങനെയൊക്കെയാണെങ്കിലും ഓരോരുത്തരുടെയും കർമ്മഫലങ്ങൾ പോലെയായിരിക്കും അവരവരുടെ ജീവൻ വെടിയുന്ന കാഴ്ചകൾ. അതുകൊണ്ടുതന്നെ ഒന്നും പെട്ടെന്നായിരുന്നില്ലെന്ന് അറിയുന്നവൻ മരണത്തിനുകീഴ്പ്പെടുന്നവർ മാത്രം.

മരണം അത്ര നിസ്സാരമല്ല. ദുഷ്ടരായവർക്ക് അത് വളരെ പ്രയാസകരമാണ്. മുള്ളുകൾ ചിതറിനിൽക്കുന്ന മുളംകൂട്ടങ്ങൾക്കിടയിൽ

നിന്നും ഉടുമുണ്ട് വലിച്ചെടുക്കുംപോലെ വളരെ പ്രയാസകരമാണത്. അപ്പോഴവർ അതുവരെ ജീവിച്ച ഓരോ നിമിഷങ്ങളിലൂടെയും കടന്നുപോവും. താൻ ചെയ്തതും പറഞ്ഞതും മനസ്സിൽ കരുതി വെച്ചതുമായ മുഴുവൻ കാര്യങ്ങളും കാണും. അങ്ങനെയുള്ള സമയ ദൈർഘ്യങ്ങളിലൂടെയാണ് മരണം സംഭവിക്കുക. എന്നാൽ നല്ലവ രായി ജീവിച്ചവർക്ക് മരണം വളരെ എളുപ്പമാണ്. വെണ്ണയിൽ വീണ മുടിനാര് വലിച്ചെടുക്കുമ്പോലെ ആത്മാവിനെ വലിച്ചെടുക്കും. അവ രുടെ നന്മകൾ നിറഞ്ഞ ജീവിതം പെട്ടന്നവർ കണ്ടുതീരും.അവർ സന്തോഷവന്മാരും സംതൃപ്തരുമായിരിക്കും.

പാപ്പൻ ഇപ്പോൾ മരണത്തിന്റെ വിദൂരമായ ദൂരനേരങ്ങളെ അനുഭവിക്കുകയാണ്. താനൊന്ന് പെട്ടെന്ന് മരിച്ചിരുന്നെങ്കിൽ എന്ന് അയാൾ കൊതിച്ചു. ഇല്ലെങ്കിൽ താനുണ്ടാക്കിയ സമ്പത്തും സന്താന ങ്ങളും സർവ്വതും പകരം നൽകാം തന്നെ ഈ മരണത്തിന്റെ പിടിയിൽ നിന്നും മോചിപ്പിക്കുവാൻ ആരാണ് സഹായിക്കുക, അയാൾ ആശിച്ചു. താൻ നിസ്സഹായനായി വീണതുമുതൽ ആശുപത്രിയിലും പിന്നെ ഐസു പെട്ടിയിലാക്കി വീട്ടിലും തന്നെ വെക്കുന്നതും അന്ത്യോപചാരമർപ്പിക്കുവാൻ ചുറ്റും കൂടിയ വലിയ ജനാവലിയെയും പാപ്പൻ കണ്ടുകൊണ്ടിരുന്നു. അവരെ കേൾക്കുകയും ചെയ്തു. ആരറിയുന്നു താനിപ്പോൾ അനുഭവിക്കുന്ന വേദന എന്നയാൾ നൊമ്പരപ്പെട്ടു.

കൂരിരുട്ടിന്റെ ആഴങ്ങളിൽ നിന്നെവിടെനിന്നോ ഒരു മിന്നാമിനുങ്ങ് മിന്നി വന്നു. പിന്നെ ഒന്നിനുപിറകെ ഒന്നൊന്നായി ഒരായിരം മിന്നാ മിനുങ്ങുകൾ. അവ പാറിപ്പറന്ന് പാപ്പന്റെ തലയ്ക്കുചുറ്റും വട്ടം വെച്ചു. അപ്പോൾ തുറന്നുപിടിച്ച കണ്ണുകളിലേക്ക് ചില ദൃശ്യങ്ങൾ തെളിഞ്ഞു. കാതിൽ ആരോ ജീവൻ വെടിയുന്ന ഒരു കരച്ചിലും പിന്നെ പിടച്ചിലും.

പാപ്പൻ ഒരു മനുഷ്യന്റെ മുഖം കണ്ടു. മരണവേദനപോലും മറന്നുകൊണ്ട് പാപ്പൻ നടുങ്ങി. അത് ദീർഘമായ വർഷങ്ങൾ ക്കപ്പുറത്തുനിന്നുള്ള ഒരു കാഴ്ചയായിരുന്നു.

''ഇതെന്താണ് ഞാനീ കാണുന്നത്. ജോയിച്ചൻ മുതലാളിയാ ണല്ലോ ഇത്.''

പാപ്പൻ തന്റെ ജീവിതത്തിൽ ചെയ്തതൊക്കെയും ഒന്നും വിട്ടു പോകാതെ കാണുവാനാരംഭിച്ചു. ഒന്നിലും നന്മയുടെ ഒരു കണിക പോലും ഉണ്ടായിരുന്നില്ല. എല്ലാം തെറ്റുകളും പാപങ്ങളും മാത്രം.

''പാപ്പാ ഇതു ഞാനാണ്, ഞാൻ...''

പാപ്പൻ വീണ്ടും നടുങ്ങിവിറച്ചു.

''നിന്നെ വിശ്വസിച്ചു നിന്നെ കൂടെകൂട്ടിയ നിന്റെ ജോയിച്ചൻ

മുതലാളിയാണു ഞാൻ. ഓർമ്മയുണ്ടോ നിനക്കെന്നെയും പിന്നെ ആ കാടും സന്ധ്യയും?''

പാപ്പൻ ഇടതൂർന്ന കാടും വഴിയും സന്ധ്യയും കണ്ടു. ഭീകരമായ വനത്തിന്റെ നടുവിലൂടെ ജോയിച്ചൻ മുതലാളിയെ പാപ്പൻ കൊണ്ടു പോവുകയാണ്. അന്ന് കുറച്ചുകാലം ജോയിച്ചൻ മുതലാളിയുടെ കാര്യസ്ഥനായിരുന്നു പാപ്പൻ. ചില പ്രശ്നങ്ങളും പ്രതിസന്ധികളും നേരിട്ടപ്പോൾ കടലക്കച്ചവടവും മറ്റും നിർത്തി ജോയിച്ചന്റെ കൂടെ കുറച്ചുകാലം കൂടിയതാണ്.

''പാപ്പാ മർദ്ദിതന്റെ പ്രാർത്ഥനയ്ക്കും ദൈവത്തിനുമിടയിൽ ഒരു മറയുമില്ലെന്ന് നീ അറിഞ്ഞിരുന്നില്ല, അല്ലേ? ഞാൻ മർദ്ദിതനും നീ മർദ്ദകനുമാണ്.''

''മുതലാളീ...?''

പാപ്പന്റെ മനസ്സ് കരഞ്ഞു വിളിച്ചു.

അപ്പോൾ ജോയിച്ചനു ചുറ്റും കൂടിയ ഒരു പറ്റം ആളുകൾ ഒന്നിച്ചു ചിരിക്കുന്നുണ്ടായിരുന്നു.

അവരുടെ മുഖങ്ങൾ ഓരോന്നും പാപ്പൻ ശ്രദ്ധിച്ചു നോക്കി. എല്ലാം പരിചയമുള്ള മുഖങ്ങൾ. താൻ ചതിച്ചും പറ്റിച്ചും തട്ടിയെടുത്ത ഭൂസ്വത്തുക്കളുടെയും സ്വർണ്ണത്തിന്റെയും വാഹനത്തിന്റെയും പണ ത്തിന്റെയും ഉടമസ്ഥരായിരുന്നു അവർ. കള്ളത്തരത്തിൽ ആധാരം ഉണ്ടാക്കിയതും കൊള്ളപ്പലിശ ചുമത്തി സ്വന്തമാക്കിയതുമായ വസ്തു വഹകളും ആ സന്ദർഭങ്ങളും അപ്പോൾ പാപ്പൻ കണ്ടുകൊണ്ടിരുന്നു.

സ്വർണ്ണ രഥത്തിലായിരുന്നു അവർ വന്നത്. തൂവെള്ള നിറത്തിൽ നന്നായി പ്രശോഭിക്കുകയും വലിയ ചിറകുകളുള്ളതുമായ കുതിരകൾ വലിക്കുന്നതായിരുന്നു ആ രഥം. അതിൽ നിറയെ മുത്തും പവിഴവും മരതകവും മാണിക്യവും പതിച്ചിട്ടുണ്ടായിരുന്നു. അവ തിളങ്ങി ക്കൊണ്ടിരുന്നു.

''പാപ്പാ... എന്നെ ഒന്നും ചെയ്യല്ലേഡാ... ഈ പണം മുഴുവനും നീ എടുത്തോ. ഞാനാരോടും പറയില്ല. എനിക്കെന്റെ ജീവൻ മാത്രം മതി.''

ആണ്ടുകൾക്കപ്പുറം നടന്ന ഭീകരമായ ചതിയുടെ ദൃശ്യമായിരുന്നു അപ്പോൾ പാപ്പൻ കണ്ടുകൊണ്ടിരുന്നത്. അന്ന്, പാപ്പൻ തന്നെ കൊല്ലുമെന്നുറപ്പായപ്പോൾ ജോയിച്ചൻ മുതലാളി വീണ്ടും വീണ്ടും കെഞ്ചിപ്പറഞ്ഞു.

'നീ എടുത്തോ പാപ്പാ, ഈ പണം മുഴുവനും നീ എടുത്തോ, എന്നെ കൊല്ലരുത്.''

ഇതുപറഞ്ഞെങ്കിലും പാപ്പന്റെ കൈപിടിയിൽ നിന്നു പണസഞ്ചി വിട്ടുകിട്ടിയിരുന്നില്ല. ഏതോ അദൃശ്യമായ ഒരു ശക്തി ആ സഞ്ചിയിൽ ജോയിച്ചൻ മുതലാളിയെകൊണ്ട് മുറുക്കിപ്പിടിപ്പിച്ചു. അത് പാപ്പന് കൊടുക്കണമെന്നുണ്ടെങ്കിലും അതിനു കഴിയുന്നില്ല. എങ്കിലും അയാൾ പറഞ്ഞുകൊണ്ടിരുന്നു.

''ഈ പണം നീ എടുത്തോ പാപ്പാ, എനിക്കെന്റെ ജീവൻ മാത്രം മതി.''

''പാപ്പന് രണ്ടും വേണം മുതലാളി. പണവും, പിന്നെ മുതലാളിയുടെ ജീവനും. ഇപ്പോൾ പാപ്പന് കുറച്ചുപണം അത്യാവശ്യമുണ്ട്. അതുകൊണ്ടാ, ഒപ്പം ജീവനും. എങ്കിലേ എനിക്കൊരു സമാധാനം ഉണ്ടാകൂ.''

അത് പറഞ്ഞു പാപ്പൻ ഒന്നു ചിരിച്ചു. ആ ചിരിയിൽ ആ കാടു പോലും വിറങ്ങലിച്ചു. വൃക്ഷശിഖിരങ്ങളിൽ നിന്നും കടവാവലുകൾ കൂട്ടത്തോടെ പറന്നുയർന്നു.

''പാപ്പാ അരുത്, നിന്നെ വിശ്വസിച്ചവനല്ലേ ഞാൻ. ആ എന്നെ...''

പാപ്പൻ ജോയിച്ചനെ തലങ്ങും വിലങ്ങും തല്ലി ചതച്ചു. മർദ്ദനങ്ങളിലൂടെ ജോയിച്ചൻ മുതലാളി ആകെ തളർന്നുപോയിരുന്നു.

അതുവരെയും പണസഞ്ചി വിട്ടുകൊടുക്കാൻ ജോയിച്ചൻ തയ്യാറാ യതുമില്ല. അയാളതിൽ മുറുക്കെ പിടിച്ചു.

''മര്യാദയ്ക്ക് പണം തന്നോളൂ. ഇല്ലങ്കിൽ കൈകൾ രണ്ടും ഞാൻ വെട്ടിയെടുക്കും.''

പാപ്പൻ അലറി.

''അയ്യോ... വേണ്ട പാപ്പാ, വേണ്ട, ഇതാ... ഇതുമുഴുവനും നീ എടുത്തോ, എടുത്തോ...''

പണസഞ്ചി കൈക്കലാക്കിയതും പാപ്പൻ തന്റെ ബലിഷ്ഠമായ കൈകൾക്കൊണ്ട് ജോയിച്ചന്റെ കഴുത്തിൽ ചുറ്റിപ്പിടിച്ചു. ജോയിച്ചൻ കിടന്നുപിടച്ചു. മരിക്കാറായെന്നുറപ്പായപ്പോൾ തൊട്ടടുത്ത ചതുപ്പു കുളത്തിലേക്ക് ജോയിച്ചനെ അയാൾ എടുത്തെറിഞ്ഞു. ജോയിച്ചൻ അൽപാൽപമായി ആ ചതുപ്പിൽ താഴ്ന്നുകൊണ്ടിരുന്നു.

''പാപ്പാ, എന്നെ രക്ഷിക്ക്, ദൈവത്തെ ഓർത്ത് എന്നെ രക്ഷിക്കൂ. പാപ്പാ...നിനക്ക് ഞാനിനിയും പണം തരാം. എന്റെ തടിമില്ലും പാടവും പറമ്പുമൊക്കെ എഴുതി തരാം. എന്നെ രക്ഷിക്കു...''

പാപ്പൻ കുലുങ്ങിയില്ല, ജോയിച്ചൻ പൂർണ്ണമായും താഴ്ന്നു പോകു ന്നതും നോക്കി നേരം കൂരിരുട്ടുവോളം പാപ്പൻ ആ കാട്ടിൽ കഴിച്ചു കൂട്ടി. ചതുപ്പിൽ കിടന്നുകൊണ്ട് ജോയിച്ചൻ അലറിക്കരഞ്ഞു. ഇടതൂർന്ന വിപിന നിഗൂഢതയിൽ നിന്നും ആ കരച്ചിൽ പുറത്തേക്ക് വന്നില്ല. മനുഷ്യവാസമില്ലാത്ത ആ വനാന്തരത്തിൽ ആര് കേൾക്കാൻ?

സന്ധ്യ മറഞ്ഞു. മാനം ഇരുട്ടു ചുരത്തി. വെള്ളി വെളിച്ചവും നിഴലും ഇഴപാകി നിലാവ് പെയ്തു തുടങ്ങി. കൂമന്റെ കരച്ചിലും വന്യജീവികളുടെ ശബ്ദങ്ങളും ഉയർന്നു. കുറുനരികൾ ഓരിയിട്ടു. അരണ്ടനിലാവെളിച്ചത്തിന്റെ നിഴൽപാടിൽ ജോയിച്ചൻ പൂർണ്ണമായും ചതുപ്പിലേക്ക് താഴ്ന്നുകൊണ്ടിരുന്നു. മൂക്കറ്റം മുങ്ങുമ്പോൾ അയാൾ കുറച്ചൊന്നുപിടച്ചു. പിന്നെ താഴ്ന്നു. ഒടുവിൽ ഉയർത്തിപിടിച്ച കൈവിരലുകൾ പോലും താഴ്ന്നില്ലാതാകുന്നതും നോക്കി പാപ്പൻ കരയിൽ നിന്നു.

കുറച്ചുകഴിഞ്ഞപ്പോൾ തീപ്പെട്ടി ഉരസി നോക്കിക്കൊണ്ട് ജോയിച്ചൻ ഈ ഭൂമിയിൽ ഇല്ലെന്ന് പാപ്പൻ ഉറപ്പുവരുത്തി. ശേഷം പണസഞ്ചി കെട്ടഴിച്ചുനോക്കി. പുത്തൻപണത്തിന്റെ വശ്യമായ മണം ശ്വസിച്ചു കൊണ്ടയാൾ അതിൽ തുരുതുരെ ചുംബിച്ചു.

''ഹൊ, എന്തൊരു ഭീകരതയും ക്രൂരതയുമാണ് താനീ കാണി ച്ചത്?''

പാപ്പൻ സ്വയം ചോദിച്ചു.

ആ സംഭവങ്ങളിൽ ഒന്നുപോലും വിട്ടുപോകാതെ എല്ലാം മരണം പാപ്പനെ കാണിച്ചുകൊണ്ടിരിക്കുന്നു.

''ഇതൊക്കെ ആരാണ് തന്നെ കാണിക്കുന്നത്? എന്തിനാണ്? എനിക്കൊന്നും കാണണ്ട. എനിക്ക് ജീവിക്കണം. ചെയ്ത പാപങ്ങൾക്ക് പ്രായശ്ചിത്തം ചെയ്യണം. എന്റെ സർവ്വസ്വവും അതിന്റെ അവകാശികൾക്ക് തിരിച്ചുകൊടുക്കണം. എനിക്കൊന്നും വേണ്ട, ഒന്നും... ഒരു നല്ല മനുഷ്യനായി, സാധാരണക്കാരനായി ജീവിക്കാനുള്ള അവസരം മാത്രം മതി. എനിക്ക് പണം വേണ്ട... പണം വേണ്ട... ആരാണ് എന്നെ രക്ഷിക്കുക, ആരാണ് എനിക്ക് മാപ്പ് നൽകുക?''

പാപ്പന്റെ മനസ്സ് കെഞ്ചിക്കൊണ്ടിരുന്നു.

'നീതിമാന്മാരുടേയും നീതികെട്ടവരുടേയും പുനരുത്ഥാനം ഉണ്ടാകും. പ്രവർത്തികൾ ഇരുപത്തിനാലിൽ പതിനഞ്ച് നീ വായിച്ചിട്ടില്ലേ? നിന്റെ ആത്മാവിനെ പിടിച്ചുകഴിഞ്ഞാൽ പിന്നെ അതിനായി കാത്തിരിക്കുക.''

പാപ്പനോട് ആരോ വിളിച്ചു പറഞ്ഞു.

മരണം അതിന്റെ കൂർത്ത പല്ലും നഖങ്ങളുംകൊണ്ട് പാപ്പനെ പിടിച്ചുകൊണ്ടിരുന്നു. അപ്പോഴും ജോയിച്ചനോട് കാണിച്ച കൊടും വഞ്ചനയുടെയും പാപത്തിന്റെയും നിമിഷങ്ങൾ ഒന്നുപോലും വിട്ടുപോകാതെ അയാൾ കാണുന്നുണ്ടായിരുന്നു.

വർഷങ്ങൾക്ക് മുൻപ് ബന്ദിപ്പൂർ കാടുകൾക്കിടയിലെ നിഗൂഢമായ ഒരു പ്രദേശത്തായിരുന്നു അത് സംഭവിച്ചത്. തടിക്കച്ചവടക്കാരനായ ജോയിച്ചൻ മുതലാളിയുടെ വിശ്വസ്തനായി കൂടെ കൂടിയതാണ് കടലപാപ്പൻ.

വലിയൊരു ബിസിനസ്സിനുള്ള അഡ്വാൻസ് തുകയായ ലക്ഷങ്ങൾ റെഡി ക്യാഷ് ആയി ജോയിച്ചന്റെ കൈയിൽ അപ്പോഴുണ്ടായിരുന്നു. ആ സംഖ്യ തട്ടിയെടുക്കുകയായിരുന്നു പാപ്പന്റെ ലക്ഷ്യം. ദിവസങ്ങൾക്കുമുമ്പ് മൈസൂറിലെ കൂപ്പിലേക്ക് പുറപ്പെട്ട പാപ്പൻ നേരത്തെ നിശ്ചയിച്ചുറച്ച സ്ഥലത്തേക്ക് ജോയിച്ചനെ വിളിച്ചു വരുത്തി.

ജോയിച്ചൻ മുതലാളി ആരെയും അറിയിക്കാതെയാണ് നാട്ടിൽ നിന്നും ഓരോ കച്ചവടത്തിനും പോകാറുള്ളത്.

ഇത്രയും വലിയസംഖ്യ കൊണ്ടുപോകുന്ന കാര്യവും ആരോടും പറഞ്ഞിരുന്നില്ല. സാധാരണക്കാരനെ പോലെ ഒരു തുണിസഞ്ചിയിലെ ലുങ്കിയിൽ ചുറ്റിമടക്കിവെച്ചാണ് ബസിൽ പണം കൊണ്ടുപോയത്. മുഷിഞ്ഞ വസ്ത്രവുമായി അയാൾ ബസ് സ്റ്റാന്റുകളിലെ സിമന്റു

ബഞ്ചിൽ പണസഞ്ചിയും തലയ്ക്ക് വെച്ചുകൊണ്ട് കിടക്കും. അങ്ങനെ പല പല ബസുകൾ മാറിക്കയറി ഒടുവിൽ ഗുണ്ടൽപേട് എന്ന സ്ഥലത്തെത്തി. അവിടെ പാപ്പൻ കാത്തുനിൽക്കുന്നുണ്ടായിരുന്നു.

ജോയിച്ചൻ മുതലാളിയുടെ യാത്രകളൊക്കെ അങ്ങിനെയായിരുന്നു. ഒരു കച്ചവടത്തിന് പോകുന്നു എന്ന് മാത്രമേ വീട്ടിലും സുഹൃത്തുക്കളോടും പറയൂ. ചിലപ്പോൾ തൂത്തുകൂടി, മറ്റു ചിലപ്പോൾ മസ്നഗുഡി, ബന്ദിപ്പൂർ വയനാട് മൈസൂർ തുടങ്ങി പല സ്ഥലത്തേക്കും ജോയിച്ചൻ പോകാറുണ്ട്. എന്നാൽ ജോയിച്ചൻ പറയുന്ന സ്ഥലത്തേക്കല്ല പോകാറുള്ളത് എന്നതാണ് സത്യം. തൂത്തുകുടിയിലേക്കാണ് പോകുന്നതെന്നാണ് ഈ യാത്രയിൽ പറഞ്ഞത്. എന്നാൽ പോയത് മറ്റൊരിടത്തേക്കും. അത്റിയാവുന്നത് പാപ്പനു മാത്രമാണ്. മിക്കവാറും യാത്രകളിൽ ഇതുപോലെ ലക്ഷങ്ങൾ കൈയിലുണ്ടാകും. അതുകൊണ്ടാണ് പോകുന്ന സ്ഥലവും മറ്റുമൊന്നും അയാൾ ആരോടും പറയാത്തത്.

ഈ കച്ചവടം അതിലാഭത്തിന്റെ കച്ചവടമാണെന്ന് പാപ്പൻ അയാളെ ധരിപ്പിച്ചിരുന്നു. മുറിച്ചിട്ട മരങ്ങളുടെ മൊത്തം കച്ചവടം എന്നാണ് പറഞ്ഞിട്ടുള്ളത്. വീട്ടിയും തേക്കും മഹാഗാണിയും പിന്നെ കുറച്ച് ചന്ദനവും. നാട്ടിലെത്തിയാൽ ഏകദേശം രണ്ടുകോടിക്ക് മുകളിലുള്ള മുതലുണ്ടാകും. പാപ്പന്റെ വിവരണം കേട്ടപ്പോൾ വിശ്വസിച്ചുകൊണ്ട് ഇറങ്ങിപുറപ്പെട്ടതാണ് ജോയിച്ചൻ. പെർമിറ്റും ലോറികളും മറ്റും മരം നൽകുന്ന പാർട്ടി ശരിപ്പെടുത്തി ജോയിച്ചന്റെ തടിമില്ലിൽ ഇറക്കികൊടുക്കും. അങ്ങനെയാണ് പതിവ്. ഇതും അങ്ങനെതന്നെ എന്നാണ് പാപ്പൻ പറഞ്ഞിട്ടുള്ളത്. എന്നാൽ ഇതുവരെയും ചെയ്തതിൽ വെച്ച് എറ്റവും വലിയ കച്ചവടമായിരുന്നു ഇത്. മാക്സിമം അഞ്ചുലക്ഷത്തിന്റെ ക്യാഷ് കൈയ്യിൽ കരുതുന്ന കച്ചവടമാണ് ജോയിച്ചൻ അന്നുവരെയയും ചെയ്തുവന്നത്.

ജോയിച്ചന് പാപ്പനെ വിശ്വാസമായിരുന്നു. പല സന്ദർഭങ്ങളിലും പാപ്പൻ അയാളുടെ വിശ്വാസം കൈകളിലെടുക്കാൻ കഴിയും വിധം പെരുമാറിയിട്ടുണ്ട്. അതുകൊണ്ടുതന്നെ പാപ്പൻ എന്തുപറഞ്ഞാലും ജോയിച്ചൻ മറിച്ചൊന്നും പറയില്ല. ഈ കച്ചവടവും അങ്ങനെതന്നെ. എന്നാൽ ദുഷ്ടലാക്കോടെ പാപ്പൻ കെട്ടിച്ചമച്ച നുണക്കച്ചവടമായിരുന്നു ഇതെന്ന് ജോയിച്ചൻ അറിഞ്ഞിരുന്നില്ല.

അതിനിഗൂഢമായ വനത്തിലൂടെ ജോയിച്ചനെയുംകൊണ്ട് പാപ്പൻ നടന്നു. ചെങ്കുത്തായതും ഇടുങ്ങിയതുമായ കാട്ടുവഴികളും കല്ലും മുൾപടർപ്പുകളും താണ്ടിയുള്ള നടത്തം. അപ്പോൾ നോക്കിയാൽ കാണുന്ന ദൂരത്തിൽ ഒരു നദി ഒഴുകുന്നതായി കണ്ടു. അതിന്റെ

കരയിലെവിടെയോ ആകും തനിക്ക് ലഭിക്കേണ്ട കോടികളുടെ മരം ഉള്ളത് എന്ന് കരുതി ജോയിച്ചൻ. മുന്നേയും പാപ്പന്റെ കൂടെ ജോയിച്ചൻ ഇങ്ങനെ നടന്നിട്ടുണ്ട്. അതുകൊണ്ടുതന്നെ അയാളിൽ ഒരു വിധത്തിലുള്ള സംശയവും ഉണ്ടായില്ല.

കാട്ടുകള്ളന്മാർ മരം മുറിച്ചു വിൽക്കുന്നത് ഇത്തരം നിഗൂഢ വനങ്ങൾക്കുള്ളിലാണ്. മുറിച്ചിട്ട മരങ്ങൾ ആ നദിയിലൂടെ മറ്റൊരു കരയിലെത്തിക്കും. അവിടെ നിന്നും ലോറികളിൽ കയറ്റി കൊണ്ടു പോവുകയാണ് പതിവ്. ഫോറസ്റ്റുകാരും പൊലീസും ആരും ആ പ്രദേശത്തേക്ക് വരില്ല. ഭരണ പ്രതിപക്ഷ നേതാക്കന്മാരും അധികാരി കളും എല്ലാവരും അറിഞ്ഞുകൊണ്ടുതന്നെയാണ് ഈ വനം കൊള്ള നടക്കുന്നത്. അവർക്കൊക്കെയും അവരവരുടേതായ വിഹിതം കൃത്യ മായും കാട്ടുകള്ളന്മാർ കൊടുക്കും. ചെക്കുപോസ്റ്റിലെ ഉദ്യോ ഗസ്ഥർക്കും വില്ലേജിലെയും പഞ്ചായത്തിലെയും ജീവനക്കാർക്കും അതിൽ വിഹിതമുണ്ട്. അതുകൊണ്ട് പെർമിറ്റും പാസ്സും ഒന്നും തടസ്സമില്ലാതെ ശരിയാകും. അവർ ചോദിക്കുന്ന ലക്ഷങ്ങൾ റെഡി ക്യാഷ് ആയി കാട്ടിൽവെച്ചുതന്നെ കൊടുക്കാൻ കഴിയുന്ന ധൈര്യവും വിശ്വാസവുമുള്ള പാർട്ടിയെയാണ് കാട്ടുകള്ളന്മാർക്ക് ആവശ്യം. അത്തരം ധൈര്യശാലികളിൽ ഒരാളാണ് ജോയിച്ചൻ. അത് പാപ്പ നോടുള്ള വിശ്വാസം കൊണ്ടുമാത്രമാണ്.

ആ വിശ്വാസത്തിന്റെയും ജീവിതത്തിന്റെയും ഒടുക്കമായിരുന്നു അന്ന് സംഭവിച്ചത്.

രണ്ടുദിവസം കഴിഞ്ഞപ്പോൾ പാപ്പൻ നാട്ടിലെത്തി. അന്വേഷ ണങ്ങൾ പലവഴിക്കും നീങ്ങി. പൊലീസ് പാപ്പനേയും ചോദ്യം ചെയ്തു.

''ജോയിച്ചൻ മുതലാളിയെ കാത്തുകൊണ്ട് കുറേ ദിവസം ഞാൻ തൂത്തുകുടിയിൽ നിന്നു. കാണാതായപ്പോളാണ് ഇങ്ങോട്ടുവന്നത്. ഇവിടെ വന്നപ്പോഴാണ് ആളെ കാണാനില്ലെന്ന് അറിയുന്നത്.''

പാപ്പൻ മൊഴിനൽകി.

തൂത്തുകുടിയിൽ മൈസൂരും തുടങ്ങി ജോയിച്ചൻ പോകാവുന്ന എല്ലാ സ്ഥലങ്ങളിലും പൊലീസ് അന്വേഷണം നടത്തി. കൊടും കാടിന്റെ ചതുപ്പിൽ ആണ്ടുപോയ ജോയിച്ചനെ കുറിച്ച് പിന്നീ ടാർക്കും ഒരുവിവരവും ഉണ്ടായില്ല. അത് ഇന്നുവരെയും രഹസ്യമായി തന്നെയിരുന്നു. എന്നാൽ ഇന്ന് കടലപ്പാപ്പൻ ആ രംഗങ്ങളൊ ക്കെയും ഒന്നുകൂടി കണ്ടു, അതിൽനിന്നും ഒരു നിമിഷംപോലും വിട്ടുപോകാതെ. അപ്പോൾ ചിറകുകളുള്ള കുതിരകൾ വലിക്കുന്ന

ആ സ്വർണ്ണ രഥം ജോയിച്ചനെയും മറ്റുള്ളവരെയും കൊണ്ട് അതിവേഗം കടന്നുപോയി.

കടലപ്പാപ്പന്റെ ആത്മാവിനെയും ശരീരത്തെയും അൽപ്പാൽപ്പമായി തിന്നുതീർത്തുകൊണ്ട് മരണം അതിന്റെ ജോലി തുടർന്നു. ഇപ്പോൾ രണ്ടു കാൽമുട്ടുകൾക്ക് മുകളിൽവരേയും ആ ചുണ്ടനെലികൾ കരണ്ടു തീർത്തിരിക്കുന്നു. അസഹ്യമായ വേദനയാൽ പാപ്പൻ പുളഞ്ഞുകൊണ്ടിരുന്നു.വേർപ്പെടുന്ന ആത്മശകലങ്ങൾ കുറേശ്ശെ കുറേശ്ശെ ഒന്നുചേർന്നുകൊണ്ട് അതിന്റെ പൂർണ്ണരൂപം പ്രാപിക്കുവാൻ ശേഷിക്കുന്നവയ്ക്കുവേണ്ടി പാപ്പന്റെ മുകളിൽ കാത്തുനിന്നു.

അനില

കോളേജ് ബസ്സിൽനിന്നും കൂട്ടുകാരോട് കളിചിരിയും തമാശയും പറഞ്ഞിറങ്ങി വീട്ടിലേക്ക് കയറുമ്പോഴായിരുന്നു അനില തന്റെ വീടിന്റെ ഗേറ്റിനുമുന്നിൽ വലിച്ചുകെട്ടിയ ആ ബാനർ കണ്ടത്. തൊണ്ടയിൽ കുരുങ്ങിയ അക്ഷരങ്ങളുമായി അവൾ അത് വായിച്ചു തീർത്തു.

'പൊതുജനശ്രദ്ധയ്ക്ക്,

സെക്യൂരിറ്റിസൈസേഷൻ & റീ കൺസ്ട്രക്ഷൻ ഓഫ് ഫിനാൻഷ്യൽ അസറ്റ്സ് & എൻഫോസ്മെന്റ് ഓഫ് സെക്യൂരിറ്റി ഇന്ററസ്റ്റ് ആക്ട് പ്രകാരം ഈ വസ്തുവും വീടും കടല ഫിനാൻസ് & ലീസ് ഏറ്റെടുത്തിരിക്കുന്ന വിവരം പൊതുജനങ്ങളെ അറിയിച്ചുകൊള്ളുന്നു.

ഈ വസ്തു കടല ഫിനാൻസ് & ലീസ് എന്ന സ്ഥാപനത്തിന്റെ സ്വത്ത് ആയതിനാൽ ഇതിലേക്ക് അതിക്രമിച്ചുകടക്കുന്നത് ശിക്ഷാർഹമാണ്.

എന്ന്,
ഓതറൈസ്ഡ് ഓഫീസർ'

വായിച്ചതും അനില തളർന്നുപോയി. കുറച്ചു ദിവസങ്ങളായി വീട്ടിൽ അവളും അച്ഛനും അമ്മയും അനിയനും അനിയത്തിയുമൊക്കെ ആകെ വിഷമത്തിലായിരുന്നു. കോളേജിൽ പോകാനും പഠിക്കാനുമൊന്നും അവൾക്ക് ഒരുന്മേഷവും ഉണ്ടായിരുന്നില്ല. പിന്നെ വീട്ടിൽ തൂങ്ങിയിരുന്ന് അമ്മയുടെയും അച്ഛന്റെയും ദുഃഖം കാണണ്ടല്ലോ എന്ന് കരുതിയാണ് അവൾ അന്ന് പോയത് തന്നെ.

കഠിനാധ്വാനിയായ അച്ഛൻ തങ്ങൾക്കുവേണ്ടി വീട് പണയപ്പെടുത്തി എടുത്ത ലോണിന്റെ തിരിച്ചടവ് വൈകുകയും പലിശയും കൂട്ടുപലിശയുമായി കടം വർദ്ധിക്കുകയും ചെയ്തതിന്റെ പേരിലുള്ള നടപടിയായിരുന്നു അത്. എന്നാൽ മുതലിലേക്കും പലിശയിലേക്കുമായി അയാൾ അടുത്തുതന്നെ കുറച്ചു സംഖ്യ അടിച്ചിരുന്നു. എന്നിട്ടും

ഇങ്ങനെ ഒരു മുന്നറിയിപ്പുമില്ലാതെ ജപ്തി നടപടി വന്നതിൽ അവളുടെ അച്ഛൻ അശോകൻ തകർന്നുപോയി.

കടം വീട്ടുന്നതിനായി രാവും പകലും ജോലിക്ക് പോയി വരികയായിരുന്നു അശോകൻ. കുറച്ചുകാലം ഗൾഫിലായിരുന്നു. പെട്ടെന്നുള്ള ജോലിനഷ്ടം പല പ്രതീക്ഷകളുടെയും സ്വപ്നങ്ങളുടെയും മേൽ കരിനിഴൽ വീഴ്ത്തി. വീണ്ടും തിരിച്ചുപോകാനാകുമെന്ന പ്രതീക്ഷയിൽ കാത്തിരിപ്പാണെങ്കിലും അതുവരെയും വെറുതെയിരിക്കാൻ അയാൾ തയ്യാറായില്ല. ചുമലിൽ എടുത്താൽ പൊന്താത്ത ഭാരങ്ങളുണ്ട്. അതൊക്കെയും ഇറക്കിവെക്കണം.

ജീവിതത്തിൽ ആകെ ഉണ്ടാക്കാൻ കഴിഞ്ഞത് ഒരു കൊച്ചു വീടു മാത്രമാണ്. അതുതന്നെയായിരുന്നു അയാളുടെ സ്വർഗ്ഗവും. പെണ്മക്കൾ മൂന്നുണ്ട്. ഒരു കൊച്ചു മകനും. അവർക്ക് സ്വസ്ഥവും സുരക്ഷിതവുമായി ചുരുണ്ടുകൂടിക്കിടക്കാൻ ഒരിടം ഉണ്ടായി എന്നോർക്കുമ്പോൾ പ്രവാസത്തിന്റെ പ്രയാസത്തിലും അയാൾക്ക് വലിയ ആശ്വാസമായിരുന്നു.

എങ്കിലും കടല ബാങ്കിൽ നിന്നെടുത്ത പണം തിരിച്ചടച്ചുകഴിഞ്ഞാലെ സമാധാനം ഉണ്ടാകൂ. അതുകൊണ്ടുതന്നെ ഗൾഫിൽ ഓവർ ടൈം ജോലി ചെയ്താണ് കടങ്ങൾ വീട്ടിക്കൊണ്ടിരുന്നത്.

ഇപ്പോൾ ഇവിടെയും ഓവർ ടൈം തന്നെ. എങ്കിലും മകളുടെ പഠിപ്പും മറ്റു ആവശ്യങ്ങളും ഒരു കുറവും കൂടാതെ നിർവഹിച്ചുവന്നു. മിടുക്കികളായി പഠിക്കുന്ന മക്കളുടെ ഭാവിയിലായിരുന്നു എറ്റവും ശ്രദ്ധ.

ജോലി നഷ്ടപ്പെട്ടു നാട്ടിൽ നിൽക്കേണ്ടി വന്നപ്പോൾ ശരിക്കും വിഷമിച്ചുപോയി. എങ്കിലും ഭാര്യയേയും മക്കളേയും ആ വിഷമം അറിയിച്ചില്ല. അതുകൊണ്ടുതന്നെ കഠിനാദ്ധ്വാനത്തിന്റെ വിയർപ്പിൽ ദിനരാത്രങ്ങൾ തള്ളിനീക്കി.

ഇവിടെ നിന്നുകൊണ്ട് ഇങ്ങനെ പണിയെടുത്താലൊന്നും ബാങ്കിലെ കടം വീട്ടാനാവില്ലെന്ന് അറിയാമായിരുന്നു. എത്ര അടച്ചാലും പിന്നേയും പലിശ ബാക്കി വരുന്ന കുതന്ത്രത്തിന്റെ ചതിക്കെണിയിൽ തലവെച്ചുപോയ ഖേദമുണ്ട്.

ഈ ജീവിതത്തിൽ നിന്നും എന്തെങ്കിലും ഒരു മാറ്റമുണ്ടാവണമെങ്കിൽ അത് ഗൾഫുകൊണ്ടുമാത്രമേ സാധിക്കൂ. എത്രയും പെട്ടന്ന് തിരിച്ചുപോയേ പറ്റൂ. അയാൾ കരുതി.

''തീരെ നിവർത്തിയില്ലെങ്കിൽ ഈ വീടും പറമ്പും വിൽക്കാം നമുക്ക്. ടൗണിനോട് ചേർന്ന കാരണം നല്ല വിലകിട്ടാതിരിക്കില്ല.''

ഭാര്യ അയാളെ ആശ്വസിപ്പിച്ചു.

''വേണ്ട, ഇനി ഇങ്ങനെ ഒരു സ്ഥലവും വീടും കിട്ടില്ല. എനി ക്കൊന്നു തിരിച്ചു പോകാനായാൽ ഈ കടവും കഷ്ടപ്പാടുമൊക്കെ തീരും.''

''നിങ്ങളിങ്ങനെ രാവും പകലും കഷ്ടപ്പെടുന്നതുകാണുമ്പോൾ സഹിക്കണില്ല, അതുകൊണ്ടുപറഞ്ഞതാണ്, ഇഷ്ടമുണ്ടായിട്ടല്ല.''

''എല്ലാം ശരിയാകും, അനിലയെ അവളുടെ ഇഷ്ടത്തിന് പഠി പ്പിച്ചു വലിയ ആളാക്കണം. എന്റെ പൊന്നുമോളിങ്ങനെ എല്ലാറ്റിലും എ പ്ലസ് വാങ്ങി പഠിക്കുന്നതുകാണുമ്പോൾ വല്ലാത്ത അഭിമാന മുണ്ട്. ഭാഗ്യം ചെയ്ത അച്ഛനാണു ഞാൻ.''

''വല്ല്യ വല്ല്യ പണക്കാരുടെ മക്കളൊക്കെ പഠിക്കുന്ന പഠിപ്പല്ലേ ഇത്. ഞാൻ പറഞ്ഞതാ അവളോട് ചെറിയ വല്ല കോർസും എടുത്താ മതീന്ന്. ഇതിപ്പോ ഫീസിന് തന്നെ എത്ര രൂപ വേണം? ഈ മാസം കഴിയാറായി, അടുത്ത മാസം കോളേജ് ഫീസും ബസ്സിന്റെ ഫീസും കൊടുക്കണം. എവിടെന്നെടുത്ത് കൊടുക്കാനാ നമ്മൾ?''

''നീ വിഷമിക്കണ്ട, മോളുടെ കാര്യം ഞാൻ ശരിയാക്കും. ഫീസു കൊടുത്തില്ലങ്കിൽ അതെന്റെ കുട്ടിക്ക് നാണക്കേടാണ്.''

''പാവം എന്റെ മോളു, പഠിക്കാനെന്തൊരു മിടുക്കിയാ, എന്നിട്ടും...''

ഭാര്യ നെടുവീർപ്പിട്ടു.

''എങ്ങനെയെങ്കിലും ഇവിടുന്ന് പോകണം. എന്നാലേ എല്ലാം നടക്കൂ, വിസ റെഡിയാക്കാമെന്ന് മുഹമ്മദ്ക്ക വാക്ക് പറഞ്ഞിട്ടുണ്ട്. അതുമാത്രമേ എനിക്ക് പ്രതീക്ഷയുള്ളൂ. അതുവരെ കാത്തിരിക്കാം. മുഹമ്മദ്ക്കയല്ലാതെ വേറെ ആരുണ്ട് നമുക്ക്?''

''ഇങ്ങനെ കടങ്ങൾ നീണ്ടുപോയാൽ പിന്നെ... പെട്ടന്നങ്ങാനും വല്ല ജപ്തിയോ മറ്റോ വന്നാൽ മക്കളേം കൊണ്ട് നമ്മൾ എങ്ങോട്ടു പോകും.''

''അങ്ങനെ ഒന്നും പറയല്ലേ നീ, വിഷമിക്കാതിരിക്ക് എല്ലാം ശരി യാകും.''

മക്കളുടെ ഫീസും ബാങ്കിലെ കടവും വീട്ടിലെ ചെലവുകളും എല്ലാം കൂടി നിങ്ങളിങ്ങനെ കഷ്ടപ്പെട്ടിട്ടും ഒന്നിന്നും എത്തുന്നില്ലല്ലോ എന്നോർക്കുമ്പോൾ ഞാനും വല്ല കൂലിപ്പണിക്കും പോയാലോ എന്ന് ആലോചിക്കുകയാണ്.''

''അശ്വതീ... അങ്ങിനയൊന്നും പറയല്ലേ നീ, മക്കൾ കേൾക്കു മെന്നെങ്കിലും വിചാരിക്ക്.''

''ഇന്ന് ഞാൻ ഹെൽത്ത് സെന്ററിൽ പോയപ്പോ മീനാക്ഷിയെ കണ്ടിരുന്നു, നമ്മള് ലോണെടുത്ത ആ ബാങ്കിൽ ജോലിയുള്ള

മീനാക്ഷി. അവള് പറയാ, എങ്ങനെയെങ്കിലും കുറച്ചു പണം വേഗം കൊണ്ടുപോയി അടയ്ക്കാൻ. വീഴ്ച വന്ന ലോണുകളിൽ നടപടി എടുക്കാൻ പോകുന്നവരുടെ ലിസ്റ്റ് ഉണ്ടാക്കുന്നുണ്ടത്രേ, അതിൽ നമ്മുടെ പേരുണ്ടാകുമോന്നാ എന്റെ പേടി. ഇതുവരെ ഒന്നും കണ്ടിട്ടില്ലന്നാ അവള് പറഞ്ഞത്. അങ്ങനെയെന്തെങ്കിലും ഉണ്ടായാൽ പിന്നെ ആത്മഹത്യ ചെയ്യല്ലാതെ വേറെന്താ വഴി?''

അശോകൻ അവളുടെ വായ പൊത്തിപ്പിടിച്ചു.

''എന്താ ഇത്, കുട്ടികൾ കേൾക്കില്ലേ... എന്നെ ആശ്വസിപ്പിക്കേണ്ട ആളാണോ ഇങ്ങനെ പറയുന്നത്.''

അയാൾ ഒന്നുവിതുമ്പി. കണ്ണുകൾ നിറഞ്ഞു.

അവൾ അയാളുടെ മാറിൽ തല ചേർത്തുവെച്ചു.

''മനസ്സിന്റെ ദണ്ണംകൊണ്ടുപറഞ്ഞുപോയതാ, ക്ഷമിക്ക്.''

അവളും കണ്ണീർ വാർത്തു.

തൊട്ടപ്പുറത്തിരുന്നു പഠിക്കുകയായിരുന്ന അനിലയുടെ കാതുകളിൽ ആ വാക്കുകൾ വന്നലച്ചു. അവൾ സ്തബ്ധയായി.

''അമ്മപോലും ആത്മഹത്യയെക്കുറിച്ചു പറയുന്നു. ദൈവമേ എന്തൊരു നാശത്തിലേക്കാണ് ഞങ്ങൾ പോകുന്നത്?''

അവൾ ആത്മഗതം ചെയ്തു.

''വേണ്ടായിരുന്നു, ഇങ്ങനെ ഒരു കോഴ്സും കോളേജുമൊന്നും ഞാൻ ആഗ്രഹിക്കാൻ പാടില്ലായിരുന്നു. അതുകൊണ്ടുകൂടിയല്ലേ പാവം അച്ഛനിങ്ങനെ കഷ്ടപ്പെടുന്നത്. ദിവസവും കുറച്ചുസമയമാണ് അച്ഛൻ ഉറങ്ങുന്നത് തന്നെ.''

അച്ഛന്റെ പ്രയാസങ്ങൾ കാണുമ്പോൾ അവൾ ഓർക്കും, നന്നായി പഠിച്ച് പാസ്സായി നല്ലൊരു ജോലിയിൽ കയറിയിട്ട് വേണം കുടുംബത്തെ കരകയറ്റാൻ. പിന്നെ ഓർക്കും വേണ്ട, ഇങ്ങനെ പഠിച്ചുകൊണ്ട് കോഴ്സ് പൂർത്തീകരിക്കാൻ സാധിക്കുമെന്ന് തോന്നുന്നില്ല. പാവം അച്ഛനെ ഞാനും കഷ്ടപ്പെടുത്തുകയാണ്. സമാധാനമായി കിടന്നുറങ്ങാനുള്ള വീടാണ് ആദ്യം സ്വതന്ത്രമാകേണ്ടത്.അതിന് പഠിപ്പ് നിർത്തണം. എന്നിട്ട് വേറെ എന്തെങ്കിലും ഫീസ് കുറഞ്ഞ കോഴ്സ് ചെയ്യണം. അല്ലെങ്കിൽ ഉള്ള പഠിപ്പുകൊണ്ട് കിട്ടാവുന്ന ജോലി ചെയ്യണം. ഫീസുകൊടുക്കുന്ന സംഖ്യ കൂടിയുണ്ടെങ്കിൽ ബാങ്കിൽ അടച്ചു കടം തീർക്കാമല്ലോ. ഒരിക്കൽ അമ്മയും അതുപറഞ്ഞതാണ്.

മനസ്സിന്റെ തീരുമാനം ഒരിക്കൽ അച്ഛനോട് പറഞ്ഞപ്പോൾ തന്നെ ചേർത്തുപിടിച്ച് ശിരസ്സിൽ ഉമ്മവെച്ചുകൊണ്ട് അച്ഛൻ പറഞ്ഞ വാക്കുകൾ അവളോർത്തു.

“അച്ഛാ, അച്ഛനിങ്ങനെ കഷ്ടപ്പെടുന്നതുകാണുമ്പോൾ എനിക്ക് സഹിക്കുന്നില്ല. ഞാനുടനെ എന്തങ്കിലും ജോലിക്ക് പോകും. എന്നിട്ട് വേണം എനിക്കെന്റെ അച്ഛനെ സഹായിക്കാൻ.”

“മോളെ, അങ്ങനെ എന്തങ്കിലും ജോലിക്കൊന്നും എന്റെ കുട്ടി പോകണ്ട. പഠിപ്പിനൊത്ത നല്ല ജോലിതന്നെ എന്റെ മോൾക്ക് കിട്ടും. ഇപ്പോൾ അച്ഛന്റെ മോള് മിടുക്കിയായി പഠിച്ചാൽ മതി. ഇതൊന്നും സാരമില്ല, അച്ഛനില്ലേ നിങ്ങളുടെ കൂടെ?”

നന്നായി പഠിക്കുന്ന മിടുക്കികുട്ടിയായിരുന്നു അവൾ. പത്തിലും പ്ലസ് ടു വിനും ഫുൾ എ പ്ലസ് വാങ്ങിച്ചു. സ്കൂളിന്നും ആ ഗ്രാമത്തിനും അവൾ അഭിമാനമായിരുന്നു. ആദരങ്ങളും പാരിതോഷികങ്ങളും അവൾക്ക് നൽകികൊണ്ട് ഗ്രാമം അവളുടെ വിജയങ്ങളെ സ്വീകരിച്ചു. അച്ഛനും അമ്മയും അതിൽ അഭിമാനിച്ചു. കവലകളിലും വഴികളിലും അവളുടെ ഫ്ളക്സുകൾ വെച്ചു. അങ്ങനെ നാടിന്റെ അഭിമാനമായി മാറി ആ മിടുക്കിക്കുട്ടി.

വീട്ടുപടിക്കൽ ബാങ്ക് കൊണ്ടുവന്നു കെട്ടിയ ജപ്തി ബാനർ കണ്ടപ്പോൾ അവളുടെ മിടുക്കും പഠിപ്പും വഴിമാറി. മനസ്സിന്റെ

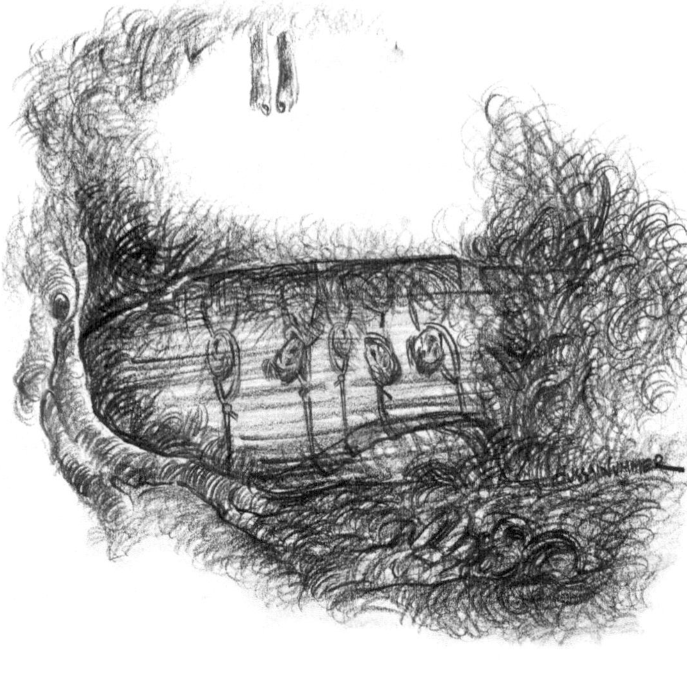

ദുർബലമായ നിമിഷങ്ങളിലൂടെയായിരുന്നു അവളപ്പോൾ കടന്നു പോയിരുന്നത്. ഇനിയെന്തൊക്കെയാണ് എന്റെ വീട്ടിൽ സംഭവിക്കുക. അമ്മയുടെ വാക്കുകൾ അവളുടെ കാതിൽ മുഴങ്ങിത്തുടങ്ങി.

''അങ്ങനെയെന്തെങ്കിലുമുണ്ടായാൽ പിന്നെ ആത്മഹത്യയല്ലാതെ വേറെന്താ വഴി. അവളോട് ഞാൻ പറഞ്ഞതാ പണച്ചിലവില്ലാത്ത വല്ല കോഴ്സും പഠിച്ചാമതീന്ന്.''

''ഇനി ഞാനെങ്ങനെ പഠിക്കും? എവിടെ താമസിക്കും? കൂട്ടുകാരുടെ മുഖത്തെങ്ങനെ നോക്കും?''

അവളുടെ കുഞ്ഞുമനസ്സിൽ ആശങ്കകളും നിസ്സഹായതകളും നിറഞ്ഞു. ഗൾഫുകാരന്റെ മകളാണെന്നാണ് തന്നെക്കുറിച്ച് കൂട്ടുകാർക്ക് കോളേജിൽ പറച്ചിൽ. നല്ല വസ്ത്രവും കോളേജ് ബസിലെ യാത്രകളും പോക്കറ്റ് മണിയും കാണുമ്പോൾ കൂട്ടുകാർക്ക് അത്രയല്ലേ അറിയൂ. കാണാൻ മോശമല്ലാത്ത വീടും. പാവം അച്ഛന്റെ വിയർപ്പല്ല, മറിച്ച് രക്തത്തുള്ളികളാണ് ഈ മകളുടെ അന്തസ്സും പഠിപ്പുമെന്ന് തനിക്കല്ലേ അറിയൂ. അവളുടെ ചിന്തകൾ കാടുകയറി. ക്രമേണ കണ്ണിൽ ഇരുട്ട് കയറിത്തുടങ്ങി. കൂരാകൂരിരുട്ട്. ഇരുട്ടിൽ വെളിച്ചമായി തെളിഞ്ഞതോ അനന്തമായ ഒരു വഴിയായിരുന്നു. അവൾ അതിലൂടെ നടന്നു. വീട്ടിലേക്ക് കയറിയില്ല. നേരെ വടക്കുഭാഗത്തെ ഒഴിഞ്ഞ പറമ്പിലേക്ക് ധൃതിയിൽ ചലിച്ചു. അവിടുത്തെ ചക്കരമാവിൽ അനുജനുണ്ണിക്ക് ഊഞ്ഞാൽ കെട്ടിയ കയറഴിച്ചു കഴുത്തിൽ കുരുക്കി. ഒരറ്റം മുകളിലെ ചില്ലയിൽ കെട്ടി നിലത്തേക്ക് ഒറ്റകുതിക്കൽ. എല്ലാം പെട്ടെന്നായിരുന്നു. കുറച്ചൊന്നു പിടഞ്ഞു. പിന്നെ ഉടൽ നിശ്ചലമായി. കയറിന്റെ ആട്ടം നിൽക്കുംവരേയും മാവിന്റെ കൊമ്പിൽ ആടിക്കൊണ്ടിരുന്നു ആ കുഞ്ഞു മോഹം.

ദിവസങ്ങൾ പിന്നിടവേ മകൾപോയ ദുഃഖം സഹിക്കാനാവാതെ അശോകനും ഭാര്യയും ശേഷിക്കുന്ന കുഞ്ഞുങ്ങളെയും കൊന്നിട്ട് ആത്മഹത്യ ചെയ്തു. രാജ്യത്തെ ആകമാനം നടുക്കിയ വലിയൊരു സംഭവമായിരുന്നു അത്. എന്നാൽ കടലപ്പാപ്പൻ മാത്രം നടുങ്ങിയില്ല.

പാപ്പൻ മരണത്തിന്റെ കാഴ്ചകൾക്കായി തുറന്നുപിടിച്ച കണ്ണുകൾ കുറച്ചുകൂടി മിഴിച്ചു. അനിലയുടെയും അശോകന്റെയും മറ്റുമക്കളുടെയും മരണങ്ങൾ കണ്ട് കണ്ണുകൾ പുറത്തേക്ക് തള്ളുമാറ് അയാൾക്കത് വിശ്വസിക്കാൻ കഴിയാത്തതായിരുന്നു. വിശ്വസിച്ചേ മതിയാകൂ. പണത്തിനോടുള്ള തന്റെ ഒടുങ്ങാത്ത ആർത്തി അടയാളപ്പെടുത്തിയ ധാരാളം രംഗങ്ങളിൽ ഒന്നുമാത്രമായിരുന്നു അത്.

ഏതാനും ദിവസങ്ങൾക്കുമുമ്പ് അശോകൻ പാപ്പന്റെ വീട്ടുപടിക്കൽ ചെന്നിരുന്നു. ബാങ്ക് നടപടി സ്വീകരിക്കുന്നവരുടെ പട്ടികയിൽ അശോകന്റെ വസ്തുവിന്റെയും വിവരങ്ങൾ ഉണ്ട് എന്നറിഞ്ഞപ്പോൾ.

''മുതലാളി, എനിക്ക് കുറച്ചുകൂടി സമയം തരണം. ഞാൻ ഉടനെ ഗൾഫിലേക്ക് തിരിച്ചുപോകുന്നുണ്ട്. പെട്ടെന്ന് വിസ ശരിയാകും. കടങ്ങൾ പലിശയടക്കം ഞാൻ വീട്ടിക്കൊള്ളാം. അതുവരെ ദയവു ചെയ്ത് നടപടിയൊന്നും ഉണ്ടാകരുത്.''

പാപ്പൻ ഒന്നു ചിരിച്ചു. എന്നിട്ട് അതിനൊന്നും മറുപടി പറഞ്ഞില്ല. പകരം പറഞ്ഞത് മറ്റൊന്നായിരുന്നു.

''അശോകാ, നിന്റെ മോള് വലുതായി വല്യപെണ്ണായല്ലോടാ. നല്ല പഠിപ്പുമുണ്ടല്ലോ. മതി ഇനി പഠിച്ചത്. നീ അവളെ എന്റെ കമ്പനിയിലോട്ട് പറഞ്ഞുവിട്. അവൾക്ക് പറ്റിയ ഒരു ജോലി ഞാൻ കൊടുത്തോളാം. നല്ല ഉയർന്ന ശമ്പളവും.''

അശോകൻ ഒന്നും മിണ്ടിയില്ല.

''പിന്നെ ഇവിടെ ഇപ്പോ വീട്ടില് അകത്തെ പണിക്കൊന്നും വൃത്തിയും വെടിപ്പുമുള്ള പെണ്ണുങ്ങളാരുമില്ല. നിന്റെ പെണ്ണിനോട് ഇവിടെ വന്ന് നിൽക്കാൻ പറ. ഒരു സഹായത്തിന്. അമ്മയ്ക്കും മോൾക്കും കൂടി ശമ്പളവകയിൽ നല്ലൊരു സംഖ്യ തന്നെ മാസം തികയുമ്പോൾ ഞാൻ കൊടുക്കാം. കിമ്പളം വേറെയും. കൂടാതെ നിനക്ക് ആവശ്യമായ ഒരു വിസയും ജോലിയും പെട്ടെന്ന് ഞാൻ ശരിയാക്കിത്തരാം. നീ ഗൾഫിലേക്ക് പൊയ്ക്കോ. എന്നിട്ട് നീ അവിടെ തന്നെ നിന്നാമതി, അതാ നല്ലത്. നിന്റെ ആധാരവും രേഖകളുമൊക്കെ ഞാൻ തിരിച്ചു തന്നേക്കാം. എന്താ, നീ ആലോചിക്ക്. ഇല്ലെങ്കിൽ ആ വീടും പറമ്പും ഞാനിങ്ങെടുക്കും.''

എല്ലാം കേട്ടുനിന്ന അശോകൻ ഒന്നും പറയാതെ തിരിഞ്ഞു നടന്നു. അല്ലെങ്കിലും എന്തുപറയാൻ. ആരോടുപറയാൻ...?

ഒരു കുടുംബത്തെ ഒന്നടങ്കം കൊന്നുതള്ളിയ ദ്രോഹിയാണു ഞാൻ. ഇന്നവരൊക്കെയും മോക്ഷം പ്രാപിച്ചവരായി തനിക്കുമുന്നിൽ വന്നുനിന്നു ചിരിക്കുന്നു. വിവിധ വർണ്ണ തേരുകളിൽ അവരൊക്കെയും സന്തോഷത്തോടെ വരുന്നു പോകുന്നു. ഇങ്ങനെ ഒരു കാഴ്ചയും വേദനയും ഞാനൊരിക്കലും പ്രതീക്ഷിച്ചിരുന്നുമില്ലല്ലോ.

''ഓ എന്റെ നാശമേ...'' എന്നുവിളിച്ചുകൊണ്ടയാൾ അലറിപ്പിടക്കാൻ ശ്രമിച്ചെങ്കിലും ഒന്നിനും കഴിയാത്ത നിശ്ചലാവസ്ഥ അയാളെ കൂടുതൽ വേദനിപ്പിച്ചു. ശരീരം പശയിൽ ഒട്ടിക്കിടക്കുന്നതായാണ് തോന്നിയത്. ഒന്ന് ഇളകാൻ പോലും കഴിയുന്നില്ല.

പെട്ടെന്നാണ് ഇരുട്ട് കട്ടകുത്തിവന്നത്. പൂർണ്ണമായും ശ്യൂന്യമായ ഇരുട്ടു മാത്രം. മരണം ശരീരത്തെയും ആത്മാവിനെയും കൊത്തിപ്പെറുക്കികൊണ്ട് മുന്നോട്ടു പോയിക്കൊണ്ടിരുന്നു. കുറച്ചുകഴിഞ്ഞപ്പോൾ പല ദിക്കുകളിൽനിന്നും അഗ്നിനാളങ്ങൾ ഉയർന്നുതുടങ്ങി. ക്രമേണ അത് വലിയൊരു അഗ്നികുണ്ഠമായി ആളിപ്പടർന്നു. അതിലെ ഇന്ധനമായി കത്തുന്നത് കടലപ്പാപ്പൻ സമ്പാദിച്ച പണവും സ്വർണ്ണവും വിലപിടിപ്പുള്ള രേഖകളും ആധാരങ്ങളുമായിരുന്നു. അധികം വൈകാതെ ആരോ വിളിച്ചുപറഞ്ഞു.

''പാപ്പൻ,

ഇതാണ് നിന്റെ നിത്യവാസത്തിനായി നാം ഒരുക്കിവെച്ചിരിക്കുന്ന എറ്റവും ചെറിയ സങ്കേതം. വേറെയുമുണ്ട്. ഇതിനായിട്ടായിരുന്നുവല്ലോ നീ ജീവിച്ചത്.''

ഇട്ടിപ്പുറം കൊച്ചുലോന

ഇട്ടിപ്പുറം തറവാടിന്റെ അടിവേര് മാന്തിയെടുക്കാനുള്ള തീരുമാന ത്തിലായിരുന്നു കടല പാപ്പൻ.

കൊച്ചുലോനയുടെയും മക്കളുടെയും നാശം കാണണം അയാൾക്ക്. പണ്ട് അവരൊക്കെ ചേർന്ന് ആ തറവാടിന്റെ പൂമുഖത്തിട്ട് പാപ്പനെ തല്ലിച്ചതച്ചപ്പോ തീരുമാനിച്ചതായിരുന്നു അത്. അതിനുവേണ്ടി പല പല തന്ത്രകുതന്ത്രങ്ങളുമൊരുക്കി കാത്തിരുന്നു. പണവും സ്വാധീ നവും ഉപയോഗിച്ചുകൊണ്ടുള്ള കളികളായിരുന്നു എല്ലാം.

ഇത്തിരി വളഞ്ഞ വഴിയിലാണെങ്കിലും ഇട്ടിപ്പുറം കുടുംബത്തിൽ തന്നെയാണ് പാപ്പനും പിറന്നതെന്ന ബോധം എന്നും പാപ്പന്റെ ഉള്ളിലുണ്ടായിരുന്നു. എങ്കിലും മറ്റുള്ളവരെപോലെ പേരിന്റെ കൂടെ ഇട്ടിപ്പുറം ചേർക്കാൻ പാപ്പന് അവകാശം ഉണ്ടായിരുന്നില്ല. സ്കൂളിൽ അങ്ങനെ ചേർത്തപ്പോഴാണ് ആദ്യമായി അതിനെ ചൊല്ലിയുള്ള പ്രശ്നങ്ങൾ ഉണ്ടായത്. അന്ന് ഇട്ടിപ്പുറം വല്ല്യലോന ജീവിച്ചിരിപ്പുണ്ടായി രുന്ന കാലമായിരുന്നു. അവർക്കത് വലിയ മാനക്കേടും നാണക്കേടും ഉണ്ടാക്കി. അയാൾ അരിശംകൊണ്ടു.

''ഡാ, തെമ്മാടിക്കുഴിക്കുണ്ടായവനെ, നിന്റെ പേരിന്റെ മുൻപിലും പിൻപിലുമൊക്കെ തെമ്മാടിക്കുഴിയിൽ എന്നു വെച്ചാമതി.''

ഇതും പറഞ്ഞുകൊണ്ട് വല്ല്യ ലോന കുലുങ്ങി ചിരിച്ചു. ആ ചിരിയിൽ പാപ്പന്റെ മനസ്സ് ഘനീഭവിച്ചു. അവകാശങ്ങൾക്കുവേണ്ടി തർക്കിക്കാനും ചോദിക്കാനുമൊന്നും പാപ്പൻ അശക്തനായ കാലമാ യിരുന്നല്ലോ അത്. അതുകൊണ്ടുതന്നെ ഉടനടി പേരിൽ നിന്നും ഇട്ടിപ്പുറം ഒഴിവാക്കി. എങ്കിലും നാട്ടിൽ അതിന്നും സംസാരവിഷയ മാണ്. എന്തേ അതിനു കാരണം എന്നു തിരക്കുന്നവരോട് പഴമക്കാർ ആ കഥ പറയും.

'അതായത് ഇന്നത്തെ കൊച്ചുലോനയുടെ അപ്പനായ വല്ല്യാലോന യുടെ അപ്പനായിരുന്ന ഇട്ടിലോനയുടെ പാരമ്പര്യവും തറവാടിത്തവും

അവകാശം പറഞ്ഞു വരാൻ തുടങ്ങിയാൽ നാട്ടിലെയും പുറം നാട്ടിലേയും പല പല പാവപ്പെട്ട കുടുംബങ്ങളിൽ നിന്നും ഒരു ജാഥയ്ക്കുള്ള ആളുണ്ടാവും. അത്രയ്ക്കും പരാക്രമിയായിരുന്നു ഇട്ടിലോന.

പാടത്തും പറമ്പിലും പണിക്ക് വരുന്ന പെണ്ണുങ്ങളിൽ ഇട്ടിലോനയ്ക്ക് ഇഷ്ടം തോന്നിയ പെണ്ണുങ്ങളെ അകക്കളത്തിലെ പണിക്ക് വിളിക്കും. അവൾക്ക് കെട്ട്യോനുണ്ടായാലും കുട്ട്യോളുണ്ടായാലും ഇനി കെട്ടിക്കാത്തതായാലും ശരി ഇട്ടിലോനയ്ക്ക് അവളെ അനുഭവിച്ചേ മതിയാകൂ. അതൊരു കാലമായിരുന്നു. നാട്ടിലെ പൊലീസും കോടതിയും ആദ്യവാക്കും അവസാനവാക്കും ഇട്ടിലോന മാത്രമായിരുന്ന ഒരു കാലം. അയാളോട് നേരെ നിന്ന് ചോദിക്കാനും പറയാനും സ്വന്തം കെട്ട്യോളും മക്കളുപോലും ധൈര്യപ്പെടാത്ത കാലമായിരുന്നു അത്. ആ നെഞ്ചോറപ്പിലും കരുത്തിലും ഇട്ടിപ്പുറത്ത് ഇട്ടിലോന കാട്ടിക്കൂട്ടിയ ധിക്കാരങ്ങളും പീഡനങ്ങളും ബലപ്രയോഗങ്ങളും കുറച്ചൊന്നുമല്ല. എതിർത്തവരാരും പിന്നെ ജീവിച്ചിരുന്നിട്ടില്ല. അടിയാന്മാരും കുടിയാന്മാരുമാണെങ്കിലും ആണത്തമുള്ളവന്മാർ ചിലരൊക്കെ ഇട്ടിലോനയോട് വഴക്കടിച്ചിട്ടുണ്ട്. പിന്നെ അവർ കായലിലോ കടലിലോ ചേറിലോ താഴ്ന്നുപോയി.'

അങ്ങനെ സംഭവിച്ച ഒരു പീഡനത്തിൽ നിന്നുണ്ടായ രണ്ടാം തലമുറയിലാണ് കടലപ്പാപ്പൻ പിറന്നത്. പാപ്പന്റെ അപ്പൻ വറീത് മരിക്കുന്നതിനുമുൻപ് അമ്മയോടൊരിക്കൽ പറയുന്നതായി പാപ്പൻ കേട്ടിട്ടുണ്ട്.

''എട്യേ... എന്റേം മോന്റേം രക്തം ഇട്ടിപ്പുറത്തേതാണ്. ഇന്നല്ലെങ്കിൽ നാളെ അത് സ്ഥാപിക്കണം. ആ എന്റെ ചെക്കാനൊന്നു വലുതാവട്ടെ, അവനത് ചെയ്തോളും.''

അന്നുതൊട്ടേ പാപ്പന്റെ കുഞ്ഞുമനസ്സിൽ പകയുടെ പുക പിടിച്ചു തുടങ്ങിയിരുന്നു. സ്കൂളും റേഷൻ കടയും പള്ളിയും പറമ്പുമൊക്കെ ഇട്ടിപ്പുറത്തുകാരുടേതായതിനാൽ അന്ന് അവർക്കെന്തും ആ നാട്ടിൽ സാധിക്കുമായിരുന്നു. ആ അധീശത്തവും സ്ഥാനവും സ്വാധീനവുമാണ് ഇന്ന് വർഷങ്ങൾക്കിപ്പുറം കടലപ്പാപ്പനിൽ വന്നുനിൽക്കുന്നത്. എങ്കിലും അതൊന്നും വകവെച്ചുകൊടുക്കാൻ കൊച്ചുലോനയും മക്കളും തയ്യാറല്ല.

പലരുടെ പേരിലും അഡ്രസ്സിലുമായി വാങ്ങിച്ചുകൂട്ടിയ ഇട്ടിപ്പുറം കൊച്ചുലോനയുടെയും മക്കളുടെയും കൈവശമുണ്ടായിരുന്ന ഭൂസ്വത്തും കടകളും സ്കൂളുമൊക്കെ ഇന്ന് പാപ്പന്റെ കയ്യിലാണ്. അങ്ങനെയൊക്കെ സംഭവിക്കാനുള്ള വഴികൾ തേടിയത് അതിക്രൂരവും നിന്ദ്യവുമായ തീരുമാനങ്ങളിലൂടെയും മാർഗ്ഗങ്ങളിലൂടെയുമായായിരുന്നു.

ആദ്യം കൊച്ചു ലോനയുടെ ചിറകുകൾ അരിയണം. അതിനുള്ള വഴികളാണ് പാപ്പൻ ആലോചിച്ചത്.

ആ രംഗങ്ങളും കാലങ്ങളുമൊക്കെ ഒന്നുപോലും വിട്ടുപോകാതെ ഇപ്പോൾ മരണം പാപ്പനെ കാണിച്ചുകൊണ്ടിരുന്നു.

ഒന്ന് കണ്ണടയ്ക്കാനും കാതടയ്ക്കാനും കരയാൻ പോലും കഴിയാതെ നിശ്ചലായി കിടന്നു പാപ്പൻ. തന്റെ ജീവിതയാത്രകളുടെ ഓരോ ഇരവുപകലുകളും എത്ര കണിശമായിക്കൊണ്ടാണ് രേഖപ്പെടുത്തിവെച്ചിരിക്കുന്നത്. പാതിരാത്രികളുടെ അന്ത്യയാമങ്ങളിലെ അതീവ സ്വകാര്യതകളിൽ പോലും താൻ ചെയ്തുകൂട്ടിയതൊക്കെയും പകൽപോലെ എത്ര വ്യക്തമായിട്ടാണ് കാണുന്നത്.

കൊന്നും കവർന്നും കട്ടും വെട്ടിച്ചും പറ്റിച്ചും ചതിച്ചും താൻ കാണിച്ചുകൂട്ടിയ ഒരു ജന്മത്തിന്റെ മുഴുവനും അനുഭവങ്ങളാണ് ഇന്ന് തന്നെനോക്കി പല്ലിളിക്കുന്നത്.

''നല്ലതെന്നു പറയാനൊന്നുമില്ലാത്ത പൂർണ്ണമായും ഉപദ്രവജന്മമായിരുന്നല്ലഡോ താൻ?''

വേർപ്പെട്ടുപോകുന്ന പാപ്പന്റെ ആത്മശകലങ്ങളിൽ നിന്നും പരിഹാസം ഉയർന്നു.

മരണത്തിന്റെ മന്ത്രണം ഇടയ്ക്കിടെ കാതുകളിൽ ഉയർന്നുതാഴുന്നുണ്ട്. അതൊരുതരം സൂചിക്കുത്തുപോലെ മൂർച്ചയുള്ളതാണ്. ഓരോ കാതിലും ഇടവിട്ടുകൊണ്ട് ഒരു കൊതുക് മൂളിപ്പോവുകയും പിന്നീടത് രണ്ടും നാലും എട്ടും പതിനാറും മുപ്പത്തിരണ്ടും അങ്ങനെ ക്രമേണ ആയിരവും പതിനായിരവും ലക്ഷവും കോടിയും കടന്നുപോകുന്ന എണ്ണങ്ങളുടെ ഭയാനകമായ കടലിരമ്പങ്ങളായി ആവർത്തിച്ചുകൊണ്ടിരുന്നു.

അതിന്റെ മൂർദ്ധന്ന്യത്തിൽ അതു താങ്ങുവാനാകാതെ രണ്ടു ചെവികളും ഭീകരമായ ശബ്ദത്താൽ പൊട്ടിപ്പോകുന്നു. പിന്നെ മഹാവിസ്ഫോടനങ്ങളുടെ കൊടുങ്കാറ്റടിക്കുന്നു. വീണ്ടും പതുക്കെ പതുക്കെ പൂർവ്വ സ്ഥിതി പ്രാപിക്കുന്നു.

ആ ഒറ്റ കൊതുക് മൂളിവരുന്നു.

പിന്നെയും പിന്നെയും...

എന്തൊരു നിസ്സഹായമായ അവസ്ഥയാണിത്.

സമ്പത്തും സന്താനങ്ങളും സ്വാധീനങ്ങളും ബന്ധങ്ങളും ഒന്നും ഒരു പ്രയോജനവും ചെയ്യാത്ത സുനിശ്ചിതമായ സമയമത്രെ ഇത്. ആ സമയത്തിന്റെ അനിശ്ചിതത്തിലാണ് മനുഷ്യൻ നല്ലവരും ചീത്തവരുമായി തരംതിരിക്കപ്പെടുന്നത്.

‘‘എവിടെ എന്റെ ബന്ധുമിത്രാദികൾ? എവിടെ കൂട്ടുപ്രമാണിമാർ?’’

ശവമെടുപ്പിനുമുമ്പ് പാപ്പനെ ഒന്നു കാണാൻ വന്നവരിൽ ചിലർ നെടുവീർപ്പയച്ചു.

‘കടല പാപ്പൻ മരിച്ചു’ എന്നു മാത്രമേ അവരൊക്കെയും പറയുന്നുള്ളൂ.

‘എപ്പോഴാ എടുക്കുന്നത്?’ എന്ന് ചോദിക്കുന്നുണ്ട് മറ്റു ചിലർ.

എന്നാൽ പാപ്പന്റെ ശവംപോലും കാണാൻ ഇഷ്ടപ്പെടാത്ത ചിലരുണ്ട് ആ നാട്ടിൽ അവർ പറഞ്ഞത്.

‘‘എന്തിനാ എടുക്കുന്നത്, ഈ മണ്ണുപോലും നശിക്കും, ശപിക്കും ആ പിശാചിനെ അടക്കിയാൽ.തെമ്മാടിക്കുഴികൾ പോലും കാർക്കിച്ചു തുപ്പും.’’

പാപ്പന്റെ കൂടെ നിന്നവർപോലും പറഞ്ഞു.

‘‘ദുഷ്ടൻ, ചത്തതുനന്നായി.’’

എല്ലാം കണ്ടും കേട്ടും കടലപ്പാപ്പനിൽ നിന്നും വേർപെടുന്ന ആത്മാവിന്റെ അംശങ്ങൾ തലകുനിച്ചുകൊണ്ടിരുന്നു.

അതാ, തന്റെ എതിരാളികളും ശത്രുക്കൾ പോലും വന്നിരിക്കുന്നു എന്റെ ശവം കാണാൻ. പലരും പൂർത്തീകരിക്കാത്ത കരാറുകൾ റദ്ദായി കിട്ടുമെന്ന സന്തോഷത്തിലാണ്. അതുവഴി അവർക്കുവന്നു ചേരുന്ന ലക്ഷങ്ങളും കോടികളും നിറഞ്ഞ കണക്കുകൾ നോക്കികൊണ്ടിരിക്കുകയാണ്.

പാപ്പന്റെ മനോഗതം അതുകണ്ടു.

ചീത്ത മരണത്തിന്റെ പിണിയാളുകൾ അവരെ ഏൽപ്പിക്കപ്പെട്ട ജോലി സാവകാശം തുടർന്നുകൊണ്ടിരുന്നു. രണ്ടുതുടയെല്ലുകളും കാർന്നുതിന്നുകൊണ്ട് മരണത്തിന്റെ ചുണ്ടെലികൾ മുന്നോട്ടു നീങ്ങി. അവയുടെ കൂർത്ത പല്ലുകൾ എല്ലുകൾ കരളുന്ന ശബ്ദം പാപ്പനു കേൾക്കാമായിരുന്നു. പാപ്പൻ വേദന കൊണ്ടുപുളഞ്ഞു. പക്ഷേ, ശരീരം ഇളകിയില്ല. ഇതാണ് കീഴ്പ്പെടൽ. പ്രതികരിക്കാനും മിണ്ടാനും കഴിയാതെ, കണ്ണൊന്നു അടച്ചുതുറക്കാൻ പോലും കഴിയാത്ത നിസ്സഹായമായ കീഴടങ്ങൽ. താൻ കീഴടങ്ങിയിരിക്കുന്നു. പാപ്പന് ബോധ്യമായി.

ഇടവിട്ട കാലങ്ങളിൽ, എന്നാൽ അത്രയും ദൂരമില്ലാത്ത കാലയളവുകൾക്കുള്ളിൽ ലോനയുടെ രണ്ട് ആണ്മക്കളും റോഡ് അപകടങ്ങളിൽപെട്ട് മരണപ്പെടുകയുണ്ടായി.

ഒരാൾ സേലത്തുവെച്ചും, മറ്റെയാൾ കാസർകോഡുവെച്ചും. അതോടെ കൊച്ചുലോന തകർന്നുപോയി, ഒപ്പം തളർച്ചയും. രണ്ടാമത്തെ മകന്റെകൂടി മരണത്തോടെയാണ് തളർച്ചയുണ്ടായത്.

പിന്നെ, പരസഹായമില്ലാതെ നടക്കാൻ വയ്യെന്നായി. ഒരേ കിടപ്പിൽ കിടന്നുകൊണ്ട് കൊച്ചുലോന കണ്ണീർ വാർത്തു.

'കർത്താവേ എന്നെകൂടി എടുത്തുകൂടായോ, രണ്ടു ചിറകുകളും വെട്ടിമാറ്റിയിട്ട് എന്തിനാ എന്നെയിങ്ങനെ ബാക്കിവെച്ചിരിക്കുന്നത്. എനിക്കിനി ജീവിക്കണ്ട.'

ആയിടെ പാപ്പൻ പങ്കെടുത്ത ലേലങ്ങളൊക്കെയും കൊച്ചുലോനയും മക്കളുമാണ് പിടിച്ചത്. പിന്നെ പാപ്പൻ വിലപറഞ്ഞുവെച്ച മൂന്നാറിലെ എസ്റ്റേറ്റും കാപ്പിത്തോട്ടവും കൂടിയ വിലയ്ക്ക് അവർ അഡ്വാൻസ് കൊടുത്തു.

കടല ഹോസ്പിറ്റലിന്റെ പണിയിൽ തടസ്സങ്ങളുണ്ടാക്കി പാപ്പനെ അവർ കോടതി കയറ്റി. എല്ലാ പഴുതുകൾ അടച്ചുനീങ്ങിയിട്ടും ഈയിടെയായി ഇട്ടിപ്പുറത്തുകാരുടെ മുന്നിൽ പാപ്പന് പരാജയമാണ് സംഭവിക്കുന്നത്. പണം കൊണ്ടുമാത്രമല്ല അവർ വിജയിക്കുന്നത്. അവരേക്കാൾ എത്ര വേണമെങ്കിലും പണം മുടക്കാൻ പാപ്പൻ ഒരുക്കമായിരുന്നു, എന്നിട്ടും പാപ്പൻ തോറ്റുകൊണ്ടിരുന്നു. അത് പാപ്പനിൽ വലിയ നാണക്കേടും അഭിമാനക്ഷതവും വരുത്തിവെച്ചു. തനിക്കിടയിലും ഒറ്റുകാരുണ്ടെന്ന് പാപ്പൻ കരുതി.

പിന്നെ സ്വാധീനം, ലോനയ്ക്കും മക്കൾക്കും അങ്ങ് കേന്ദ്രത്തിലും പിടിയുണ്ടെന്ന് പാപ്പനറിയാം. അതൊന്നുമുറിച്ചുകടക്കാൻ അയാൾക്കിതുവരെയും ആയിട്ടില്ല. പലകുറി ശ്രമിച്ചതാണ്. പല മന്ത്രിമാർക്കും എം പി മാർക്കുമൊപ്പമൊക്കെ ഡൽഹിയിലും തിരുവനന്തപുരത്തും പല പ്രാവശ്യം പോയതാണ്. അവർക്കുവേണ്ടി മദ്യവും മദിരാക്ഷിയും ആഡംബരങ്ങളുമായി ലക്ഷങ്ങൾ ഒത്തിരി പൊടിച്ചിട്ടുണ്ട്. എന്നിട്ടും നാട്ടിൽ കിട്ടുന്ന ആ ഒരു അധികാര സ്വാധീനവും പേരുമൊന്നും കേന്ദ്രത്തിൽ പാപ്പന് കിട്ടിയിട്ടില്ല.

"പാപ്പൻചേട്ടൻ വിഷമിക്കണ്ട, നമുക്ക് ശരിയാക്കാം. എന്തായാലും ഈ തെരഞ്ഞെടുപ്പുകൂടി ഒന്നു കഴിഞ്ഞോട്ടെ. നമ്മൾ ജയിക്കും, പിന്നെ നമ്മളാരാന്നാവിചാരം? ഈ പാപ്പൻചേട്ടനാരാന്നാ വിചാരം?"

"ആരാ?"

പാപ്പൻ ചോദിച്ചു.

"കിരീടം വെക്കാത്ത രാജാവ്. ഞാനല്ലേ പറയുന്നത്."

അത് കേൾക്കുമ്പോൾ പാപ്പനൊരു സുഖമാണ്. പിന്നെ ഒന്നും പറയില്ല. ആവശ്യത്തിനുള്ള പണം കൊടുത്ത് ബില്ലുകളൊക്കെ സെറ്റിൽ ചെയ്യാൻ സെക്രട്ടറിയെ ഏല്പിച്ചുപോരും.

അങ്ങനെ ഒത്തിരി ഒത്തിരി വാഗ്ദാനങ്ങളും സന്ദർഭങ്ങളും നൽകിക്കൊണ്ട് പല പാർട്ടിനേതാക്കളും കടന്നു പോയി.

ഭരണപക്ഷം പോയി; പ്രതിപക്ഷവും. അവർ പോയി പുതിയ പാർട്ടിയുമൊക്കെ പല പ്രാവശ്യം കേന്ദ്രത്തിൽ ഭരണത്തിൽ വന്നു. പ്രതീക്ഷിച്ച ഒരു ബന്ധവും സ്വാധീനവും ഉണ്ടാക്കിയെടുക്കാൻ പാപ്പന് കഴിഞ്ഞില്ല.

ടൗണിൽ തലയുയർത്തി വന്ന കടല ഹോസ്പിറ്റലിന്റെയും കൺവെൻഷൻ സെന്ററിന്റെയും പണികൾ പെട്ടെന്നൊരു ദിവസം നിറുത്തിവെപ്പിച്ചു ലോനയും മക്കളും. അവ പണിയുന്ന സ്ഥലത്തിന്റെ പരിസ്ഥിതി പ്രശ്നങ്ങളും ബിൽഡിംഗ് പണിയിലെ നിയമവിരുദ്ധതയും ചൂണ്ടിക്കാട്ടിയായിരുന്നു സർക്കാർ സ്റ്റേ ചെയ്തത്. അതോടെ താഴ്ന്നതാണ് പാപ്പന്റെ തല. ഇനി അതൊന്ന് ഉയർത്തിപ്പിടിക്കണമെങ്കിൽ ലോനയും മക്കളും തോറ്റു തുന്നം പാടണം. അതിന് പാപ്പൻ ജയിക്കണം. എന്നാൽ കേസുനടത്തി ജയിക്കാനുള്ള വഴികളൊന്നും പാപ്പന്റെ മുന്നിലില്ലായിരുന്നു. ചിലപ്പോൾ ബിൽഡിംഗ് പൂർണ്ണമായും പൊളിച്ചു മാറ്റേണ്ടിവരും.അത്രയും ക്രമക്കേടുകളിലൂടെയാണ് ആ പണികളത്രയും നടന്നുവന്നിരുന്നത്.

അയാൾക്ക് സപ്പോർട്ട് നൽകിയ ഓഫീസർമാരും നിയമനടപടികൾക്ക് വിധേയമാകേണ്ടിവന്നേക്കാം എന്നൊരു വാർത്തയും പാപ്പന്റെ ചെവിയിലെത്തി.

ലോനയുടെ മക്കളിൽ മൂത്തവനാണ് നാട്ടിൽ കൂടുതൽ സ്വാധീനം. തന്റെ പ്രൊജക്ടുകൾക്കരികിലുള്ള താമസക്കാരെയും ചില ആക്റ്റിവിസ്റ്റുകളെയും ഉപയോഗിച്ച് അയാളാണ് പാപ്പാനെതിരെ പണികൾ തുടങ്ങിയത്.

'ഹൊ, എന്തൊരു കൃത്യവും വ്യക്തവുമാണ് ഈ കാഴ്ചകൾ. ഒന്നിൽനിന്നും ഒരു സെക്കന്റ് പോലും വിട്ടുപോയിട്ടില്ലല്ലോ, ആരാണ് ഇതെല്ലാം ഇത്രയും കൃത്യമായി റെക്കോർഡ് ചെയ്തുവെച്ചത്?'

ഇന്നലെകളിൽ താൻ കാട്ടിക്കൂട്ടിയ തന്റെ അതി ക്രൂരവും മൃഗീയവുമായ ചെയ്തികൾ ഓരോന്നും നോക്കിക്കാണെ പാപ്പൻ ആത്മഗതം ചെയ്തു. ഇരുട്ട് കട്ടപ്പിടിച്ചു നിന്നു. ഇടയ്ക്കിടെ മിന്നി വന്നെത്തുന്ന മിന്നാമിനുങ്ങുകൾ ഒന്നിച്ചുചേർന്നുകൊണ്ട് വലിയ പ്രകാശവലയമായി.

രണ്ടുകാൽമുട്ടുകൾക്കു മുകളിലേക്കും മരണം പഴുത്ത സൂചികൾ കുത്തിക്കയറിക്കൊണ്ടിരിക്കുകയും അതിന്റെ രൂപവും ഭാവവും ഇടയ്ക്കിടെ മാറ്റിക്കൊണ്ടിരിക്കുകയും ചെയ്തു. അഗ്നി കൊഴുത്ത വലിയ മുള്ളുസൂചികളായിരുന്നു അപ്പോൾ മരണം. അത് ആഴ്ന്നിറങ്ങുമ്പോഴും വലിച്ചൂരിയെടുക്കുമ്പോഴും പാപ്പന്റെ മാംസവും രക്തവും അതിനൊപ്പം പറിഞ്ഞുപോന്നു. പിന്നെ മരണം കൂനനെറുമ്പുകളായി രൂപാന്തരപ്പെട്ടു. അവയുടെ ഹനുക്കളുപയോഗിച്ചകൊണ്ട് പാപ്പന്റെ ജീവകണങ്ങളെ കുറേശ്ശെയായി കടിച്ചുമുറിച്ചുകൊണ്ടിരുന്നു. മരണവേദനയുടെ അസഹ്യമായ നിമിഷങ്ങളുടെ സഞ്ചാരം ഒന്ന് വേഗതയിലായിരുന്നെങ്കിൽ എന്നയാൾ ആശിച്ചുകൊണ്ടിരുന്നു.

എന്നാൽ ഒച്ച് ഇഴയുന്നതിന്റെ നൂറിലൊരു വേഗതയെ മരണത്തിനുണ്ടായിരുന്നുള്ളൂ.

പാപ്പന്റെ വീടും പരിസരങ്ങളും ആളുകളെകൊണ്ടും വാഹനങ്ങളെകൊണ്ടും നിറഞ്ഞിരുന്നു. പത്രങ്ങളിലും ടിവിയിലും മരണവാർത്ത പങ്കുവെക്കപ്പെട്ടു. പ്രമുഖരുടെ സന്ദർശനങ്ങളും അനുശോചനങ്ങളും തുടർന്നുകൊണ്ടിരുന്നു. എങ്കിലും ആരും പാപ്പൻ നല്ലവനായിരുന്നു എന്നുമാത്രം പറഞ്ഞില്ല. പാപ്പന്റെ ആശ്രിതരും ശിങ്കിടികൾ പോലും 'ചത്തുപണ്ടാരമടങ്ങി' എന്നേ പറഞ്ഞുള്ളൂ. അത്രയ്ക്ക് വെറുപ്പും വിയോജിപ്പുമായിരുന്നു പാപ്പനോട്.

പാപ്പന്റെ കാർപോർച്ചുകളിലും നീളം കൂടിയ ഷെഡ്ഡുകളിലും വിദേശ നിർമ്മിതങ്ങളായ വിലകൂടിയ മുന്തിയ വാഹനങ്ങൾ അനാഥമായി കിടന്നു. ചതിയുടെ ചരിത്രം ചമച്ചുകൊണ്ട് പടുത്തുയർത്തപ്പെടുന്ന ബിൽഡിംഗുകൾ പലയിടത്തും പാതിവഴികളിൽ പണി തുടരാനാവാതെ നിന്നു.

കച്ചവടസ്ഥാപനങ്ങളുടെ നടത്തിപ്പുകാരും ജോലിക്കാരുമൊക്കെ അനിശ്ചിതത്തിൽ അകപ്പെട്ടു. ഒന്നിന്നും ഒരു തീരുമാനങ്ങളും പ്ലാനിങ്ങുകളും ഉണ്ടായിട്ടില്ല. സ്ഥാപനങ്ങളും ബിൽഡിംഗുകളും ജോലിക്കാരും ഒത്തിരിയുണ്ടങ്കിൽ എല്ലാ കാര്യങ്ങളുടെയും പൂർണ്ണമായ അറിവും കണക്കും തീരുമാനങ്ങളുമൊക്കെ പാപ്പന്റെ കയ്യിലായിരുന്നു. റിയൽ എസ്റ്റേറ്റ് മേഖലയിൽ മാത്രം ധാരാളം ഭൂമിയും കെട്ടിടങ്ങളും റജിസ്ട്രേഷൻ കാത്തുകിടക്കുന്നുണ്ട്.

വാങ്ങിച്ചതും വിറ്റതുമായി കോടികളുടെ ആസ്തികളാണ് ആ വകയിൽ മാത്രമുള്ളത്.

ജില്ലാ കോടതിയിലും ഹൈക്കോടതിയിലും സുപ്രീംകോടതികളിലുമായി മുടങ്ങാതെ നടന്നുകൊണ്ടിരിക്കുന്ന കേസുകൾ വേറെയും. എല്ലാം കോടികൾക്കു മുകളിൽ മൂല്യമുള്ള വസ്തുവഹകളുടേതാണ്. ഇതിനെല്ലാം പുറമെയാണ് സ്വഭാവദൂഷ്യങ്ങൾക്ക് പാപ്പനുമേൽ ചുമത്തപ്പെട്ട വൃത്തികെട്ട കേസുകൾ. എല്ലാം പണത്തിന്റെ തലോടലിൽ കോടതിയിൽ തണുത്തുകിടക്കുകയാണ്. പാപ്പൻ പോയതോടെ ആ കേസുകളൊക്കെ അവസാനിച്ചു എന്നുവെക്കാം.

എങ്കിലും ഈ ഭൂമിയിൽ തന്നെ ഇവിടുത്തെ നിയമം പാപ്പനെ ശിക്ഷിക്കുന്നതു കാണാൻ കണ്ണിമ ചിമ്മാതെ കാത്തിരുന്നവരുണ്ടായിരുന്നു.

പാപ്പന്റെ മരണം അവരുടെ മനസ്സുകളെയാണ് വല്ലാതെ വേദനിപ്പിച്ചത്.

''ചത്തോ ആ ദുഷ്ടൻ, ന്റെ ദൈവേ... അയാള് നരകിക്കുന്നത് കാണാൻ ഞങ്ങക്ക് കഴിഞ്ഞില്ലല്ലോ...''

''അങ്ങേര് ഇങ്ങനെ ഒറ്റ ശ്വാസത്തിനൊന്നും ചാവേണ്ട ആളല്ലല്ലോ, കർത്താവിന് ഇതെന്നാ പറ്റ്യേ?''

''ഇഞ്ചിഞ്ചായി നരകിച്ചു നരകിച്ച് പുഴു അരിച്ച് ചാവണമായിരുന്നു ആ ദുഷ്ടൻ... എന്തായാലും ഒഴിഞ്ഞല്ലോ ആ ശല്യം.''

പാപ്പന്റെ മരണത്തെപോലും വെറുപ്പോടെ നോക്കിക്കണ്ട അവരുടെ ഉള്ളിന്റെ ഉള്ളിൽ ഒരിക്കലും ഒടുങ്ങാത്ത പ്രതികാരത്തിന്റെ നെരിപ്പോട് എരിയുന്നുണ്ടായിരുന്നു.

അതിനുള്ള കാരണങ്ങൾ പലർക്കും പലതാണ്. ആ വെറുപ്പും നൊമ്പരവും പ്രതികാരവും പേറിയ മനസ്സിന്റെ ഉടമകൾ ഒരു പറ്റം അമ്മമാരായിരുന്നു. നാട്ടിലും തമിഴ്നാട്ടിലും ഉത്തരേന്ത്യയിലും ഉള്ള അമ്മമാർ. കടലപ്പാപ്പനുമായി ബന്ധപ്പെട്ടുകിടക്കുന്ന അവരുടെ പെൺമക്കളുടെയും ആൺമക്കളുടെയും ദുരൂഹമരണങ്ങളും തിരോധാനങ്ങളുമായിരുന്നു അതിനുള്ള കാരണം. അതുകൊണ്ടുതന്നെ

അയാളുടെ നാശവും പരാജയങ്ങളും അവർ ആഗ്രഹിച്ചുപോന്നു. കൊച്ചിയിലുള്ള കടല ചെമ്മീൻ ഫാക്ടറിയിൽനിന്നും കാണാതായ അന്യ സംസ്ഥാന തൊഴിലാളികളായ പെൺകുട്ടികളെ ചേർത്ത് പാപ്പ നെതിരിൽ ചില സംസാരങ്ങൾ ഉണ്ട്. എല്ലാം പുറത്തുവരാതെ പാപ്പൻ ഒതുക്കുകയാണ്. അതുകൊണ്ടുതന്നെ പാപ്പന്റെ മരണം എറ്റവും നിന്ദ്യവും നികൃഷ്ടവുമായിക്കാണാനാണ് ആ നിസ്സഹായ രായ അമ്മമാർ കൊതിച്ചത്.

എന്നാൽ അവർക്കാർക്കും അറിയാനും അനുഭവിക്കാനും കഴി യാത്ത വിധമുള്ള അതിശക്തമായ നരകവേദനയുടെ ഇഞ്ചിഞ്ചായ നിമിഷങ്ങളിലൂടെയാണ് പാപ്പൻ കടന്നുപോകുന്നത് എന്ന് അവരാരും അറിഞ്ഞില്ല.

കടലപാപ്പന്റെ ചതിയുടെയും വഞ്ചനയുടെയും പീഡനങ്ങളു ടെയും ഫലമായി അതിക്രൂരമായി കൊല്ലപ്പെട്ടവർ ഇപ്പോൾ പാപ്പനെ കാണുന്നുണ്ട്. പല വർണങ്ങളിലും ആകൃതിയിലുമുള്ള തേരുകളിലും വിവിധ തരത്തിലുള്ള വലിയ പക്ഷികളുടെ പുറത്തുമായി പാപ്പനു ചുറ്റും അവർ പറന്നു കളിക്കുന്നുണ്ട്.

പാപ്പൻ മരണവേദനയുടെ മൂർദ്ധന്യത്തിലേക്കെത്തുമ്പോൾ അവർ അടുത്തുവന്നു പൊട്ടിച്ചിരിക്കും.

നിസ്സഹായനായ പാപ്പന് അവർക്കു മുന്നിൽ കൈകൂപ്പണമെന്നും അവരോട് യാചിക്കണമെന്നും ഉണ്ടായിരുന്നു.

‘‘പാപ്പാ... നിനക്ക് നാം ഇതുവരേയും ആയുസ്സും ആരോഗ്യവും നൽകിയില്ലേ? കാണുവാനും കേൾക്കുവാനും സംസാരിക്കുവാനുള്ള ശേഷിയും നൽകി. ഇതുവരെയും നിന്നിൽനിന്നും നാം ഒന്നുപോലും തിരിച്ചെടുത്തിരുന്നില്ല. ഇപ്പോഴാണ് നിന്നെ നാം നിശ്ചലനാക്കിയത്.’’

ആരോ അശരീരിയായി പാപ്പനോട് പറഞ്ഞു.

‘‘ഓ... എന്റെ നാശമേ’’ എന്നുമാത്രം പാപ്പൻ വിലപിച്ചു.

‘‘പാപ്പാ... നീ പാപിയാകുന്നു. ചതിച്ചും വഞ്ചിച്ചും പീഡിപ്പിച്ചും കൊന്നും കവർന്നുമാണ് നീ ജീവിച്ചത്. എന്നെ നീ ഓർത്തില്ല, വണങ്ങിയില്ല. ഭൂമി നിന്റെ നിത്യവാസ സ്ഥലമായിട്ടാണ് നീ കരുതി യത്. അതുകൊണ്ട് നീ സമ്പത്തിനുപിന്നാലേ പോയി. എല്ലാം വിട്ടേച്ചു പോകേണ്ട ഈ ഒരു മടക്കം നീ എന്തേ ഓർക്കാതിരുന്നത്.’’

മരണത്തിന്റെ വേദന അഭംഗുരം തുടർന്നുകൊണ്ടിരുന്നു. ഇരുട്ട് കട്ടപ്പിടിച്ചു. മിന്നി മിന്നിവന്നെത്തുന്ന മിന്നാമിനുങ്ങുകളെ കാത്തു കിടന്നു പാപ്പൻ. കുറേ കഴിഞ്ഞപ്പോൾ ഒരു മിന്നാമിനുങ്ങു വന്നു. അതിനൊപ്പം കൊച്ചുലോനയുടെ രണ്ടു മക്കളും. അവർ തനിയെ തനിയെയാണ് വന്നത്.

‘‘പാപ്പാ... നീ പീഡകനും ഞങ്ങൾ പീഡിതരുമാണ്. നിന്നാൽ കൊല്ലപ്പെട്ടതുകൊണ്ട് ഞങ്ങൾക്ക് മോക്ഷമുണ്ട്. നിനക്ക് മോക്ഷമില്ല.’’

അവർ അട്ടഹസിച്ചു.

‘എത്ര രഹസ്യവും സമർത്ഥവുമായാണ് അവരെയും ഞാൻ കൊന്നു തള്ളിയത്. ഇന്നുവരെയും ഒരു പൊലീസിനും അതു കണ്ടെത്താനോ തെളിയിക്കാനോ സാധിച്ചിട്ടില്ല. പലരുടെയും ബോഡി പോലും പിന്നെ കിട്ടിയിട്ടില്ല. ഇപ്പോൾ ഇതാ അവരൊക്കെയും തന്റെ മരണത്തിന് സാക്ഷ്യം വഹിക്കുന്നു. എന്നെ പരിഹസിക്കുന്നു.’

പാപ്പന്റെ ആത്മമഗതം തുടർന്നു.

‘‘അയ്യോ, കൊച്ചുലോനയുടെ രണ്ടു മക്കളും പാണ്ടിലോറി കയറി ചതഞ്ഞരയുന്നതല്ലേ ഈ കാണുന്നത്.’’

പാപ്പന് കണ്ണുകൾ അടയ്ക്കണമെന്നുണ്ടായിരുന്നു. എന്നാൽ പാപ്പൻ എല്ലാം കാണുകതന്നെ ചെയ്തു.

‘‘കണ്ടുതീരാൻ ഇനിയുമുണ്ടല്ലോ ഒരായിരം രംഗങ്ങൾ. എല്ലാം കണ്ടുത്തീർത്തിട്ടേ നിന്റെ മരണം പൂർണ്ണമാകൂ.’’

പെട്ടന്നാരോ വിളിച്ചുപറഞ്ഞു.

‘‘ഒന്നും എനിക്ക് കാണണ്ട. എന്നെ പെട്ടെന്നൊന്നു മരിപ്പിക്കുക. ഈ വേദനയും രംഗങ്ങളും എനിക്ക് സഹിക്കാനാവുന്നില്ല.’’

പാപ്പൻ കെഞ്ചിപ്പറയാൻ ആഗ്രഹിച്ചു. പക്ഷേ, ഒന്നിന്നും കഴി ഞ്ഞില്ല.

‘‘പാപ്പാ... നിന്റെ കർമ്മങ്ങൾ നീ കണ്ടേ മതിയാകൂ. പിന്നെയാണ് ഉറക്കം. ഒരു നിശ്ചിത കാലത്തേക്കുള്ള നിതാന്തമായ ഉറക്കം. എന്നിട്ട് നാം വിളിച്ചുണർത്തുമ്പോഴാണ് ന്യായാവിധിയുടെ പ്രഖ്യാപനം ഉണ്ടാവുക.’’

കൊച്ചുലോനയുടെ മക്കൾ വീണ്ടും വന്നു.

അവരും അവരുടെ മരണനേരങ്ങളിൽ ദുഷ്ചെയ്തികളുണ്ടെങ്കിൽ അത് കണ്ടുകാണുമോ? കാണും.

എല്ലാവരും അവരവരുടെ മരണനേരങ്ങളിൽ തങ്ങളുടെ കർമ്മങ്ങൾ കണ്ടുകൊണ്ടിരിക്കും.

എന്നാൽ രക്തസാക്ഷികൾ അകാരണമായി വധിക്കപ്പെടുന്നവർ സത്കർമ്മങ്ങളുമായി മരിച്ചുപോയവർ അതുപോലെ മർദ്ദിതരുടെയും പീഡിതരുടെയും ആത്മാവുകൾ അവർക്കൊക്കെയും ചില ഇളവുകൾ നൽകപ്പെടും. അതത്രെ ദൈവ തീരുമാനം.

പളനി

"**ക**ടലയും കപ്പലണ്ടിയും വിറ്റുനടന്ന ഈ പാപ്പനെവിടുന്നാ ഇത്രയും കാശുണ്ടായത്?''

ആ ചോദ്യവും അതിനുള്ള ഉത്തരവും നാട്ടിലുണ്ട്. ഉത്തരങ്ങൾ പലതാണ്. എന്നാൽ അതിന്റെ തുടക്കം തമിഴ്നാട്ടുകാരനായ ഒരു പളനിയിൽ നിന്നാണെന്ന് അവർക്കറിയാം.

പെരുങ്കായത്തിന്റെ സഞ്ചിയുമായി കവലകൾ തോറും കടകളിൽ കയറിയിറങ്ങി കായം വിറ്റു നടക്കുന്ന പളനി അവിടെയെത്തുമ്പോൾ എന്നും വൈകുന്നേരങ്ങളിൽ പാപ്പനിൽ നിന്നും ഒരു പൊതി കപ്പലണ്ടി വാങ്ങിക്കുക പതിവായിരുന്നു.

കൂരിരുട്ടുമൂടിയ മരണത്തിന്റെ പിടുത്തം പാപ്പനിൽ തുടർന്നു കൊണ്ടിരിക്കെ പാപ്പൻ ആ കാലത്തിന്റെ കാഴ്ചകളും കാണാനാരംഭിച്ചു.

''എങ്ങനെയെങ്കിലും പണമുണ്ടാക്കണം. കൊള്ളചെയ്തിട്ടായാലും കൊന്നിട്ടാണെങ്കിലും ശരി പണമുണ്ടാക്കിയേ പറ്റൂ. അതെങ്ങനെയാണ് ചെയ്യേണ്ടത്? എവിടെയാണ് പണമുള്ളത്? ആരെയാണ് കൊല്ലേണ്ടത്? പൊലീസ് പിടിക്കരുത്. അതിന് തെളിവുകളുണ്ടാകരുത്. കടല വിറ്റുനടന്നതുകൊണ്ടൊന്നും തനിക്ക് പണക്കാരനാകാൻ കഴിയില്ല. ധാരാളം പണം പെട്ടെന്ന് കയ്യിൽ വരണം. അത് ആർക്കും സംശയം തോന്നാത്ത വിധവുമാകണം.''

കടല വറുക്കുമ്പോഴും പൊതിയുമ്പോഴും വിൽക്കുമ്പോഴും പാപ്പൻ ചിന്തിച്ചുകൊണ്ടിരുന്നു. പഴയതിലും മെച്ചമാണ് ഇപ്പോൾ പാപ്പന്റെ കച്ചവടം. തകരടിന്നുകളിൽ കൊണ്ടുനടന്ന് കടല വിറ്റിരുന്നതിൽ നിന്നും തള്ളുവണ്ടികളിൽ വെച്ചുതന്നെ വറുത്തു വിൽക്കുന്നവിധം കച്ചവടം വളർന്നിട്ടുണ്ട്. പല കവലകളിലും ഇപ്പോൾ അത്തരം വണ്ടികളും കച്ചടക്കാരും പാപ്പനുണ്ട്. ലാഭത്തിൽ ചിലവുകൾ കഴിഞ്ഞ് മിച്ചം വരുന്ന ചെറിയ സംഖ്യ അവിടെത്തന്നെയുള്ള കച്ചവടക്കാർക്ക്

ഡെയിലി തിരിച്ചടവ് ലഭിക്കുന്ന വിധം പലിശയ്ക്കും കൊടുക്കുന്നുണ്ട്.

ചിലരൊക്കെയും രഹസ്യസ്വഭാവത്തിൽ പലിശയ്ക്ക് പണം കൊടുക്കാൻ പാപ്പനെ ഏൽപിച്ചിട്ടുമുണ്ട്. ആ വകയിലും തരക്കേടില്ലാത്ത ഒരു സംഖ്യ പാപ്പന്റെ കൈയിൽ വരുന്നുണ്ട്. എങ്കിലും വലിയ വീടും കാറും പത്രാസും സ്വപ്നം കാണുന്ന പാപ്പൻ അതുകൊണ്ടൊന്നും തൃപ്തനായിരുന്നില്ല.

ചത്തുപോയ ഇട്ടിപ്പുറം ഇട്ടിലോനയ്ക്കും മകൻ വല്ല്യ ലോനയ്ക്കും അയാളുടെ മകൻ കൊച്ചുലോനയ്ക്കും അയാളുടെ മക്കൾ കുട്ടിലോനകൾക്കും മേലെ, ആകാശം മുട്ടെ ഉയരണം. അതായിരുന്നു എന്നും അയാളുടെ ചിന്ത. ആയിടെയാണ് ഒരു വൈകുന്നേരം പളനി അവിടെ എത്തുന്നത്. പതിവുപോലെ അയാൾ കടലവാങ്ങിക്കൊറിച്ചുകൊണ്ട് ചോദിച്ചു.

''തമ്പീ, ഇപ്പടി കടല മട്ടും വിത്ത് നടന്താൽ പോതുമാ?''

''അല്ലാതെ വേറെ എന്തുചെയ്യും അണ്ണാച്ചി? വഴികളുണ്ടെങ്കിൽ പറഞ്ഞോ നമുക്ക് ആലോചിക്കാം.''

പാപ്പന്റെ മറുപടിയിൽ പളനിക്ക് സന്തോഷം തോന്നി.

''വളികളുണ്ട്. നാൻ സൊല്ലലാം.''

''ഉണ്ടോ? എന്തു വഴി?''

''എത്തന വളിയിരുക്ക്.''

''എന്നാൽ പറഞ്ഞൊ അണ്ണാച്ചി.''

''അത് ഇങ്കെ നിന്ന് സൊല്ലമുടിയാത്. വേലൈ മുടിഞ്ച് നീ എൻ റൂമുക്ക് വന്ത്ട്. അപ്പൊ സൊല്ലലാം.''

''അത്ര സീക്രട്ട് ആണോ?''

''ആമാ, കൊഞ്ചം സീക്രട്ടുതാൻ. ആനാൽ ലാഭം അധികം കെടക്കും. അതിനാലേതാൻ ഇന്ത വിഷയം ഇങ്കെ നിന്ന് സൊല്ലവേണ്ട, റൊമ്പ സീക്രട്ട്.''

''അങ്ങനെയാണെങ്കിൽ അത് സീക്രട്ട് ആയിത്തന്നെ ഇരിക്കട്ടെ. കച്ചവടം കഴിഞ്ഞാൽ ഞാൻ ഉടനെ റൂമിലേക്ക് വരാം.''

പതിവിലും നേരത്തെ കച്ചവടം മതിയാക്കി പാപ്പൻ പളനിയുടെ മുറിയിലെത്തി. ആ സീക്രട്ടും വഴികളും എന്തെന്നറിയാൻ പാപ്പന്റെ മനസ്സിന് തിടുക്കമായിരുന്നു.

''അധികലാഭം കിട്ടുന്ന വഴി ഏതായാലും അത് സ്വീകരിക്കാനും ചെയ്യാനും താൻ ഒരുക്കമാണ്. എന്തായിരിക്കും ആ വഴി?''

പാപ്പന്റെ ചിന്തകളിലും പ്രതീക്ഷകളിലും ആകാംക്ഷ വർധിച്ചു. അവർ വിശദമായി സംസാരിച്ചു. പളനി പറഞ്ഞ വഴികളും കച്ചവടവും പാപ്പന് നന്നായി ബോധിച്ചു. പാപ്പൻ പളനിപറഞ്ഞ പുതിയ കച്ചവടം ഏറ്റു.

അപ്പോൾ പളനി പറഞ്ഞു.

‘‘തമ്പീ, ആണ്ടവൻ പുണ്യത്തില് ഉനക്ക് നല്ല നേരം വന്താച്ച്. ആനാൽ റൊമ്പ സീക്രട്ടായിരിക്കണം.’’

‘‘അതൊന്നും അണ്ണാച്ചി പേടിക്കണ്ട, സാധനം വാങ്ങിക്കുവാനുള്ള ആളെയും കോഡും മാത്രം ശരിയാക്കി വിട്ടാൽ മതി. ബാക്കി കാര്യം ഞാനേറ്റു.’’

അവർ അന്ന് പറഞ്ഞുറച്ചതുപ്രകാരം കാര്യങ്ങൾ മുന്നോട്ട് പോയി. പാപ്പന്റെ കച്ചവടം പൊടിപൊടിച്ചു.

ദൂരസ്ഥലങ്ങളിൽ നിന്നുപോലും ആളുകൾ പാപ്പനെ തേടിയെത്തി. വന്നവർ പതുക്കെ ഒരു കോഡ് പറയും. അപ്പോൾ പാപ്പൻ പൊതിഞ്ഞുവെച്ച കടലപ്പൊതികളിൽനിന്നും ആവശ്യമുള്ള പൊതികൾ അവർക്ക് നൽകും. പകരം കൈനിറയെ പണവും.

‘‘തമ്പീ സീക്രം പണം സമ്പാദ്യം പണ്ണവേണാൽ ഇന്തമാതിരി വേലതാൻ പണ്ണണം. നമ്മ പണ്ണാമായിരുന്താലും മക്കൾ ഇന്ത പൊരുൾ തേടിപോയിടും, വാങ്ങിടും. യാർ വിക്കരുതോ അവൻ സമ്പാദ്യം പണ്ണിടും. പിന്നെ, യേൻ നമ്മ പണ്ണകൂടാത്?’’

‘‘അതല്ല അണ്ണാച്ചി, ഈ കഞ്ചാവ് മയക്കുമരുന്ന് എന്നൊക്കെപ്പറഞ്ഞാൽ... പൊലീസ് പിടിച്ചാൽ...’’

‘‘യാരും പുടിക്കമാട്ടെ, ഇന്ത കടലൈ വ്യാപാരം യാരുക്കും എന്ത സന്ദേഹവും കൊടുക്കാത്. ഇന്ത വ്യാപാരം ഇവളോ ഭദ്രമാ പണ്ണമുടിഞ്ചവൻ ഉന്ന മാതിരി വേറെയാരും ഇന്ത ഉലകിൽ കെടയാത്. ഏതുമേ ഭയം വേണ്ട.’’

പളനി പാപ്പന് ധൈര്യം കൊടുത്തു.

‘‘ശരി, എനിക്ക് നല്ല ലാഭം തരണം.’’

‘‘ലാഭമാ? എവളോ വേണം ഉനക്ക്? ഇന്ത വ്യാപാരത്തിൽ പൊരുള്ക്ക് നീ സോൾറത് താൻ വിലൈ. എനക്ക് ചിന്ന എമൗണ്ട് പോതും. മീതി എവളോ കെടച്ചാലും അത് നീ എടുത്തുക്കോ.’’

അങ്ങനെയാണ് പാപ്പൻ ആ കച്ചവടം തുടങ്ങിയത്. അതിലാഭത്തിന്റെ അക്രമ കച്ചവടം. അതൊക്കെയും മരണം ഇപ്പോൾ പാപ്പനെ കാണിച്ചുകൊണ്ടിരിക്കുന്നു, ഒന്നും വിട്ടുപോകാതെ. പാപ്പൻ വീണ്ടും അത്ഭുതം കൊണ്ടു.

''ഞാനെന്തൊക്കെയാണ് ഈ കാണുന്നത്? നാട്ടുകാരുടെയും പൊലീസിന്റെയും കണ്ണുവെട്ടിച്ചു താൻ ചെയ്തതൊക്കെയും ഇത്രയും കൃത്യവും വ്യക്തവുമായി നോക്കികണ്ടിരുന്നത് ആരാണ്?''

ഇനിയും മരിച്ചുതുടങ്ങിയിട്ടില്ലാത്ത പാപ്പന്റെ മനസ്സ് ആവർത്തിച്ച് ചോദിച്ചുകൊണ്ടിരുന്നു.

കൊച്ചു കൊച്ചു പൊതികളായും കടലമണികൾ പോലെ ഉരുട്ടിയും, കേപ്സൂളുകളിലായും മയക്കുമരുന്നുകൾ വന്നുകൊണ്ടിരിക്കുന്നു. പാപ്പന്റെ കടല വണ്ടികൾ എവിടെയൊക്കെയുണ്ടോ അവിടെയൊക്കെ ഈ കച്ചവടവും നടന്നു. സ്കൂൾ കുട്ടികൾ മുതൽ അതിന്റെ ഉപഭോക്താക്കൾ വർദ്ധിച്ചു. മയക്കുമരുന്നിന് അടിമപ്പെട്ട യുവാക്കൾ അപകടങ്ങളിലും ആത്മഹത്യകളിലുമായി മരണങ്ങൾ വരിച്ചു. കുടുംബങ്ങളിൽ കലഹങ്ങളുണ്ടായി. പത്രവും ടിവിയും ചർച്ചകളും വാർത്തകളുമായി ദിവസവും പുറത്തുവന്നു. സോമ്പികൾ കണക്കെ യുവാക്കൾ ഇരുളുകളിലേക്ക് ഉൾവലിഞ്ഞു. എന്നാൽ പാപ്പൻ സമ്പന്നമായും ശാരീരികമായും തടിച്ചുകൊഴുത്തുകൊണ്ടിരുന്നു.

ചുരുങ്ങിയ സമയംകൊണ്ട് അതി സമ്പന്നത കൈവരിച്ച പളനി ഒരു ദിവസം റോഡപകടത്തിൽ മരണപ്പെട്ടു.

സേലം കോയമ്പത്തൂർ എക്സ്പ്രസ്സ് ഹൈവേയിൽ വെച്ചുണ്ടായ അതിദാരുണമായ റോഡപകടമായിരുന്നു അതിനുകാരണം. മറ്റൊരു വണ്ടിയെ ഓവർട്ടേക്ക് ചെയ്തുകടക്കവേ പളനിയുടെ കാർ ഡിവൈഡറിൽ തട്ടി മറിയുകയായിരുന്നു. വണ്ടിയിൽ നിന്നും തെറിച്ചുവീണ പളനി പരസഹായത്തിനുവേണ്ടി നിലവിളിച്ചുകൊണ്ട് ദീർഘനേരം ആ റോഡിൽ കിടന്നു. പാതിരാത്രിയുടെ വിജനതയിൽ ആരു കേൾക്കാൻ ആ നിലവിളി. വിശാലമായ ഹൈവേയിലൂടെ അതിവേഗത്തിൽ കുതിച്ചുപാഞ്ഞിരുന്ന ടൂറിസ്റ്റ് ബസിന്റെ അടിയിൽ പെട്ട് പളനിയുടെ രണ്ടുകാലുകളും ചതഞ്ഞരഞ്ഞു.

വേദനകൊണ്ട് പുളഞ്ഞ പളനി പിന്നെയും കിടന്നു കുറച്ചു നേരം. താനൊന്നുമരിച്ചിരുന്നങ്കിൽ എന്നയാൾ ആഗ്രഹിച്ചുപോയി. തൊട്ടടുത്ത ട്രാക്കുകളിലൂടെ വാഹനങ്ങൾ ചീറിപ്പാഞ്ഞുകൊണ്ടിരുന്നു. ആരും പളനിയെ കണ്ടില്ല, കണ്ടവർ കണ്ടെന്നു ഭാവിച്ചില്ല. വെറുതെ എന്തിനു വയ്യാവേലിയെന്നാണ് പലരും കരുതിയത്. പളനി കിടക്കുന്ന ട്രാക്കിലൂടെ ചീറിപ്പാഞ്ഞുവരുന്ന ഒരു ചരക്കുലോറിക്കാരൻ പളനിയെ കണ്ടു. എന്നാൽ ബ്രേക്ക് ചെയ്യാൻ കഴിയാത്തവിധം അമിതവേഗതയിലായിരുന്നു ആ വാഹനം. വണ്ടിതട്ടാതെ ഒതുക്കിയെടുക്കാൻ ശ്രമിച്ചെങ്കിലും നിമിഷങ്ങൾക്കൊണ്ട് പളനിയുടെ അരയ്ക്കുതാഴെ പൂർണ്ണമായും ചതഞ്ഞരഞ്ഞു. അതോടെ അയാൾ ബോധരഹിതനായി.

മരണത്തിന്റെ ചുണ്ടെലികൾ അയാളെയും മണം പിടിച്ചുവന്നു. ഗതകാല ചെയ്തികളുടെ കണക്കുപുസ്തകങ്ങൾ ഒരുക്കി.

ദുഷ്മരണത്തിന്റെ സത്വങ്ങൾ പുറപ്പെട്ടു. പളനിയുടെ അകക്കണ്ണിൽ ഇരുട്ടു പടർന്നു. ഇടവിട്ട് വന്നെത്തുന്ന മിന്നാമിനുങ്ങുകൾ പാറി ത്തുടങ്ങി.

ലഹരിക്കടിമപ്പെട്ട് തകർന്നുപോയ ഒരു ജനതയുടെ ശാപവും കണ്ണീരും ഉയർന്നു. അമിത ലഹരിയിൽ ആത്മഹത്യചെയ്തവരും അപകടങ്ങളിൽപെട്ട് മരിച്ചവരും നരകയാതന അനുഭവിച്ചവരു മായവരുടെ വലിയ വിലാപമായിരുന്നു അത്.

ജീവന്റെ തുടിപ്പുകൾ നിലയ്ക്കാത്ത പളനിയുടെ ശരീരം ആ റോഡിന്റെ ഒരു ട്രാക്കിൽ രക്തംവാർന്നുകിടന്നു.

അമിതവേഗത്തിൽ വാഹനങ്ങൾ പലതും കടന്നുപോയിക്കൊണ്ടിരുന്നു. കുറച്ചുനേരം കൂടിക്കഴിഞ്ഞപ്പോൾ അതേ ട്രാക്കിൽ മറ്റൊരു ചരക്കുലോറി കൂടി അതിവേഗത്തിൽ പാഞ്ഞുവന്നു. റോഡിൽ എന്തോ ഒന്ന് കിടക്കുന്നതായി ഡ്രൈവർ കണ്ടെങ്കിലും അയാളതു കാര്യമാക്കാതെ ഓടിച്ചുപോയി. എന്തോ ഒന്നിൽ വണ്ടി കയറിയിറങ്ങിയെന്നുമാത്രമേ അയാൾക്ക് അനുഭവപ്പെട്ടുള്ളൂ. അത് ഒരു മനുഷ്യനായിരുന്നു എന്നറിഞ്ഞില്ല. അറിഞ്ഞാലും വേഗത കുറയ്ക്കാനോ പെട്ടെന്ന് ബ്രേക് ചെയ്യാനോ കഴിയാത്ത വേഗതയും സ്ഥലവുമായിരുന്നു അത്. അങ്ങനെ നേരം പുലരുന്നതിനുമുന്നെയായി പല വാഹനങ്ങളും പളനിയിൽ കയറിയിറങ്ങികൊണ്ട് കടന്നുപോയി.

അതോടെ പളനിയെന്ന മനുഷ്യൻ കേവലം ചതഞ്ഞരഞ്ഞ ഒരു പിടി മാംസം മാത്രമായി വാഹനങ്ങളുടെ ടയറുകളിലും റോഡിന്റെ സുഷിരങ്ങളിലും പറ്റിപ്പിടിച്ചൊടുങ്ങി.

പിറ്റേന്ന് നേരം പുലരുമ്പോൾ അവിടെ വട്ടം പറന്നും താഴ്ന്നിറങ്ങിയും ഒരു കൂട്ടം കാക്കകൾ ചിതറിത്തെറിച്ച മാംസങ്ങൾ കൊത്തിപെറുക്കുന്ന കാഴ്ചയാണ് ജനം കണ്ടത്. ആ കാഴ്ചകളും കൂടി പാപ്പൻ കണ്ടുകൊണ്ടിരുന്നു. ഒടുവിൽ കത്തിപ്പുകഞ്ഞുകൊണ്ടിരിക്കുന്ന ഒരു വിറകുകൊള്ളികണക്കെ പളനി പാപ്പന്റെ അരികിലെത്തി. അയാൾ പാപ്പനെ വിളിച്ചുകൊണ്ട് ശുദ്ധമലയാളത്തിൽ ഇങ്ങനെ പറഞ്ഞുകൊണ്ടിരുന്നു.

''നമ്മളൊക്കെ പാപികളാണ് പാപ്പാ, ഒരിക്കലും മോക്ഷമില്ലാത്ത മഹാപാപികൾ, നീ ഇതുകണ്ടില്ലേ...?''

അയാൾ അയാളുടെ പുകയുന്ന ശരീരം കാണിച്ചു.

''അണ്ണാച്ചി...'' എന്നു വിളിച്ചലറുവാൻ ആഗ്രഹിച്ചെങ്കിലും കടലപ്പാപ്പന് ഒന്നിനും കഴിയില്ലായിരുന്നല്ലോ. തന്റെ ജീവിതാനുഭവങ്ങളൊക്കെയും കാണുന്നു കേൾക്കുന്നു എന്നല്ലാതെ. കാണരുതെന്നും കേൾക്കരുതെന്നും ആഗ്രഹിക്കാൻ മാത്രമല്ലേ ഇപ്പോൾ തനിക്ക് സാധിക്കൂ. മറ്റെന്തും ആഗ്രഹിക്കാനും അത് ചെയ്യാനുമുള്ള സ്വാതന്ത്ര്യവും കരുത്തും; ആ ആയുസ്സുതന്നെയും ഇപ്പോഴിതാ തിരിച്ചെടുത്തുകൊണ്ടിരിക്കുന്നു. താൻ വിധേയനാണ്. വിധിയുടെ വികൃതമായ വിളയാട്ടങ്ങൾക്ക് നിന്നുകൊടുക്കാൻ മാത്രം വിധിക്കപ്പെട്ട വെറും വിധേയൻ.

''പാപ്പാ, നീ അരുണോദയ പുത്രൻ ലൂസിഫറിന്റെ പിൻഗാമിയായിരുന്നു. കൊടുക്കപ്പെട്ടതിലൊന്നും തൃപ്തനാകാതെ ദൈവസിംഹാസനത്തിനും മുകളിൽ ഉയരണമെന്നാണ് അവൻ മോഹിച്ചത്. അത് അവന്റെ വീഴ്ചയ്ക്ക് കാരണമായി. അവനെ തുടർന്ന നിന്റെയും.

യെശയ്യാവിന്റെ പതിമൂന്ന് പതിനഞ്ച് നീ വായിക്കുകയും കേൾക്കുകയും ചെയ്യാഞ്ഞതെന്ത്?''

ആ അശരീരിയോട് പ്രതികരിക്കാനാകാതെ അങ്ങിനെ കിടക്കാൻ മാത്രമേ കടലപ്പാപ്പന് കഴിഞ്ഞുള്ളൂ. അല്ലെങ്കിലും എങ്ങനെ പ്രതികരിക്കാൻ? കണ്ണിമകൾ അനക്കാൻ പോലും ആവില്ലല്ലോ. ഇനിയും മരിച്ചിട്ടില്ലാത്ത മനസ്സുകൊണ്ട് വെറുതെ നൊമ്പരപ്പെടാമെന്നല്ലാതെ.

പണത്തിന്റെയും പ്രധാപത്തിന്റെയും പുറകിൽ ഓടി നേടിയ ജീവിതത്തിന്റെ ഇടയ്ക്കുവെച്ച് കിതച്ചുവീണ കടലപ്പാപ്പനിൽ നന്മയുടെ കണിക്കകളൊന്നുംതന്നെ ഉണ്ടായിരുന്നില്ല.

പാപ്പനിൽ മരണം അതിന്റെ സഞ്ചാരം തുടർന്നുകൊണ്ടിരുന്നു. എന്നാൽ തീയിൽ വെന്ത സൂചിമുനകൾക്കും കൂർത്തപല്ലുകൾ മൂർച്ചക്കൂട്ടുന്ന ചുണ്ടനെലികൾക്കും ഇടയിലേക്ക് ധൃതിയിൽ ഇഴഞ്ഞു വരുന്ന ഭീകരരൂപികളായ സർപ്പങ്ങളും ഉഗ്ര വിഷം നിറച്ച കൊമ്പുകളുള്ള കരിന്തേളുകളേയും പാപ്പൻ കണ്ടു. അവർ വന്നപ്പോൾ മുട്ടിനു മുകളിലെ തുടയെല്ലും മാംസങ്ങളും പൂർണ്ണമായും അവസാനിച്ചിരുന്നു. കാൽകുഴയിലെ എല്ലുകൾ കൂടി കടിച്ചുമുറിച്ചു തീർത്തപ്പോൾ ചുണ്ടനെലികൾ പിന്മാറി. പിന്നെ പാമ്പുകളും തേളുകളും മരണത്തിന്റെ ദൗത്യം ഏറ്റെടുത്തു. അപ്പോൾ അതുവരെയുള്ള കാഴ്ചകളൊക്കെയും അപ്രത്യക്ഷമായി. വീണ്ടും ഇരുട്ടുതന്നെ. മിന്നാമിനുങ്ങുകളും ജീവിതകാഴ്ചകളും ഒന്നുമില്ലാത്ത കൂരിരുട്ട് മാത്രം. അപ്പോഴും മരണത്തിന്റെ വേദനയും ഭയപ്പാടും തുടർന്നുകൊണ്ടേയിരുന്നു.

''എത്രയും പെട്ടെന്ന് ഞാനൊന്ന് ഇല്ലാതായെങ്കിൽ. നരകത്തിലേക്കാണെങ്കിലും സാരമില്ല, ഈ വേദനയിൽ നിന്നൊന്ന് രക്ഷപ്പെട്ടിരുന്നെങ്കിൽ...''

പാപ്പന്റെ മനസ്സ് ചിന്തിച്ചു.

അപ്പോൾ വീണ്ടും ഒരശരീരി മാറ്റലി കൊണ്ടു.

''പാപ്പാ, ഹേയ് ദുഷ്ടനും നീചനും ക്രൂരനുമായ മനുഷ്യാ, ഇതുവരെയുള്ള മരണനേരങ്ങളിലൂടെ നിന്റെ പകുതികാലങ്ങളും ജീവനും കഴിഞ്ഞുപോയിരിക്കുന്നു. ഇനിയും കാണാനുണ്ട് കാഴ്ചകൾ. അത് പൂർണ്ണമാകുമ്പോളാണ് നിന്റെ മരണവും പൂർണ്ണമാവുക. പിന്നീട് ഉറക്കമാണ്. നിന്നെ നാം വിളിച്ചുണർത്തുംവരെ. അന്നാണ് ന്യായവിധി.''

റുക്കു

മണ്ണിൽ നിന്നും നിത്യ പരാജയത്തിന്റെ പീഢന പർവ്വങ്ങളിലേക്ക് അസഹ്യമായ വേദനകളുടെ അസ്തമിക്കാത്ത ആകാശ ഗോപുരങ്ങൾ കയറുന്ന പാപ്പന്റെ കണ്ണുകൾ ഇതിനുമുമ്പൊരിക്കലും ആ ആകാശം കണ്ടിരുന്നില്ല. അവിടെ നിന്നെത്തിയ ദൂതുകൾ കേട്ടിരുന്നില്ല. അല്പാല്പമായി അന്യമാകുന്ന ശരീരവും ജീവനും ആത്മാവും ഒരിക്കലും പാപ്പനെ നോക്കി സഹതപിച്ചില്ല. നോക്കിയാൽ കാണാത്ത ആകാശത്തിനുകീഴെ പാപ്പൻ കണ്ടതൊക്കെയും ഇപ്പോൾ പേടിപ്പെടുത്തുന്ന ഭീകരതയായി രൂപം കൊള്ളുന്നു. ഒന്നും സ്വയം ഓർത്തെടുക്കാൻ സാധിക്കുന്നില്ലെങ്കിലും ഗതകാലത്തിന്റെ അനുഭവ നിമിഷങ്ങൾ വിട്ടുപോകാതെ ഓർമ്മകളെ തട്ടിയുണർത്തുന്നു. നിമിഷങ്ങളുടെ നിശ്ശബ്ദതയിലേക്ക് ഇരച്ചെത്തിയ ഒരുപറ്റം സ്ത്രീകളുടെ പൊട്ടിച്ചിരികളുയർന്നു. അതിൽ കന്യകമാരും സുമംഗലകളും സുമംഗലികളും അമ്മമാരുമുണ്ടായിരുന്നു. അവരുടെ ചിരികൾ ശരം പോലെ പാപ്പന്റെ ചെവികളിൽ തുളച്ചുകയറി. അതിന് അസഹ്യമായ വേദനയുണ്ടായിരുന്നു.

അകലെനിന്നും മെല്ലെ മെല്ലെ മിന്നാമിനുങ്ങുകൾ എത്തിതുടങ്ങി, അവയ്ക്ക് വീണ്ടും രൂപമാറ്റമുണ്ടായി. ക്രമേണ അതൊരു വലിയ രഥമായി മാറുന്നത് പാപ്പൻ കണ്ടു. അതിൽ നിറയെ സുന്ദരികളായ സ്ത്രീകളായിരുന്നു. അതിന്റെ സാരഥി റുക്കു എന്നു വിളിക്കപ്പെടുന്ന രുഗ്മിണിയായിരുന്നു.

ഒരു പാവം തമിഴത്തി പെണ്ണായിരുന്നു അവൾ. അവളെ കണ്ടതും പാപ്പൻ ഞെട്ടി വിറച്ചു.

‘‘ഓഹ്, റുക്കൂ...’’

അയാൾക്ക് ഉറക്കെ കരയണമെന്ന് തോന്നി.

അപ്പോൾ തന്നെ മറ്റൊരു സ്വർണ്ണ രഥത്തിൽ മുരുകനും വന്നു. റുക്കു ആ രഥത്തിൽ നിന്നും മുരുകന്റെ രഥത്തിലേക്ക് മാറിക്കയറി.

രഥത്തിന്റെ സാരഥ്യം അനില ഏറ്റെടുത്തു. അനില പാപ്പനെ ഒന്നു നോക്കി. പാപ്പന്റെ തുറന്ന കണ്ണുകളിൽ അഗ്നികൊണ്ട് പൊള്ളലേറ്റു. രഥം അവരെയും വഹിച്ചുകൊണ്ട് അതിവേഗം ഓടിമറഞ്ഞു.

ഗതകാല കാഴ്ചകൾ വീണ്ടും തലപൊക്കി. അയാളിൽ അത് മരണവേദനയുടെ ആഴം വർധിപ്പിച്ചു. തുറന്ന കണ്ണിലേക്കും മനസ്സിലേക്കും തന്റെ പ്രവർത്തികൾ വന്നുപോകുന്ന ഈ തീവ്രാനുഭവങ്ങൾ ഒന്ന് കഴിഞ്ഞിരുന്നെങ്കിൽ എന്നയാൾ ആഗ്രഹിച്ചുകൊണ്ടിരുന്നു. എങ്കിലും മരണം അതിന്റെ പിടുത്തം തുടരുന്ന വേഗത്തിന് ഒരു മാറ്റവും വരുത്തിയില്ല.

റുക്കു കടലപ്പാപ്പന്റെ ഓഫീസുകളിൽ ഒന്നിലെ ജീവനക്കാരനായ മുരുകന്റെ ഭാര്യയായിരുന്നു. മുരുകൻ പാപ്പന്റെ പേർസണൽ സ്റ്റാഫുകളിലും ശിങ്കിടികളിലും ഒരാളും. അതുകൊണ്ടുതന്നെ മുരുകനു വേണ്ട എല്ലാ സഹായങ്ങളും പാപ്പൻ ചെയ്തുകൊടുത്തിട്ടുണ്ട്.

കൊച്ചിയിലെ ചെമ്മീൻ കമ്പനിയുടെ മേൽനോട്ടമായിരുന്നു മുരുകന്. കൂട്ടത്തിൽ അവിടെയുള്ള അന്യസംസ്ഥാന തൊഴിലാളികളായ പെൺകുട്ടികളെ പാപ്പന്റെ ഇംഗിതങ്ങൾക്ക് സജ്ജമാക്കുക എന്ന ഒരു ഉത്തരവാദിത്തം കൂടി മുരുകനുണ്ടായിരുന്നു.

ഭീഷണിപ്പെടുത്തിയും ബലം പ്രയോഗിച്ചും അയാളത് സാധിപ്പിക്കും. വഴങ്ങാത്തവർ കൊച്ചികായലിന്റെ ചേറിൽ പുതഞ്ഞു.

ഉയർന്ന ശമ്പളം, ഫ്ളാറ്റ്, വണ്ടി... പിന്നെ, കള്ളും പെണ്ണും ഫുഡും സ്വാതന്ത്ര്യവും. ഇതിനപ്പുറം എന്തുവേണം വീണ്ടുവിചാരമില്ലാത്ത അവിവാഹിതനായ ഒരു ചെറുപ്പക്കാരന്. മുരുകൻ അതൊക്കെയും അനുഭവിച്ചും ആസ്വദിച്ചും പാപ്പനൊപ്പം കഴിഞ്ഞുവന്നു. ഗുണ്ടകൾക്ക് പുറമെ അങ്ങനെയും കുറേ സ്റ്റാഫുകളുണ്ട് പാപ്പന്റെ കൂട്ടിന്. പാപ്പന്റെ ഇഷ്ടങ്ങൾക്കൊപ്പം അവർ നിൽക്കണം. അതിൽ പ്രധാനം അവർ വിവാഹം കഴിക്കുന്നത് പാപ്പനുകൂടി വേണ്ടിയാകണം എന്നത് നിർബന്ധമാണ്. ചിലപ്പോൾ പാപ്പന് പെണ്ണിനെ വല്ലാതങ്ങുപിടിച്ചാൽ കെട്ടിയവന് പിന്നെ കാണാൻ പോലും പെണ്ണിനെ കൊടുക്കില്ല. എന്തായാലും അവർ കെട്ടുന്ന പെണ്ണ് അതീവ സുന്ദരിയാകണം. പാപ്പന് ഇഷ്ടമാകണം. പാവപ്പെട്ട കുടുംബത്തിൽ നിന്നാവണം. കാരണം പിന്നീടൊരിക്കലും തനിക്കെതിരെ വിരൽചൂണ്ടാനുള്ള ശക്തിയില്ലാത്തവരാകണം അവർ.

ആവശ്യത്തിൽ കൂടുതൽ പണവും പൊന്നും അങ്ങോട്ടുകൊടുത്തു കൊണ്ടുവേണം വിവാഹം. എല്ലാം പാപ്പൻ കൊടുക്കും. ചിലപ്പോൾ കെട്ടാനുള്ള പെണ്ണിനെപോലും പാപ്പൻ തന്നെയാണ് ചൂണ്ടികാണിക്കുക. കെട്ടുന്നവർ ചെന്ന് പെണ്ണു കണ്ടാൽ മാത്രം മതി. പിന്നെ പാപ്പൻ ആ കെട്ട് നടത്തും. ശേഷം പെണ്ണിനെയുമായി നഗരത്തിലെ പുതിയ ഫ്ളാറ്റിലേക്ക് താമസം മാറണം.

ആദ്യ രാത്രിമുതൽ കടലപ്പാപ്പനാണ് ഭർത്താവ്. കെട്ടിയവന് തൊട്ടടുത്ത മുറിയിൽ വില കൂടിയ മദ്യവും കുടിച്ച് വേണമെങ്കിൽ ഏതെങ്കിലും ഒരു അഭിസാരികയ്ക്കൊപ്പം കിടന്നുറങ്ങാം. പറ്റില്ലെന്നു പറഞ്ഞാൽ പിന്നെ അയാൾ തുടർന്ന് ജീവിക്കാൻ അർഹനല്ലെന്ന് പാപ്പൻ വിധിക്കും. ഗുണ്ടകൾ ആ വിധി നടപ്പിൽ വരുത്തും. പെണ്ണിനെ രഹസ്യ കേന്ദ്രത്തിലേക്ക് മാറ്റും. പാപ്പന് മടുക്കുമ്പോൾ ഗുണ്ടകൾക്കും സിങ്കിടികൾക്കും കൊടുക്കും എന്നിട്ട് പറയും ആവശ്യം കഴിഞ്ഞാൽ കൊണ്ടുപോയി കൊന്നുകളയാൻ. അതൊക്കെയും അറിഞ്ഞുകൊണ്ടു തന്നെയാണ് പലരും പാപ്പന്റെ പേർസണൽ സ്റ്റാഫുകളിൽ അംഗങ്ങളാകുന്നത്. പാപ്പനുവേണ്ടി അവർ ചെയ്യുന്ന എന്തുകുറ്റങ്ങളിൽ നിന്നും അയാൾ അവരെ രക്ഷിച്ചെടുക്കും. അതിൽ ചതിയും വഞ്ചനയും മാത്രമേ കാണൂ. അതിനൊക്കെയും തയ്യാറുള്ള കുറേ പേരുണ്ട് പാപ്പനു ചുറ്റും.

കടലപ്പാപ്പന്റെ നിർദ്ദേശപ്രകാരം മുരുകൻ കേരളാ ബോർഡറിനടുത്തുള്ള ഒരു തമിഴ് ഗ്രാമത്തിൽ സാമ്പത്തികമായി ക്ഷയിച്ച ഒരു തറവാട്ടിൽ നിന്നാണ് സുന്ദരിയും ഗായികയും നർത്തകിയുമായ

റുക്കു എന്ന് വിളിക്കുന്ന രുഗ്മിണിയെ വിവാഹം കഴിക്കുന്നത്. പെണ്ണിന്റെ ഫോട്ടോ കണ്ടപ്പോൾ തന്നെ കടലപ്പാപ്പന് നന്നായി ഇഷ്ടപ്പെട്ടു. ഇങ്ങനെ പെണ്ണുങ്ങളെ കണ്ടെത്താൻവേണ്ടി മാത്രമായി ചിലരുണ്ട് പാപ്പന്റെ കൂട്ടിന്. അതിൽ ഒരാളാണ് റുക്കുവിന്റ ഫോട്ടോ കാണിച്ച ഗണപതി.

വെളുത്തുതുടുത്ത് ചന്ദനം കടഞ്ഞതുപോലെയൊരു പെണ്ണായിരുന്നു റുക്കു. ഫോട്ടോയിൽ നോക്കിയിരിക്കെ മുരുകനോടായി പാപ്പൻ പറഞ്ഞു.

''നമുക്കുടനെ പോകണം, റുക്കുവിനെ കാണണം.''

''ശരി മുതലാളി.''

മുരുകൻ സമ്മതിച്ചു. മുരുകൻ അവളുടെ ഫോട്ടോ കണ്ടിരുന്നില്ല. കാണാനുള്ള താൽപര്യവും മുരുകനുണ്ടായിരുന്നില്ല. താനെന്തിനു കാണണം. എല്ലാം മുതലാളിക്ക് വേണ്ടിയല്ലേ. തനിക്ക് വേണ്ടി വരുമ്പോൾ അപ്പോൾ കണ്ടാൽ മതി. അതുവരെയും തന്റെ ജീവിതത്തിൽ വന്നുപോയ എത്രയോ പെണ്ണുങ്ങളുടെ കൂട്ടത്തിലേക്ക് ഇതും ചേർക്കപ്പെടുന്നു. അത്രമാത്രം.

പിന്നെ വൈകിയില്ല എറ്റവും അടുത്ത ദിവസം അവർ പോയി.

തമിഴകത്തിന്റെ കാർഷിക ഭംഗിനിറഞ്ഞു നിൽക്കുന്ന പാടങ്ങളിലൂടെയും പറമ്പുകളിലൂടെയും അവരുടെ വാഹനം നീങ്ങി. മലനിരകൾക്കരികിലൂടെ നീർച്ചോലകൾ ഒഴുകുന്ന മനോഹാരിതയും പച്ചപ്പും പാപ്പന്റെ കണ്ണിന് ആനന്ദമേകി.

അയാൾ രുക്കുവെന്ന സൗന്ദര്യപുഷ്പത്തെക്കുറിച്ചുള്ള സ്വപ്നങ്ങളിലായിരുന്നു. എന്നാൽ മുരുകൻ നിർവികാരനായി അകലേക്ക് നോക്കിയിരുന്നു. എങ്കിലും മുതലാളിക്ക് ഈ പെണ്ണിനെ ഇഷ്ടമായാൽ പിന്നെ തനിക്ക് ലഭിക്കുന്ന സൗകര്യങ്ങളെ കുറിച്ച് മുരുകൻ ഓർത്തു. അവരെയും വഹിച്ച് ദീർഘദൂരം ഓടിയ വാഹനം ഒടുവിൽ ഒരു പഴയ തറവാടിന്റെ മുന്നിൽ ചെന്നുനിന്നു. വണ്ടിയിൽ നിന്നിറങ്ങി വീട്ടിലേക്കുള്ള നീളം കൂടിയ വഴി നടക്കുമ്പോൾ കേട്ടത് സപ്തസ്വരങ്ങളുടെ ആവർത്തനങ്ങളായിരുന്നു.

ഒരു മന്ദമാരുതന്റെ തലോടൽ പോലെയുള്ള ആ ശബ്ദവീചികൾ മുരുകന്റെ ഹൃദയത്തിൽ അതിവശ്യമായ അനുഭൂതി പെയ്തു. റുക്കു സ്വരങ്ങൾ ചൊല്ലിക്കൊടുക്കുകയും പാട്ട് പഠിക്കാൻ വന്ന കുട്ടികൾ അത് ഏറ്റു ചൊല്ലുകയും ചെയ്യുകയായിരുന്നു. അയാൾ ആ സ്വരമാധുരിയിൽ ലയിച്ചുനിന്നു. ഒപ്പം കടലപ്പാപ്പനും.

''നടക്ക് വേഗം, കേൾക്കുമ്പോൾ തന്നെ ഇങ്ങനെയാണെങ്കിൽ പിന്നെ കണ്ടാൽ എങ്ങിനെയിരിക്കും. ഹോ, കാണാനെനിക്ക് തിടുക്കായി.''

പാപ്പൻ ധൃതിയിൽ നടന്നു. മുരുകൻ ഒന്നും പറഞ്ഞില്ല, വേഗം പാപ്പനെ അനുഗമിച്ചു.

''വണക്കം വണക്കം. വാങ്കോ, വാങ്കോ...''

റുക്കുവിന്റെ അപ്പാ അവരെ സ്വാഗതം ചെയ്തു. അവർ ആ വീട്ടിൽ കയറി പൂമുഖത്തിരുന്നു. വീടിന്റെ മച്ചിലും ചുറ്റിലും കണ്ണോടിച്ചു. എല്ലാം മരങ്ങൾക്കൊണ്ട് തീർത്തിരിക്കുന്നു. ഗതകാല പ്രൗഢിയിൽ അവർ അതിനെ സങ്കല്പിച്ചു.

''റുക്കൂ, സീക്രം എഴുന്തിച്ചുവാങ്കോ, അവർ വന്തിട്ടാര്.''

റുക്കുവിന്റെ അമ്മ അവളെ വിളിച്ചുപറഞ്ഞു.

''യാരമ്മാ?''

''ഉന്നെ പൊണ്ണുപാക്ക വന്ത്ക്കാര്. രണ്ട് നാൾക്ക് മുന്നാടി അന്ത ഗണപതി ചൊല്ലിയില്ലയാ, അവർതാൻ.''

''എതുക്കമ്മാ ഇന്ത സോദനൈ. ഇനി ഒരുത്തൻ മുന്നാടിയും നാൻ നിക്കമാട്ടെ യെൻറ് ഉങ്കിട്ട് എത്തനവാട്ടി സൊല്ലിയിരുക്ക്, മറുപടയും യേൻ അമ്മാ ഇപ്പടി?''

''റുക്കൂ, അപ്പടി സൊല്ലാതെ തങ്കം, അമ്മ ചെല്ലംല്ലേ...? കൊഞ്ചം വന്നിട്ട് പോമാ.''

''പൊണ്ണുപാക്കവന്തവർക്കെല്ലാമേ ജാതകം പണം സ്വത്ത് വസതി അതുമട്ടും താൻ തേവയ്. ഇതുവരെയും യെന്നെ തേടി യാരാവത് വന്ത് ര്ക്കാ? ഇനി എനക്ക് കല്യാണമേ വേണ.''

''ഇങ്കെ പാര് റുക്കൂ, പാവം അപ്പാ റൊമ്പ നൊന്തുപൊയിട്ടാര എന്റ്റ് തെരിയില്ലയാ ഉനക്ക്? ഇത് നല്ല പാർട്ടി. നല്ല പയ്യൻ. അമ്മ പാത്ത്ട്ടാര്. നീ വന്ത് പാർ. നല്ല ശമ്പളം. ജാതകം. അതുമട്ടുമല്ലെ സ്വത്ത് പണം യെതുമേ കേക്കാത്തവൻ. എല്ലാമേ അപ്പാവുക്കിട്ട് ഗണപതി സൊല്ലിയിരിക്ക്. അന്ത നമ്പിക്കയിൽതാൻ അപ്പാ അവർക്കിട്ട് വരസൊന്നെ. ഇവളോ സീക്രം വരുമെന്റ്റ് നിനപ്പതില്ലെ. അമ്മ ചെല്ലം മൊകമെല്ലാമൈ കളുകി ഇന്ത ഡ്രസ്സ് കൊഞ്ചം മാത്തി സീക്രം വന്തിട്.''

''സരി, നാൻ ഇപ്പടിതാൻ വരും. എതും പണ്ണമാട്ടെ, വേണാൽ പാത്ത് പോകട്ടും.''

ഒരുക്കങ്ങൾ ഒന്നുമില്ലാതെ ഒരു പ്രതികാരം പോലെ മുഷിഞ്ഞ ഡ്രെസ്സും മുഖവുമായി അവൾ അവർക്കു മുന്നിലേക്ക് വന്നുനിന്നു.

കടവും കഷ്ടപ്പാടും ദാരിദ്ര്യവും കളിയാടിനിന്ന ആ വീടിന്റെ മൂകതയിൽ മഹാലക്ഷ്മിയെ പോലെയാണ് അവളെ അവർക്ക് തോന്നിയത്. അവർ അത്ഭുതപ്പെട്ടു.

''അപ്സരസ്സാണോ ഈ നിൽക്കുന്നത്?''

ആവശ്യത്തിനുള്ള വെളിച്ചം പോലും കുറവായിരുന്നെങ്കിലും പോക്കുവെയിലിന്റെ ഇത്തിരിവെട്ടത്തിൽ നിലവിളക്ക് കൊളുത്തിയതുപോലെയുള്ള സ്വർണ്ണനിറമായിരുന്നു അവൾക്ക്. ഒറ്റ നോട്ടത്തിൽ തന്നെ മുരുകൻ അവളിൽ വല്ലാതെ ആകൃഷ്ടനായി.

ഇതാണ് സൗന്ദര്യം. സ്ത്രീ സൗന്ദര്യത്തേക്കാൾ മനോഹരമായ മറ്റൊരു സൗന്ദര്യത്തെയും ഭൂമിയിലിന്നോളം ദൈവം സൃഷ്ടിച്ചിട്ടില്ലെന്ന് മുരുകന്റെ മനസ്സു പറഞ്ഞു. അവളെ കണ്ടുനിൽക്കുന്നതുതന്നെ ഭാഗ്യവും പുണ്യവുമാണെന്ന് അയാൾ വിശ്വസിച്ചു.

അവൾ ആരെയും നോക്കിയില്ല. ഒട്ടും ഇഷ്ടമില്ലാതെയും ആവർത്തനങ്ങൾ സമ്മാനിച്ച മടുപ്പും നിരാശയും ഉള്ളിലൊതുക്കിയും അലസമായും അശ്രദ്ധമായും നിലത്തുനോക്കി നിന്നതേയുള്ളൂ

കടലപ്പാപ്പൻ ധൃതിയിൽ തന്റെ കൈയിൽ കരുതിയ സ്വർണ്ണവും പണവും പട്ടുസാരിയുമടങ്ങിയ ഒരു കൊച്ചുപെട്ടി തുറന്നുകൊണ്ട് അത് അവരെ കാണിച്ചു. എന്നിട്ട് മുരുകന്റെ കൈയിൽ കൊടുത്തിട്ട് പറഞ്ഞു.

''ഇനി ഒന്നും നോക്കാനില്ല, മുരുകാ, ഇതെല്ലാം ഇവർക്ക് കൊടുക്ക്.''

''അയ്യാ ഒരു നിമിഷം, പയ്യൻ ഒന്നുമേ സ്വല്ലവേ ഇല്ലയെ? എങ്കൾക്ക് പണം ഇല്ലൈ, മട്ടുമല്ലൈ ജാതകം.''

റുക്കുവിന്റെ അപ്പാ ഒന്ന് സംശയിച്ചു പറഞ്ഞുതുടങ്ങി. അത് മുഴുവനും കേൾക്കാൻ നിൽക്കാതെ പാപ്പൻ പറഞ്ഞു.

''എന്ത് ജാതകം, പണം? ഞങ്ങൾക്ക് വേണ്ടത് പെണ്ണിനെയാണ്, ഈ വീടിന്റെ മഹാലക്ഷ്മിയെ. ഞങ്ങൾക്ക് ഇഷ്ടമായി. ഇവൻ ഇവളെ രാജകുമാരിയെ പോലെ നോക്കും, അല്ലേ മുരുകാ?''

അവളെ കണ്ടുകൊണ്ട് പരിസരം മറന്നുനിന്ന മുരുകൻ പെട്ടന്ന് പറഞ്ഞു.

''ഇഷ്ടമായി ഇഷ്ടമായി, ആയിരം വട്ടം ഇഷ്ടമായി. വേറൊന്നും എനിക്ക് വേണ്ട.''

അതുകേട്ടതും വിശ്വസിക്കാനാവാതെ അവൾ പെട്ടെന്ന് മുഖമുയർത്തി. അവളുടെ ഹൃദയ താളം മുറുകി. ശരീരം തരളിതമായി. സാവകാശം ആ മുഖം നാണംകൊണ്ട് തുടുക്കുവാനാരംഭിച്ചു.

ജീവിതത്തിൽ ഒരിക്കലും കേൾക്കുമെന്ന് പ്രതീക്ഷിക്കാത്ത വാക്കുകളായിരുന്നു അത്.

അപ്പോൾ കടലപ്പാപ്പൻ ചിരിച്ചുകൊണ്ടു ചോദിച്ചു

''ഇനി പെണ്ണിന് പയ്യനെ ഇഷ്ടമായോ?''

“റുക്കൂ...”

അവളുടെ അപ്പ മകളെ ഒന്ന് നീട്ടി വിളിച്ചു.

അവൾ സന്തോഷം കൊണ്ടും നാണംകൊണ്ടും തലകുനിച്ചു.

“അതുമതി, മൗനം സമ്മതം എന്നാണല്ലോ. ഇനി ഇത് അങ്ങോട്ട് കൊടുത്തോളൂ.”

നീട്ടിപ്പിടിച്ച ആ ബോക്സ് പാപ്പൻ മുരുകന് കൊടുത്തു. മുരുകൻ അതുവാങ്ങിച്ചു. ശേഷം അവളുടെ അച്ഛനോടും അമ്മയോടുമായി പാപ്പൻ തുടർന്നു.

“ഇതൊരു അച്ചാരം മാത്രമാണ്. നാട്ടുനടപ്പ് അനുസരിച്ചുള്ള ചടങ്ങുകളെല്ലാം ബന്ധുക്കളെയും കൂട്ടി പിന്നെ വന്ന് ചെയ്യാം. ഇപ്പോൾ ഇത് വാങ്ങിച്ചുവെക്കുക. നിങ്ങളുടെ എല്ലാ കടങ്ങളും കഷ്ടപ്പാടുകളും ഇവൻ തീർത്തു തരും. മാത്രവുമല്ല, ഈ വീടൊന്നു അറ്റകുറ്റപ്പണികൾ ചെയ്ത് ഇവിടമാകെ വൃത്തിയാക്കണം. കാറ് മുറ്റത്തേക്ക് വരണം. എല്ലാം കല്യാണത്തിനുമുൻപ് ഇവൻ ചെയ്തു തരും.”

ഏതോ മഹാഭാഗ്യത്തിന്റെ ദിവ്യവതാരം തന്റെ വീട്ടിൽ അവതരിച്ചതായാണ് അവർക്ക് തോന്നിയത്. മുരുകനിൽ നിന്നും അയാൾ ആ കൊച്ചുപെട്ടി വാങ്ങിച്ചിട്ട് മാറോട് ചേർത്തുപിടിച്ചു.

“അയ്യാ... നീങ്കെ കടവുൾ മാതിരി, ഡവറി ഏതുമേ കേക്കാമൽ എൻ പൊണ്ണുക്ക് പുടവ കൊടുക്കവന്തേനെ, ആണ്ടവാ... മുരുകാ നീ നേരടിയാ വന്തിട്ടിയാ...?”

വാക്കുകൾ പൂർത്തിയാക്കുവാനാകാതെ അയാൾ വിതുമ്പി.എങ്കിലും തുടർന്നു.

“എങ്കളുക്ക് പണമില്ലെ, ആണാൽ, അൻപ്, പാസം, നൻപിക്കൈ, മര്യാദൈ, ഗൗരവം അതുമട്ടും താൻ ഇരുക്ക്.”

പിന്നെ ഒന്ന് വിഷാദമായി, കണ്ണുകൾ നിറഞ്ഞു.

“ഇപ്പോളത് കൂടി കെട്ടുപോക ആരംഭിച്ചാച്ച്. ഇന്ത നരകത്തിലിരുന്ത് എൻ പൊണ്ണുക്കൊരു വാഴ്ക്കൈ കൊടുക്കവന്ത മഹനേ... നീ താൻ എങ്കളുക്ക് കൺകണ്ട മുരുകൻ.”

“അല്ലാ, ഞങ്ങളെപ്പറ്റി അന്വേഷിക്കണ്ടേ?”

കടലപ്പാപ്പൻ ചുമ്മാ ചോദിച്ചു.

“ഗണപതി എല്ലാമേ സൊല്ലിയിരുക്ക്.”

ദാരിദ്ര്യത്തിന്റെ ഇരുട്ടുമുറികളിൽ നിന്നും സുഖലോലുപതയുടെ സ്വതന്ത്ര ഭൂമിയിലേക്ക് ഒരു വിവാഹജീവിതത്തിലൂടെ പ്രതീക്ഷകളുടെ

വാതിൽ തുറക്കുന്നത് ഓർത്തപ്പോൾ റുക്കുവിൽ ആയിരം മഴവില്ലുകൾ ഒന്നിച്ചുയർന്നു. അവൾക്ക് അത് സ്വപ്നമാണോ സത്യമാണോ എന്ന് വിശ്വസിക്കാൻ പ്രയാസമായിരുന്നു. മുരുകൻ സ്വർണ്ണവും പണവും പട്ടുവസ്ത്രവും കൈമാറിയപ്പോൾ അവൾ ആ നിർവൃതിയുടെ പനിനീർ മഴയിൽ നനഞ്ഞുപോയി.

മുരുകൻ, കാണാൻ സുന്ദരനും പെരുമാറ്റത്തിലും ചിരിയിലും നല്ല ആകർഷണ സ്വഭാവം ഉള്ളവനുമായിരുന്നു. ഏതൊരു യുവതിയും ആഗ്രഹിക്കാവുന്ന അയാളുടെ ബാഹ്യഗുണങ്ങളിൽ അവളും ആകൃഷ്ടയായി. അവർ സംസാരിച്ചു.

നിമിഷങ്ങൾക്കൊണ്ട് വിട്ട് പിരിയാൻ കഴിയാത്തവിധം രണ്ടുപേരും അടുത്തു. യാത്ര പറഞ്ഞു പോരുമ്പോൾ മുരുകന്റെ ഹൃദയത്തിൽ ഒളിപ്പിച്ചുവെച്ച കാപട്യങ്ങൾ ഇലപൊഴിക്കുന്ന വൃക്ഷങ്ങൾ പോലെ ഒന്നൊന്നായി പൊഴിച്ചുകൊണ്ടിരുന്നു.

തിരികെയുള്ള യാത്രയിൽ മുരുകനിൽ വല്ലാത്ത മൂകത തളം കെട്ടി. അവളെ കണ്ടതുമുതൽ അയാളിൽ ഉറങ്ങിയിരുന്ന നിഷ്കളങ്കമായ പുരുഷചോദനകൾ തലപൊക്കി.

പ്രണയ പാരവശ്യത്തിന്റെയും മോഹത്തിന്റെയും സ്നേഹ വാത്സല്യത്തിന്റെയും വിഭിന്ന വിചാരങ്ങളോരോന്നും മഴ കാത്തു നനഞ്ഞപ്പോൾ മുളച്ച വിത്തുകൾപോലെ നാമ്പുകളുണർത്തി. അവ വളർന്നു പന്തലിച്ചുകൊണ്ട് പൂത്തു പുഷ്പിക്കുന്നതായി സ്വപ്നം കണ്ടു.

അയാൾ അവളിൽ അലിയുകയായിരുന്നു.

ഇതുവരെയുള്ള ജീവിതത്തെ അയാൾ പഴിച്ചു വെറുത്തു. ഒരു പുതിയജീവിതത്തിന്റെ പുത്തൻ വിഹായസ്സിലേക്ക് പറന്നുയരാൻ വെമ്പുന്ന പക്ഷിയായി അയാൾ മാറുകയായിരുന്നു. എന്നാൽ ചിറകുകൾ ബന്ധിക്കപ്പെട്ട പക്ഷിയാണല്ലോ താനെന്ന ബോധം അയാളുടെ മനസ്സിൽ ചില ചോദ്യങ്ങളുയർത്തി. ഒപ്പം റുക്കുവുമൊത്തുള്ള ഒരു സ്നേഹജീവിതത്തിന്റെ സ്വപ്നങ്ങൾക്കും അയാളിൽ ചിറകുകൾ മുളയ്ക്കാനാരംഭിച്ചു.

‘‘എന്തേ റുക്കുവിനെ താൻ നേരത്തെ കാണാതിരുന്നത്?’’

മനസ്സു ചോദിച്ചുകൊണ്ടിരുന്നു.

പിന്നെ കടലപ്പാപ്പനെക്കുറിച്ചോർത്തു.

‘‘ഈ ദുഷ്ടനുവേണ്ടിയല്ലേ ഇത്രയും നല്ലൊരു പെണ്ണിനെ ഞാൻ വേൾക്കാൻ പോകുന്നത്? ഈശ്വരാ... എനിക്കതിന് കഴിയുമോ?’’

പാപ്പനെ ശപിച്ചുകൊണ്ടയാൾ നെടുവീർപ്പിട്ടു. മുരുകന്റെ മനസ്സ് അങ്ങനെ പലതും ചോദിച്ചുകൊണ്ടിരുന്നു.

ദിവസങ്ങൾ കടന്നുപോയി. പലപ്പോഴും അയാൾ അവളെ വിളിച്ചു,

നിറയെ സംസാരിച്ചു. ഇടയ്ക്കിടെ കാണാൻ പോയി. സമ്മാനങ്ങൾ കൊടുത്തു.

‘‘റുക്കൂ, ആദ്യം കണ്ടപ്പോൾ തന്നെ എന്റെ ഹൃദയം നിന്നിൽ മറന്നുവെച്ചിട്ടാണ് ഞാൻ പോയത്.’’

‘‘ആഹാ... എന്നിട്ട്, ഇപ്പോൾ അത് തിരിച്ചെടുക്കാനാണോ ഇത്ര ദൂരം വന്നത്?’’

അവൾ ചിരിച്ചു.

‘‘ഇല്ല, അതൊരിക്കലും ഞാൻ തിരിച്ചെടുക്കില്ല. എന്റെ റുക്കുവിൽ അത് സുരക്ഷിതമാണ്.’’

എങ്കിലും ഇതെല്ലാം എന്തിനുവേണ്ടി എന്ന ചിന്ത മുരുകനെ അലട്ടിക്കൊണ്ടിരുന്നു.

കുറ്റബോധത്തിന്റെ കുത്തൊഴുക്കിൽ സ്വപ്നങ്ങളും മോഹങ്ങളുമൊക്കെ ഒലിച്ചുപോകുന്നതായി അയാൾ കണ്ടു. ഒരു ഭാഗത്ത് ഒരുതരം ഭ്രാന്തമായ പ്രണയമായി മാറിയ അവളോടുള്ള അടക്കാനാവാത്ത അഭിനിവേശം. മറുവശത്ത് കടലപ്പാപ്പനോടുള്ള വിധേയത്വത്തിന്റെ ഭയവിഹ്വലതകൾ.

റുക്കുവിനെ കാണുന്നതുവരെയും മറ്റുള്ളവരെപോലെ കടലപ്പാപ്പനുവേണ്ടി കെട്ടണം എന്നുമാത്രമേ മുരുകനും ചിന്തിച്ചിട്ടുള്ളൂ. അതും പാപ്പന് ഇഷ്ടപ്പെടുന്ന പെണ്ണിനെ.

‘‘പാപ്പൻ മുതലാളി വല്ലപ്പോഴുമല്ലേ വന്നുപോവുക. ഒന്ന് കണ്ണടയ്ക്കുക, അത്രതന്നെ. അങ്ങനെ കണ്ണടച്ചാൽ കിട്ടുന്ന സൗഭാഗ്യങ്ങൾ എത്ര വലുതാണ്. തന്നെപോലെയുള്ളവർ ഇന്ന് എത്ര ഉന്നതിയിലാണ് എത്തിയത്? കെട്ടുന്ന പെണ്ണിനെ ഇതൊക്ക പറഞ്ഞു മനസ്സിലാക്കാം. പിന്നെ, അത് ശീലമാകും. നല്ല വിലകൂടിയ ഫ്ളാറ്റും ഡയമണ്ട് നെക്ലെസ്സും ഡ്രെസ്സും ആഭരണങ്ങളും കാറുമൊക്കെ കിട്ടുമ്പോൾ ഏത് പെണ്ണും ഇതൊന്നും കാര്യമാക്കില്ല. ഇല്ലെങ്കിൽ എവിടെയെങ്കിലും കൊണ്ടുപോയി കളയണം.’’

മുരുകൻ അങ്ങനെയൊക്കെയാണ് ചിന്തിച്ചിരുന്നതും തീരുമാനിച്ചിരുന്നതെങ്കിലും അവളെ കണ്ടതും അയാൾ അടിമുടി മാറിത്തുടങ്ങി. എന്നാൽ ഭയം അയാളിൽ അങ്കലാപ്പുണ്ടാക്കി. മുതലാളിയെ അനുസരിച്ചില്ലങ്കിൽ പിന്നെ തന്റെ മരണമാണ്. ഇല്ലെങ്കിൽ റുക്കുവിനെ തനിക്ക് നഷ്ടമാകും. പാപ്പൻ അവളെ നശിപ്പിക്കും. ഈ രണ്ടു കാര്യങ്ങളാണ് തനിക്കു മുന്നിലുള്ളത്. രണ്ടിൽനിന്നും ഏതെങ്കിലും ഒന്നെടുക്കുക എന്നത് ഒരിക്കലും തനിക്കുകഴിയില്ല.

അവളെ മറക്കാം, ഈ വിവാഹം വേണ്ടെന്നുവെക്കാം. അവൾ രക്ഷപ്പെടുമായിരിക്കാം.

എങ്കിലും പ്രശ്നങ്ങൾ അവസാനിക്കില്ല. അവൾക്കും കുടുംബത്തിനും അത് വലിയ അപമാനം ഉണ്ടാക്കും. ഇപ്പോൾ അവരുടെ വീടുപണികൾ പോലും പാപ്പൻ നടത്തിക്കൊണ്ടിരിക്കുന്നു. ഈ സമയത്തുണ്ടാകുന്ന ഏതൊരു ഷോക്കും അവരെ തകർത്തുകളയും. അതൊരു കൂട്ട ആത്മഹത്യയിലേക്കാണ് അവരെ നയിക്കുക. ഒരിക്കൽ റുക്കു അത് സൂചിപ്പിക്കുകയും ചെയ്തിരുന്നു.

മുരുകൻ ചിന്തിച്ചു. റുക്കുവിന്റെ അപ്പാവും അമ്മാവുമെല്ലാം വളരെ സന്തോഷത്തിലും സമാധാനത്തിലും ദിനരാത്രങ്ങൾ തള്ളിനീക്കി. ഒരായിരം സ്വപ്നങ്ങളുടെ ചിറകുകളിലേറി റുക്കുവിന്റെ മനസ്സും പാറിപ്പറന്നു. ആത്മസംഘർഷങ്ങളുടെ അടങ്ങാത്ത സാഗരങ്ങളിൽ മുരുകന്റെ സ്വപ്നങ്ങൾ ആടിയുലഞ്ഞു.

ദിവസങ്ങൾ അടുക്കുംതോറും പാപ്പൻ സന്തോഷവാനായി. റുക്കുവിനെ സ്വന്തമാക്കിവെക്കുവാനും അനുഭവിക്കാനുമുള്ള മോഹങ്ങളുമായി അയാൾ നടന്നു. മുടികറുപ്പിച്ചും മെയ്ക്കപ്പ് ചെയ്തും സ്വയം ചെറുതാകുവാനും സുന്ദരനാകാനും ശ്രമിച്ചു. സഫാരി സൂട്ടുകൾ വിവിധ നിറങ്ങളിലും ഡിസൈനുകളിലും മാറി മാറി തയ്ച്ചു. വിലകൂടിയ വാച്ചുകളും കണ്ണടകളും സ്പ്രേകളും വാങ്ങിച്ചു. കണ്ണാടിക്കുമുമ്പിൽ നിന്നും മാറാൻ പാപ്പനു കഴിഞ്ഞിരുന്നില്ല.

എത്ര കൃത്യവും വ്യക്തവുമാണ് ആ രംഗങ്ങൾ. ഒരു റുക്കു മാത്രമല്ല, അതുപോലെ എത്രയെത്ര പെണ്ണുങ്ങളാണ് തന്റെ കാമവെറികളിൽപെട്ട് ചതഞ്ഞരഞ്ഞുപോയത്. ഇപ്പോൾ ഒന്നും വിട്ടുപോകാതെ അതൊക്കെയും താൻ കണ്ടുകൊണ്ടിരിക്കുന്നു.

ഇനിയും എന്തൊക്കെ കാണണം? ആരുടെയൊക്കെ കരച്ചിലുകൾ പിടച്ചിലുകൾ, കണ്ണീരുകൾ...? ഒരറ്റവുമില്ലാത്ത ക്രൂരജീവിതത്തിന്റെ കടിഞ്ഞാണില്ലാത്ത പ്രയാണങ്ങൾ. അന്തസ്സുള്ള ഒരു പെണ്ണും ആണും തനിക്കു വഴങ്ങിയിട്ടില്ല. മാലാഖയായിരുന്നു റുക്കു. അവളുടെ കാലുകളിൽ വീണ് മാപ്പുപറയണമെന്നുണ്ട്. അങ്ങനെ പലരുടെയും. എല്ലാറ്റിന്റെയും സമയം കടന്നുപോയിരിക്കുന്നു. ഇനി കർമ്മഫലങ്ങളുടെ അനുഭവങ്ങൾ മാത്രമേ ബാക്കിയുള്ളൂ.

റുക്കുവിന്റെയും മുരുകന്റെയും കെട്ടുകഴിഞ്ഞ് അവർ നേരെ പോയത് സിറ്റിയിലെ ഏറ്റവും ഉയരം കൂടിയ ഫ്ളാറ്റിലെ ഏറ്റവും മുകളിലത്തെ മുറിയിലേക്കായിരുന്നു.

വിവാഹത്തിന് മുൻപ് ഒരിക്കൽ പാപ്പൻ മദ്യപിച്ചുകൊണ്ടിരിക്കെ വളരെ സ്നേഹത്തോടെയും വാത്സല്യത്തോടെയും മുരുകനോട് പറഞ്ഞിരുന്നു.

''മുരുകാ, റുക്കുവിനെ എനിക്ക് വേണ്ട. നിനക്ക് അവളോടുള്ള സ്നേഹം ഞാൻ മനസ്സിലാക്കിയിട്ടുണ്ട്.''

മുരുകൻ അത്ഭുതപ്പെട്ടു

''അതേ, നിനക്ക് അവളോടുള്ള ഇഷ്ടവും സ്നേഹവും എനിക്കറിയാം.''

''മുതലാളി, അങ്ങ് എന്റെ ദൈവമാണ്.''

മുരുകൻ അയാളുടെ കാൽക്കൽ വീണു. പാപ്പൻ അവനെ പിടിച്ചെഴുന്നേൽപ്പിച്ചു.

''മുതലാളി എനിക്ക് റുക്കുവിനെ മാത്രം മതി. മറ്റൊന്നും വേണ്ട. ഞാൻ എവിടെയെങ്കിലും പോയി ജീവിച്ചുകൊള്ളാം.''

''നീ എവിടെയും പോകണ്ട ഞാൻ പറഞ്ഞതൊക്കെയും നിനക്ക് തരും; അവൾക്കും. നിങ്ങൾക്ക് ഇവിടെത്തന്നെ തുടരാം എന്താ പോരെ?''

അതുംകൂടി കേട്ടപ്പോൾ മുരുകൻ സന്തോഷം കൊണ്ട് കരഞ്ഞുപോയി. അന്നുമുതൽ വിവാഹത്തിനുള്ള ഒരുക്കങ്ങളിൽ അയാൾ സജീവമായി. നഷ്ടപ്പെട്ട സകല പ്രതീക്ഷകളും സ്വപ്നങ്ങളും അയാൾ തിരിച്ചുപിടിച്ചു. എന്നാൽ കടലപ്പാപ്പൻ മുരുകനെ കൊന്നുകളയാനാണ് തീരുമാനിച്ചിരുന്നത്. മുരുകൻ തന്നെ ചതിക്കുകയാണെന്നും തനിക്കുവേണ്ടിയല്ല റുക്കുവിനെ കെട്ടാൻ പോകുന്നതെന്നും അവർ തമ്മിൽ വലിയ പ്രണയവും സ്നേഹവും വിശ്വാസവുമാണെന്നും പാപ്പൻ മനസ്സിലാക്കിയിരുന്നു. അതുകൊണ്ടുതന്നെ റുക്കുവും മുരുകനും വഴങ്ങിയില്ലെങ്കിൽ അവസാനിപ്പിക്കണം അവന്റെ ജീവിതം എന്ന് തീരുമാനിച്ചു.

വിവാഹത്തോടെ ഇവിടുത്തെ ജോലിയും ജീവിതവും വേണ്ടന്നുവെച്ചുകൊണ്ട് മറ്റെവിടെയെങ്കിലും പോയി റുക്കുവുമായി സ്വസ്ഥമായി ജീവിക്കാൻ മുരുകൻ ആഗ്രഹിച്ചു. തനിക്കുള്ള കിടപ്പാടം വിറ്റിട്ടാണെങ്കിലും എത്രയും പെട്ടന്ന് മുതലാളി ചിലവഴിച്ച മുഴുവൻ പണവും തിരിച്ചുകൊടുക്കണം. എങ്കിലേ റുക്കുവുമായുള്ള ജീവിതത്തിന് സ്വസ്ഥതയും ശാന്തിയും സമാധാനവും ഉണ്ടാകൂ.

റുക്കുവിനോട് എല്ലാം ഏറ്റുപറഞ്ഞ് അവളുടെ കാലിൽ വീണ് മാപ്പു ചോദിക്കണം. അങ്ങനെ ഒത്തിരി ആഗ്രഹങ്ങളും തീരുമാനങ്ങളുമായി മുരുകൻ റുക്കുവിനെ സ്വന്തമാക്കുന്ന ആ വിവാഹസ്വപ്നങ്ങളിൽ ജീവിത നിമിഷങ്ങളെ തള്ളിനീക്കി.

റുക്കുവിനെ കണ്ടതുമുതൽ മുരുകനിൽ പ്രകടമായ മാറ്റങ്ങൾ പാപ്പൻ ശ്രദ്ധിച്ചിരുന്നു. സിഗരറ്റുവലിയും മദ്യപാനവും അയാൾ പാടേ ഉപേക്ഷിച്ചിരിക്കുന്നു. ഈശ്വരഭക്തിയും വിശ്വാസവും തുടങ്ങിയിരിക്കുന്നു. ഇടയ്ക്കിടെ അമ്പലങ്ങളിൽ പോകുന്നു. നെറ്റിയിൽ കുറി വരയ്ക്കുന്നു. പുതിയ മാറ്റങ്ങളിലൂടെ മുരുകൻ പുതിയ മനുഷ്യനായി മാറിക്കൊണ്ടിരുന്നു. എല്ലാം റുക്കുവിനെ കണ്ടതുമുതലാണെന്ന്

തിരിച്ചറിയാൻ പാപ്പന് അധികം സമയം വേണ്ടിവന്നില്ല. ഇടയ്ക്കിടെ ലീവ് എടുത്തുകൊണ്ടുള്ള യാത്രകൾ റുക്കുവിനെ കാണാനാണെന്നും മനസ്സിലാക്കി. അതുകൊണ്ട് എത്രയും പെട്ടെന്ന് കല്ല്യാണം നടത്താനും എന്നിട്ട് മുരുകനെ കൊന്നുതള്ളാനും അന്നുതന്നെ പാപ്പൻ ഉറച്ചു.

വിവാഹ രാത്രിയിൽ മുരുകന് നൽകിയ സ്യൂട്ട് മുറിയിലെ ലോക്ക് ചെയ്തിരുന്ന മറ്റൊരു മുറിയിൽ പാപ്പനുണ്ടായിരുന്നു. ധൈര്യത്തിന് വേണ്ടി വിലകൂടിയ മയക്കുമരുന്നിൽ നിന്നും ഒരല്പം അയാൾ ഉപയോഗിച്ചു. ഇപ്പോൾ പാപ്പന് മദയാനയുടെ കരുത്താണ്.

ആദ്യരാത്രിയിൽ റുക്കുവുമൊത്ത് സന്തോഷം പങ്കുവെച്ചുകൊണ്ടിരിക്കെ മുരുകന്റെ ഫോൺ ശബ്ദിച്ചു. താഴേക്ക് വരണമെന്നായിരുന്നു സന്ദേശം. വിളിച്ചത് കമ്പനിയുടെ ജനറൽ മാനേജർ ആയിരുന്നു. വിലകൂടിയ പൂക്കൾക്കൊണ്ട് അലങ്കരിച്ച മണിയറയിൽ നിന്നും മുരുകൻ പുറത്തു വന്ന് ലിഫ്റ്റിൽ കയറി താഴേക്കിറങ്ങി.

അപ്പോൾ തന്നെ തൊട്ടടുത്ത മുറിയിൽ നിന്നും പാപ്പൻ അവരുടെ മുറിയിലേക്ക് കടന്നു. പെട്ടെന്ന് പാപ്പനെ കണ്ട റുക്കു ഭയന്നു, എന്നാൽ ബഹുമാനവും സ്നേഹവും പ്രകടിപ്പിച്ചുകൊണ്ട് ഇരിക്കാൻ പറഞ്ഞു.

അതൊന്നും വകവെക്കാൻ പാപ്പൻ നിന്നില്ല.

''ഇരിക്കാനല്ല ഞാൻ വന്നത്, നിന്റെ കൂടെ കിടക്കാനാണ്.''

പാപ്പൻ അതുപറഞ്ഞപ്പോൾ അവൾ സ്തബ്ധയായി.

''റുക്കൂ, മുരുകനല്ല നിന്റെ ഭർത്താവ്, ഞാനാണ്. എനിക്ക് വേണ്ടിയാണ് അവൻ നിന്നെ കെട്ടിയത്. അതുകൊണ്ടാണ് അവനിപ്പോൾ പുറത്തുപോയത്. ഇനി എല്ലാം കഴിഞ്ഞേ അവൻ വരൂ.''

പാപ്പൻ ഒന്നു ചിരിച്ചു. റുക്കു നടുങ്ങിവിറച്ചു.

''നിനക്ക് സമൂഹത്തിൽ ചൂണ്ടിക്കാണിക്കാൻ മാത്രം ഒരു ഭർത്താവായി എന്നും അവനുണ്ടാകും നിന്റെ കൂടെ. നീ ഇന്നുമുതൽ എനിക്ക് വഴങ്ങി ജീവിച്ചാൽ നിനക്ക് ഞാൻ ഈ ഭൂമിയിൽ സ്വർഗ്ഗം പണിതു തരും. ഇല്ലെങ്കിൽ നരകമാകും കിട്ടുക. എന്റെ അരികിലേക്ക് വായോ, ഇന്നത്തെ നിന്റെ ഈ ആദ്യ രാത്രി നമ്മുടേതാണ്.''

പാപ്പൻ അവളോടടുത്തുകൊണ്ട് അവളെ കടന്നുപിടിക്കാൻ ഒരുങ്ങി. അവൾ ഒഴിഞ്ഞുമാറി. തൊട്ടടുത്ത ടേബിളിൽ ഇരിക്കുന്ന ആപ്പിളും മുന്തിരികൾക്കും ഇടയിലെ കത്തി കയ്യിലെടുത്തു.

''എന്നെ തൊട്ടാൽ കൊല്ലും ഞാൻ, ഇല്ലെങ്കിൽ ഞാൻ സ്വയം കുത്തി മരിക്കും. ചതിയന്മാർ രണ്ടും ചേർന്നെന്നെ നശിപ്പിക്കാമെന്ന് കരുതി അല്ലേ, കൊല്ലും ഞാൻ. എന്റെ അടുത്തുവരരുത്.''

പാപ്പൻ ചിരിച്ചുകൊണ്ട് വീണ്ടും അവളുടെ അടുത്തേക്ക് നടന്നടുത്തു.

''വേണ്ട... വേണ്ട... അടുക്കരുത്, അടുക്കരുതന്നല്ലേ പറഞ്ഞത്.''

പാപ്പൻ അവളെ കടന്നുപിടിക്കാൻ ശ്രമിച്ചെങ്കിലും അവൾ ഓടി വാതിൽ തുറക്കാൻ ശ്രമിച്ചു. അത് ലോക്ക് ചെയ്യപ്പെട്ടിരുന്നു. വീണ്ടും പാപ്പൻ അവളെ ഉപദ്രവിക്കാൻ തുനിഞ്ഞു. അപ്പോൾ അവൾ കെഞ്ചിപ്പറഞ്ഞു.

''അരുത്, നിങ്ങളെ എന്റെ അപ്പാവുടെ സ്ഥാനത്താണ് ഞാൻ കണ്ടത്. എന്നെ ഒന്നും ചെയ്യരുത്.''

''നിന്റെ ബഹുമാനവും സങ്കടമൊന്നും എനിക്ക് കേൾക്കണ്ട. എനിക്ക് നിന്നെ അനുഭവിക്കണം. നിന്നെ കിട്ടാൻ വേണ്ടി മാത്രം ഞാൻ പൊടിച്ചത് ലക്ഷങ്ങളാണ്. മര്യാദയ്ക്ക് വഴങ്ങുന്നതാണ് നിനക്ക് നല്ലത്. ഇല്ലെങ്കിൽ കൊന്നിട്ടാണെങ്കിലും നിന്നെ ഞാൻ ഇന്ന് അനുഭവിക്കും. നിന്റെ ശവമായാലും മതി എനിക്ക്.''

പാപ്പൻ പൊട്ടിച്ചിരിച്ചു.

''ഇല്ല, എന്റെ ശവത്തിൽ പോലും നിങ്ങൾക്ക് തൊടാൻ കഴിയില്ല.''

അവൾ അലറിപ്പറഞ്ഞു.

പിന്നെ മറ്റൊന്നും അവൾ ആലോചിച്ചില്ല, അഭിമാനത്തേക്കാൾ വലുതല്ല ജീവനും ജീവിതവുമെന്നുറച്ചു.

പെട്ടന്നവൾ തൊട്ടടുത്ത് തുറന്നുകിടന്ന ബാൽക്കണിയിലേക്ക് ഓടി. അല്പം മുൻപ് മുരുകനുമൊത്തവൾ സംസാരിച്ചിരുന്ന കസേരകളിൽ ഒന്നിൽ ചവുട്ടി താഴേക്ക് കുതിച്ചു. ആ ചാട്ടം ജീവിതത്തിൽ നിന്നും എന്നെന്നേക്കുമായുള്ള ഓട്ടമായിരുന്നു.

ആ ഉയരത്തിൽ നിന്നും താഴെ പതിച്ച റുക്കു തൽക്ഷണം തല ചിതറി മരിച്ചു. അവൾ പറഞ്ഞതുപോലെതന്നെ കടലപ്പാപ്പന് അവളെ ഒന്നു സ്പർശിക്കാൻ പോലും കഴിഞ്ഞില്ല.

കട്ടകുത്തിയ ഇരുട്ടിൽ മിന്നിവന്ന ഒരുകൂട്ടം മിന്നാമിന്നികൾ ഓരോ രംഗവും അവരുടെ വെളിച്ചത്തിൽ പാപ്പനെ കാണിച്ചു.

പാപ്പൻ തന്റെ മരണപ്പിടച്ചിലുകൾക്കിടയിലും അതെല്ലാം കണ്ടുകൊണ്ടിരുന്നു.

തേരിൽ വന്നെത്തിയ മുഴുവൻ സ്ത്രീകളും കടലപ്പാപ്പന്റെ പീഡനത്തിന് ഇരയാക്കപ്പെട്ട് മരണപ്പെട്ടവരായിരുന്നു. ചിലർ പീഡനങ്ങൾക്കൊടുവിൽ അഭിമാനനഷ്ടം ഓർത്ത് ആത്മഹത്യ ചെയ്തവർ.മറ്റു ചിലർ വഴങ്ങാത്തതുകൊണ്ട് പാപ്പനാൽ കൊല്ലപ്പെട്ടവർ. കായലിലും

കടലിലും താഴ്ന്നുപോയവർ. അവരുടെയൊക്കെയും ശാപവേദന കളാണ് ഇപ്പോൾ പാമ്പുകളായും തേളുകളായും പാപ്പന്റെ ജീവ കണികകളെ പതുക്കെപ്പതുക്കെ കൊന്നും തിന്നും തീർക്കുന്നത്.

മരണം കടലപ്പാപ്പന്റെ അരയ്ക്കു മുകളിലേക്ക് പ്രവേശിച്ചു. അയാ ളുടെ കാമ ചോദനകളെ വിജൃംഭിതമാക്കിയ പുരുഷ അവയവത്തിൽ കറുത്ത കൊമ്പൻ തേളുകൾ ആഞ്ഞുകുത്തിക്കൊണ്ടിരുന്നു.

അപ്പോൾ റുക്കു വീണ്ടും പ്രത്യക്ഷപ്പെട്ടു. അവൾക്കൊപ്പം മുരു കനും ഉണ്ടായിരുന്നു.

''ദുഷ്ടാ, നീ എന്റെ മുരുകനെ എന്നിൽ നിന്നും അകറ്റിയല്ലേ, ഞാൻ തെറ്റിദ്ധരിച്ചു ഈ പാവത്തിനെ. മുരുകൻ ഇങ്ങോട്ടു വന്നപ്പോൾ എനിക്ക് സന്തോഷമായി. പാവമാണ് എന്റെ മുരുകൻ. നീയാണ് മുരുകനെ ചീത്തയാക്കിയത്. എന്നെക്കണ്ടതും നല്ലവനായിട്ടാണ് മുരുകൻ ജീവിച്ചതും എനിക്കു വേണ്ടി മരിച്ചതും.''

'മുരുകാ മാപ്പ്...' എന്ന് നിലവിളിക്കണമെന്നു തോന്നി. പക്ഷേ, പാപ്പന് അനങ്ങാൻ പോലും കഴിഞ്ഞില്ല.

റുക്കു മരിച്ച ദുഃഖത്തിൽ വിജനമായ മലമുകളിലേക്ക് പോയ മുരുകൻ നീണ്ട ദിനരാത്രങ്ങൾ അന്നപാനമില്ലാതെ അവിടെ ചെല വഴിച്ചു. ദിവസങ്ങൾക്കൊടുവിൽ വെയിലും മഞ്ഞും മഴയുമേറ്റ് തളർന്നുണങ്ങികൊണ്ടാണയാൾ മരിച്ചുവീണത്. മനസ്സിലും വചസ്സിലും റുക്കു എന്ന ഒറ്റ ചിന്തയും മന്ത്രവും മാത്രമേ അയാൾക്കുണ്ടായി രുന്നുള്ളൂ. പിന്നീട് ആ മലനിരകളെ മുരുകമലൈ എന്നറിയപ്പെട്ടു. പ്രണയത്തിന്റെ പരമകാഷ്ഠയിലെത്തിയ പ്രണയജോടികളും ഭാര്യാ ഭർത്താക്കന്മാരും തങ്ങളുടെ പ്രണയ സാഫല്യത്തിനായും ദീർഘ സ്നേഹ ജീവിതത്തിനായും ഇന്നവിടെ എത്തി പ്രാർത്ഥിക്കുന്നു.

''റുക്കൂ മാപ്പ്... എന്റെ റുക്കൂ മാപ്പ്...''

അവസാന ശ്വാസം നിലയ്ക്കുംവരെയും മുരുകൻ അതുപറഞ്ഞു കൊണ്ടിരുന്നു. കുറ്റബോധത്തിന്റെയും പ്രായശ്ചിത്ത ചിന്തകളു ടെയും നിഷ്കളങ്കത നിറഞ്ഞ സ്നേഹത്തിന്റെയും പ്രണയത്തി ന്റെയും പ്രാർത്ഥനകൾ ദൈവം കേട്ടു. അവൻ ശുദ്ധീകരിക്കപ്പെട്ടു. അതുകൊണ്ട് സ്വർഗ്ഗത്തിൽ മാലാഖമാർക്കൊപ്പമാണ് റുക്കു മുരു കനെ സ്വീകരിച്ചത്.

പാപ്പന്റെ പുരുഷഭാഗം പാമ്പുകൾ കടിച്ചുമുറിച്ചും തേളുകൾ കുത്തിനോവിച്ചുമായി മെല്ലെ മെല്ലെ മരണചക്രം തിരിഞ്ഞുകൊണ്ടി രുന്നു. ആ പുരുഷ ഭാഗവും ജീവകണങ്ങളും തീരുന്നതിനനുസരിച്ച് പുനർനിർമ്മിക്കപ്പെട്ടുകൊണ്ടിരുന്നു. വീണ്ടും തുടർന്നുവന്നു ആ മരണ പീഡനങ്ങൾ. അപ്പോഴൊക്കെയും അയാളുടെ പീഡനത്തിരയായ

ഒരുപറ്റം സ്ത്രീകളുടെ വിലാപം കടലപ്പാപ്പൻ കേട്ടുകൊണ്ടിരുന്നു. എത്രയെത്ര കന്യകമാരും അല്ലാത്തവരുമായ സ്ത്രീകളെയാണ് ഈ പുരുഷാവയവത്തിന്റെ ഉദ്ധാരണത്തോടെ അയാൾ നശിപ്പിച്ചുകളഞ്ഞിട്ടുള്ളത്. ഇന്ന് അതിനൊക്കെയുമുള്ള ഭീകര ശിക്ഷകൾ അനുഭവിച്ചു തുടങ്ങുകയാണ്.

''എന്നാൽ നിന്റെ കാഠിന്യത്താലും അനുതാപമില്ലാത്ത ഹൃദയത്താലും നീ ദൈവത്തിന്റെ നീതിയുള്ള വിധി വെളിപ്പെടുത്തുന്ന കോപ ദിവസത്തേക്ക് നിനക്കുതന്നെ കോപം സംഭരിച്ചുവെയ്ക്കുന്നു. അവൻ ഓരോരുത്തന് അവനവന്റെ പ്രവൃത്തിക്കുതക്ക അളവിൽ പകരം കൊടുക്കും. പാപ്പാ നീ റോമർ അഞ്ച് ആറ് വചനങ്ങൾക്ക് പുല്ലുവില കല്പിച്ചിരിക്കുകയായിരുന്നു, അല്ലേ?''

അശരീരികളായുള്ള ഗർജ്ജനങ്ങൾ മുഴങ്ങിക്കേട്ടു. അത് തുടർന്നുകൊണ്ടിരുന്നു. മരണത്തിന്റെ പൂർണ്ണതയോടെ ഇതൊരിക്കലും അവസാനിക്കില്ല. അക്രമികൾക്കോരോരുത്തർക്കും അവരുടെ പാപങ്ങളുടെ തോതനുസരിച്ചുകൊണ്ട് നിരന്തരമായ നരക പീഡനം വേറെയുമുണ്ട്. അതിന്റെ കാലം അനന്തമാണ്.

യുഗാന്തരങ്ങൾ നീളുന്ന സമയദൈർഘ്യങ്ങളിലൂടെയാണ് അത് കടന്നുപോവുക. തേളുകളും പാമ്പുകളും അഗ്നിയും അതു നിർവഹിക്കും. ഇപ്പോൾ ഇരട്ടിമരണങ്ങളുടെ വേദനയാണ് പാപ്പൻ അറിയുന്നത്. അസഹ്യമായ പീഡനങ്ങളുടെ മൂർദ്ധന്യത്തിൽ അയാളുടെ അന്തരംഗത്തിൽനിന്ന് പെട്ടെന്നൊരു വിളിയാളം ഉയർന്നു.

''എന്റെ ദൈവമേ...''

''ചൂളപോലെ കത്തുന്ന ഒരു ദിവസം വരും; അപ്പോൾ അഹങ്കാരികളൊക്കെയും സകല ദുഷ്പ്രവർത്തിക്കാരും താളടിയാകും. വരുവാനുള്ള ആ ദിവസം വേരും കൊമ്പും അവശേഷിക്കാതെ അവരെ ദഹിപ്പിച്ചുകളയുമെന്ന് സൈന്യങ്ങളുടെ യഹോവ അരുളിച്ചെയ്യുന്നു. ഞാൻ ഉണ്ടാക്കുവാനുള്ള ദിവസങ്ങളിൽ ദുഷ്ടന്മാർ നിങ്ങളുടെ കാലിൻ കീഴിൽ വെണ്ണീർ ആയിരിക്കക്കൊണ്ട് നിങ്ങൾ അവരെ ചവിട്ടിക്കളയും. പാപ്പാ, മാലാഖി നാലിൽ ഒന്ന് നിന്നോടിത് പറഞ്ഞിരുന്നുവല്ലോ? നീയതിന് ചെവികൊടുത്തില്ല. ഈ ശിക്ഷകൾ നിനക്ക് ഒടുക്കമില്ലാതെ അനുഭവിക്കേണ്ടതിന് നിന്നിൽ നാം വിധിക്കുന്നു. അനുഭവിച്ചുകൊള്ളുക.''

പാപ്പൻ തന്റെ ധൂർത്ത ജീവിതത്തിന്റെ നഷ്ടബോധങ്ങളെക്കുറിച്ചോർത്തുകൊണ്ട് നൊന്തുപിടഞ്ഞു.

ത്രേസ്യ

മൃത്യു കടലപ്പാപ്പന്റെ ദേഹിയേയും ദേഹത്തെയും പകുതിയിലേറെയും തിരിച്ചെടുത്തുകൊണ്ട് മുന്നോട്ടു നീങ്ങി. ഇനി ഒടുങ്ങാൻ അധികനേരമില്ലെന്ന് പാപ്പനറിഞ്ഞു. എങ്കിലും യുഗാന്തരങ്ങളുടെ ദൂരമാണ് അതിനുണ്ടായിരുന്നത്. ഇനിയുള്ള ഒടുക്കമെങ്കിലും ഒന്നു പെട്ടെന്നായെങ്കിൽ എന്നയാളാശിച്ചു.

കേട്ടു പരിചയിച്ച മരണത്തിനൊക്കെയും നിമിഷങ്ങളുടെ ദൈർഘ്യമായിരുന്നല്ലോ. മരിച്ചു എന്നു മാത്രമേ കേൾക്കാറുള്ളൂ. ചെന്നു നോക്കുമ്പോൾ കണ്ണടച്ച് നിശ്ശബ്ദനും നിശ്ചലനുമായി വെള്ളപ്പുതപ്പിച്ചു കിടപ്പുണ്ടാകും. ബന്ധുമിത്രാദികൾ വന്നുകഴിഞ്ഞാലും ഇല്ലെങ്കിലും നിശ്ചിതസമയത്തുതന്നെ ശവമെടുപ്പു നടക്കും. അത്യാവശ്യമെങ്കിൽ ഐസ് പെട്ടിയിൽ കുറച്ചുനേരം. അല്ലെങ്കിൽ ചീഞ്ഞളിയാനാരംഭിക്കും. ദുർഗന്ധത്തിന്റെ രൂക്ഷത മൃതദേഹത്തോട് ആർക്കും വെറുപ്പുളവാക്കും. അതുകൊണ്ട് പെട്ടെന്ന് എടുത്തുകൊണ്ടുപോയേ പറ്റൂ. ചിലത് മണ്ണിലേക്ക്. മറ്റുചിലത് അഗ്നിയിലേക്ക്. അതോടെ കഴിഞ്ഞു, ഒരായുസ്സിന്റെ ചലനവും വചനവും.

പിന്നെ, ദിനരാത്രങ്ങൾക്കൊപ്പം അയാളുടെ ഓർമ്മകൾ പോലും അകന്നു തുടങ്ങും. എറ്റവും പ്രിയപ്പെട്ടവരിൽ പോലും ആ സ്വരവും ഗന്ധവും അധികം തങ്ങിനിൽക്കില്ല. സന്താനങ്ങളും സമ്പാദ്യങ്ങളും അനാഥമായി കിടക്കും. വൈകാതെ തന്നെ മരണം വരിച്ചയാളുടെ ഭാര്യയെ മറ്റൊരാൾ വിവാഹം കഴിച്ചെന്നുവരാം, ഭർത്താവിനെ മറ്റൊരു സ്ത്രീയും സ്വന്തമാക്കിയേക്കാം. പിന്നെ, ചിലപ്പോൾ ഫ്രെയിം ചെയ്ത ചില ചിത്രങ്ങളായി ചുവരിൽ തൂങ്ങിക്കിടക്കും.

ഇതത്രെ മനുഷ്യൻ!

പക്ഷേ, അവിടംവരെയെത്താനുള്ള ചില കടമ്പകൾ ഓരോ മനുഷ്യനും താണ്ടേണ്ടതുണ്ട്. അതുവരെയുള്ള ജീവിതയാത്രകളുടെ ദിനരാത്രങ്ങൾ ചെലവഴിച്ച പൂർണ്ണവും സത്യസന്ധവുമായ അനുഭവസാക്ഷ്യങ്ങൾ കണ്ടേ മതിയാകൂ. അവ കാണാനും കേൾക്കാനും

കഴിയുന്നതിനൊപ്പം തന്മാത്രകളായി വിഭജിക്കപ്പെടുന്ന ആത്മാവും ശരീരവും ഇല്ലാതെയാകുന്ന മൈക്രോ സെക്കന്റുകളുടെ വേദനയും അനുഭവിക്കണം. ഒന്നും നിഷേധിക്കുവാനോ തള്ളിപ്പറയുവാനോ തർക്കിക്കുവാനോ സാധിക്കാതെയുള്ള കീഴൊതുങ്ങലാണത്.

നിശ്ചലമായിപ്പോയ വായയും ചുണ്ടും. കാഴ്ചകൾക്കു നേരെ കണ്ണൊന്നനടയ്ക്കാൻപോലും സാധിക്കാത്ത നിസ്സഹായാവസ്ഥ. ഇതെത്ര ഖേദകരമാണ്.

കടലപ്പാപ്പൻ ത്രേസ്യയെ കാണാനാരംഭിച്ചു.

അവൾ തനിക്കൊപ്പം സ്കൂളിൽ പോവുകയും വരികയും ചെയ്തിരുന്ന കാലമായിരുന്നു അത്. ഇതുവരെ കണ്ട കാഴ്ചകളിൽ പാപ്പന് ഇത്തിരി സന്തോഷം പകർന്ന നിമിഷങ്ങൾ അതുമാത്രമായിരുന്നു.

പഠിത്തം നിർത്തിയിട്ടും ഒളിഞ്ഞും പതുങ്ങിയും ത്രേസ്യയെ പാപ്പൻ കണ്ടിരുന്നു. വളർന്നുവലുതാകുന്നതിനൊപ്പം അവരിലാ ഇഷ്ടവും താല്പര്യവും പ്രണയമായി വളർന്നു. വിഷയത്തിന്റെ ഗൗരവം അറിഞ്ഞ ഇട്ടിപ്പുറത്തുകാർ അവളെ ടൗണിലെ ഹോസ്റ്റലിലേക്ക് മാറ്റിയതിനുശേഷം നേരെവന്നത് പാപ്പന്റെ വീട്ടിലേക്കായിരുന്നു. അന്ന് പാപ്പൻ കടലവിൽക്കാൻ പോയ നേരമായിരുന്നു.

അവർ വീട്ടിൽ വന്ന് ഒത്തിരി പ്രശ്നങ്ങളുണ്ടാക്കി. അപ്പനെയും അമ്മയെയും തല്ലി. വീടും സാധനങ്ങളും തല്ലിപ്പൊളിച്ചു. കുടുംബത്തോടെ കെട്ടിയിട്ട് തീകൊടുക്കുമെന്ന് ഭീഷണി മുഴക്കി. അതൊക്കെയും പാപ്പന്റെ മനസ്സിൽ അവരോടുള്ള പകയുടെയും പ്രതികാരദാഹത്തിന്റെയും ആഴങ്ങൾ വർധിപ്പിച്ചു. പൊടിമീശക്കാരനായ ഒരു കൗമാരക്കാരന് എന്തുചെയ്യാൻ. എങ്കിലും ക്ഷമിച്ചില്ല പകരം സഹിച്ചു. ഇതിനെല്ലാം മൊത്തമായി കണക്കുകൾ തീർക്കുന്ന ഒരു നാളെയുടെ കണക്കുകൂട്ടലുകളുമായി പാപ്പൻ കഴിഞ്ഞു. അങ്ങനെ ചില കാലങ്ങൾ കടന്നുപോകവേയാണ് പളനി വന്നതും മറ്റു വഴികളിലുമായി പാപ്പൻ കാശുണ്ടാക്കിയതും.

കാലങ്ങൾ പിന്നെയും മുന്നോട്ടു പോയി. ഒന്നും വിട്ടുപോകാതെ പാപ്പൻ കണ്ടുകൊണ്ടിരുന്നു. മരണം അതിന്റെ കൂർത്തപല്ലും നഖങ്ങളും ഉപയോഗിച്ച് അയാളുടെ ആത്മാവും ശരീരവും കണികകളാക്കി കൊണ്ടിരുന്നു. എലികളും പാമ്പും തേളും പുഴുക്കളും ചേർന്ന് അയാളുടെ അരയ്ക്കുമുകളിലേക്ക് സഞ്ചരിച്ചു. വയറും കുടലും ആമാശയവും നെഞ്ചും ഹൃദയവും അവയുടെ ആക്രമണത്തിന് വിധേയമായിക്കൊണ്ടിരുന്നു. കുറച്ചുകഴിഞ്ഞപ്പോൾ വലിയ ഞണ്ടുകളും വണ്ടുകളും മരണത്തിന്റെ ദൗത്യവാഹകർക്കൊപ്പം കൂട്ടുകൂടി.

വേർപ്പെടുന്ന ആത്മാവിന്റെ കണികകളോരോന്നും കൂടിച്ചേർന്നു കൊണ്ട് തലയ്ക്കുമുകളിൽ പാപ്പന്റെ രൂപം തീർത്തുകൊണ്ടിരുന്നു. മരണം പൂർത്തിയാകുമ്പോഴേ ആത്മാവ് അതിന്റെ പൂർണ്ണരൂപം പ്രാപിക്കൂ. നീചനായ ഈ മനുഷ്യശരീരം വിട്ട് സ്വതന്ത്രമാകാൻ ആത്മാവ് കൊതിച്ചു. പക്ഷേ, മരണം പൂർണ്ണമാകുന്നതോടുകൂടി മാത്രമേ അതു സാധ്യമാകൂ. അയാളുടെ കർമ്മങ്ങൾക്കൊക്കെയും സാക്ഷ്യം വഹിക്കേണ്ടതിനത്രെ അത്.

പാപ്പൻ വളർന്നു, ഒപ്പം പണവും. അപ്പോഴാണ് ആ മോഹം ഉണർന്നത്. ത്രേസ്യയെ സ്വന്തമാക്കണം. അങ്ങനെയാണ് വിലകൂടിയ വണ്ടിയിൽ ഇട്ടിപ്പുറം തറവാട്ടുമുറ്റത്ത് ചെന്നിറങ്ങിയതും ഉമ്മറത്തു കേറിനിന്ന് പെണ്ണു ചോദിച്ചതും. അതുപിന്നെ തല്ലും വഴക്കും പ്രശ്നങ്ങളുമായി. അന്ന് പാപ്പാൻ തീരുമാനമെടുത്തു.

''ഒന്നുകിൽ ത്രേസ്യയെ തനിക്ക് കിട്ടണം. അല്ലങ്കിൽ ഇട്ടിപ്പുറത്ത് ഒരുത്തനും ഇനി ആണായി ജീവിക്കരുത്.''

''പാപ്പാ, എന്നാച്ച് പൈത്യമാ ഉനക്ക്? ഒരു പൊണ്ണുക്കാകെ വാഴ്കൈയെ തൊലക്കപോരിയാ?''

''അണ്ണാച്ചി, എനിക്ക് സഹിക്കുന്നില്ല. എന്നെ അവർ അപമാനിച്ചു. ആ വീട്ടിൽ നിന്നും അടിച്ചിറക്കി. എനിക്കവളെ തട്ടിക്കൊണ്ടു വരണം, അല്ലെങ്കിൽ അവരെ ഒന്നിനേം ബാക്കിവെയ്ക്കാതെ കൊല്ലണമെനിക്ക്.''

''സരി, അപ്പുറം...? മീതി വാഴ്കൈ ജയിലുക്കുള്ളെ തങ്കപ്പൊരിയാ? സൊല്ല്.''

''അല്ലാതെ ഞാനെന്തുവേണം?''

''നീ വന്ത് ഇപ്പോത് എതും പണ്ണവേണ്ട. കൊഞ്ചം പൊറുമായായിരുന്താൽ പോതും. മീതിയെല്ലാമെ ഞാൻ സൊൽട്രേൻ.''

അങ്ങനെ, പളനിയുടെ നിർദ്ദേശങ്ങളിലൂടെയാണ് ആ വിഷമഘട്ടങ്ങളെ കടലപ്പാപ്പൻ മറികടന്നത്. പിന്നീടൊരിക്കൽ ത്രേസ്യയെ കണ്ടപ്പോൾ അവൾ സംസാരിക്കാൻ കൂട്ടാക്കിയില്ല. ബലമായി പിടിച്ചു നിറുത്തിയപ്പോൾ അവൾ പറഞ്ഞു.

''പാപ്പാ, ഇനിയെന്റെ പുറകെ വരരുത്. തട്ടിപ്പും വെട്ടിപ്പും കഞ്ചാവും മയക്കുമരുന്നുമായി ഉണ്ടാക്കുന്ന ഈ പുത്തൻ പണത്തിന്റെ ഹുങ്ക് കാട്ടി ഇട്ടിപ്പുറം തറവാടിന്റെ പടി കയറാൻ മോഹിക്കരുത്.''

''ത്രേസ്യേ...''

''നിങ്ങളെ എനിക്കിഷ്ടമായിരുന്നു, ഇല്ലെന്ന് ഞാൻ പറയുന്നില്ല. എന്നാൽ ഇന്നില്ല. ബാല്യകൗമാരങ്ങളുടെ ചാപല്യം മാത്രമായിരുന്നു

അത്. കൊച്ചുനാളിലെ സ്കൂൾ ടീച്ചറുടെ പണം മോഷ്ടിച്ചതും വലുതായപ്പോൾ നിങ്ങള് കാട്ടിക്കൂട്ടുന്ന അക്രമങ്ങളൊന്നും ഞാൻ അറിഞ്ഞിരുന്നില്ല!''

''ത്രേസ്യേ, നീ എന്നെ കുറ്റക്കാരനാക്കി വിചാരണ ചെയ്യുക യാണോ?''

''ഞാനൊന്നിനുമില്ല, നിങ്ങളെന്തിനാണ് ഇട്ടിപ്പുറത്തുവന്നെന്നെ പെണ്ണു ചോദിച്ചത്? നിങ്ങൾക്ക് എന്തു യോഗ്യതയാണ് അതിനുള്ളത്? നിങ്ങളെന്താണ് എന്നെപ്പറ്റി കരുതിയത്? നിങ്ങള് വിളിച്ചാൽ ഞാൻ ഇറങ്ങിവരുമെന്നോ? അതിനുമാത്രം എന്തു പ്രണയമാണ് എനിക്ക് നിങ്ങളോടുണ്ടായിരുന്നത്?''

''അപ്പൊ നീ എന്നെ സ്നേഹിച്ചിട്ടില്ലേ? നിന്നെ ഞാനെന്റെ ഹൃദ യത്തിൽ കൊണ്ടുനടന്നിരുന്നത് നീ അറിഞ്ഞിരുന്നില്ലേ?''

''ഞാൻ പറഞ്ഞില്ലേ, കൊച്ചുനാളിലെ കളിക്കൂട്ടിൽ കാണുന്നതും പറയുന്നതുമല്ല ജീവിതം. ഇപ്പോൾ എന്റെ മനസ്സമ്മതം നടക്കാൻ പോവുകയാണ്. ഇനിയും നിങ്ങളെന്നെ ശല്യപ്പെടുത്തരുത്.''

അതും പറഞ്ഞിട്ടവൾ തിരിഞ്ഞുനടന്നു. ത്രേസ്യ നടന്നകലും തോറും പാപ്പനിൽ അവഗണനയുടെയും പരിഹാസത്തിന്റെയും കൂർത്ത ശരങ്ങൾ തറച്ചുകൊണ്ടിരുന്നു. മനസ്സിൽ പ്രണയത്തി ന്റെയും പ്രതീക്ഷകളുടെയും പൂപ്പാടങ്ങൾ കരിഞ്ഞുണങ്ങി. പകരം കൂർത്ത മുൾപ്പടർപ്പുകൾ രൂപം പ്രാപിച്ചു.

'ഇഷ്ടമല്ലെങ്കിൽ അത് നല്ല രൂപത്തിൽ പറയാമായിരുന്നല്ലോ. താൻ ഒഴിഞ്ഞുകൊടുക്കുമായിരുന്നു. പകരം തന്നെ അപമാനിച്ചും നിന്ദിച്ചുമാണ് ഇപ്പോളവൾ കടന്നുപോയത്. ഇട്ടിപ്പുറത്തെ പെണ്ണിനു പോലും എന്തൊരു ധിക്കാരമാണ്. അവൾ തന്നെ മോഹിപ്പിച്ചതും സ്നേഹിച്ചതുമൊക്കെ ഇങ്ങനെ ഒരു കൈയൊഴിയലിനുവേണ്ടിയായി രുന്നല്ലേ? കൊച്ചുനാൾമുതൽ താൻ കൊണ്ടുനടന്ന മോഹങ്ങളെ എത്ര നിഷ്പ്രയാസമാണ് അവൾ കടപിഴുതെറിഞ്ഞത്?'

പാപ്പന് അവളോടുണ്ടായിരുന്ന പ്രണയം നിറഞ്ഞ മനസ്സ് പതുക്കെ പ്പതുക്കെ പകയ്ക്കും പ്രതികാരത്തിന്നുമായി വഴിമാറി. അന്ന് കൊച്ചു നാളിൽ തന്റെ കുടിലിൽ വന്ന് അവർ നടത്തിയ അക്രമവും ഇട്ടിപ്പു റത്തുനിന്നും തന്നെ തല്ലിയിറക്കിയ രംഗങ്ങളും ഇപ്പോൾ പറഞ്ഞ ത്രേസ്യയുടെ വാക്കുകളും പാപ്പന്റെ മനസ്സിൽ അഗ്നി വർഷിച്ചു. പിന്നീട് ഒറ്റ ലക്ഷ്യമേ പാപ്പനുണ്ടായിരുന്നുള്ളൂ. ഇട്ടിപ്പുറത്തുകാരുടെ നാശം വേഗത്തിൽ കാണണം. ഒപ്പം ത്രേസ്യയുടേതുകൂടി അതിൽ കൂട്ടിച്ചേർക്കപ്പെട്ടു. അതായിരുന്നു കടലപ്പാപ്പൻ എന്ന കാരിരുമ്പിന്റെ ഹൃദയമുള്ള ദുഷ്ടമനുഷ്യൻ.

അധികം വൈകിയില്ല, ത്രേസ്യയുടെ പറഞ്ഞുറപ്പിച്ച മനസ്സമ്മതം മുടങ്ങിപ്പോയി. അതുനടന്നില്ല. പെണ്ണുറപ്പിച്ചവർ പിന്മാറി. അത് ഇട്ടിപ്പുറം തറവാട്ടിന് ശക്തമായ അപമാനമുണ്ടാക്കി. പണവും സ്വാധീനവും ഉള്ളതുകൊണ്ട് വൈകാതെത്തന്നെ കൊച്ചുലോനയും മക്കളും അതിനേക്കാൾ മുന്തിയ മറ്റൊരു കാര്യം കൂടി ത്രേസ്യയ്ക്ക് കണ്ടുപിടിച്ചു. എന്നാൽ അവരും പിന്മാറി. അങ്ങനെ ഒരിക്കലല്ല പലകുറി വന്ന പല കാര്യങ്ങളും ഒഴിഞ്ഞുപോയി. ഒടുവിൽ അത് നാട്ടിൽ സംസാരവിഷയമായി. കവലകളിലും വയലേലകളിലും ആളുകൾ ത്രേസ്യായ്ക്കൊപ്പം കടലപ്പാപ്പനെ ചേർത്തുള്ള കഥകൾ പറഞ്ഞുതുടങ്ങി. അതിനുള്ള പണികളൊക്കെയും ചെയ്തത് പാപ്പൻ തന്നെയായിരുന്നു. വിവാഹ കാര്യങ്ങൾ ഓരോന്ന് ഒഴിഞ്ഞുപോകുമ്പോഴും പാതിമോന്തിയ മദ്യചഷകങ്ങളുമായി പാപ്പൻ പൊട്ടിച്ചിരിച്ചു.

‘‘പാപ്പന്റെ നെഞ്ചിനുകുത്തിയിട്ട് ആരും സന്തോഷിക്കുന്നത് പാപ്പന് കാണണ്ട.’’

അയാൾ അലറി.

മരണം വിഴുങ്ങിയ വെളിച്ചത്തിന്റെ അഭാവം കൂരിരുട്ടിന്റെ ഭീകരാന്തരീക്ഷത്തിന് കട്ടികൂട്ടി. ഇടയ്ക്കിടെ വന്നെത്തുന്ന മിന്നാമിനുങ്ങുകൾ പാപ്പന്റെ കാഴ്ചകളിലേക്ക് പുതിയ പുതിയ ദൃശ്യങ്ങൾ കാണിച്ചുകൊണ്ടിരുന്നു. തന്റെ ധൂർത്തയൗവനത്തിന്റെ ചങ്കുറപ്പിനും മെയ്ക്കരുത്തിനുമൊപ്പം സ്വാർത്ഥത പകർന്ന പകയുടെയും പ്രതികാരത്തിന്റെയും പാപഭൂമികയിൽനിന്നുകൊണ്ട് താൻ കാട്ടിക്കൂട്ടിയ അക്രമങ്ങളും അനീതികളും ക്രൂരതകളും മഹാപാപങ്ങളും ഇന്ന് എത്ര പെട്ടെന്നാണ് തനിക്കെതിരിൽ പ്രത്യക്ഷപ്പെടുന്നത്? വഞ്ചനയുടെയും ചതിയുടെയും ചരിത്രം ചമച്ച തന്റെ ജീവിത നിമിഷങ്ങളെ കാണുമ്പോൾ ഇപ്പോൾ തനിക്കുതന്നെ അസഹ്യമാകുന്നു. ഒന്നുമില്ലല്ലോ നന്മയെന്നുപറയാൻ? അങ്ങനെ ഒന്നുകാണാൻ അയാൾ ഒരുപാട് കൊതിച്ചു. കൊതിച്ചിട്ടെന്തുകാര്യം?

നന്മകളുടെ നാമ്പുകളൊന്നും കിളുർക്കാത്ത വെറും പാഴ്ഭൂമിയല്ലോ കടലപ്പാപ്പൻ!

‘ജീവിതത്തിലേക്കൊരു മടക്കം ലഭിക്കുമെങ്കിൽ ഞാനായിരിക്കും ഈ ലോകത്തെ എറ്റവും നല്ല മനുഷ്യൻ. ഭക്തിനിർമ്മലമായ മനസ്സും വചസ്സും കൈമുതലാക്കി, ക്ഷമകൊണ്ടും സഹനംകൊണ്ടും സർവ്വമാന സഹായ സേവനങ്ങൾക്കൊണ്ടും ഞാനീ മണ്ണിൽ എറ്റവും നല്ലവനായ മനുഷ്യനായി ജീവിക്കും. ഈ പീഡനങ്ങൾ പെട്ടന്നൊന്നു അവസാനിപ്പിച്ചുകൊണ്ട് എന്നെ മരിപ്പിക്കുക. എന്നിട്ട് എനിക്കൊരു പുനർജ്ജന്മം നൽകുക.’

പാപ്പന്റെ അന്തരാത്മാവ് വെറുതെ മോഹിച്ചു. അപ്പോൾ ചുറ്റിലും ഉയർന്നത് അസഹ്യമായ കൂട്ടച്ചിരികളായിരുന്നു. പാപ്പന്റെ കൈകളാൽ കൊല്ലപ്പെട്ടവർക്കൊപ്പം പ്രത്യക്ഷപ്പെട്ട മാലാഖമാരും ആ ചിരിയിൽ പങ്കുചേർന്നു.

ഒന്നൊന്നായി മുടങ്ങിപ്പോയ വിവാഹങ്ങളുടെയും അതുമൂലം പാപ്പന്റെ പേരുചൊല്ലി സമൂഹത്തിലുണ്ടായ ചീത്തപ്പേരുകളുടെയും മാനസികവേദനയിൽ ത്രേസ്യ ഏറെ ദുഃഖിതയായി. രണ്ടുവഴികൾ മാത്രമാണ് ഇപ്പോൾ അവൾക്കു മുന്നിലുള്ളത്. ത്രേസ്യ ഗൗരവമായി ആലോചിച്ചു. ഒന്ന് കന്യാസ്ത്രീപട്ടം സ്വീകരിച്ചുകൊണ്ട് ഇനിയുള്ള കാലം പള്ളിയും മഠങ്ങളുമായി ജീവിക്കുക. അല്ലെങ്കിൽ ആത്മഹത്യ ചെയ്യുക.

ഇതിലേതാണ് തെരഞ്ഞെടുക്കേണ്ടത് എന്ന സംശയത്തിലാണ് കുറച്ചുനാളായി അവൾ കഴിയുന്നത്. ഒന്നു പുറത്തുപോയിട്ടും ശുദ്ധ വായു ശ്വസിച്ചിട്ടുമൊക്കെ നാളുകളേറേയായി. പള്ളിയിൽ പോകണമെന്നും തിരുരൂപത്തിനുമുന്നിൽ മുട്ടുകുത്തി പ്രാർത്ഥിച്ചു കരയണമെന്നും പലപ്പോഴും ആഗ്രഹിച്ചിട്ടുണ്ട്. ആളുകളുടെ ചോദ്യവും അടക്കിപറച്ചിലും കേട്ട് കേട്ട് മടുത്തിട്ടാണ് പുറത്തുപോക്ക് മതിയാക്കി വീട്ടിൽ ഇരുന്നത്. ഈ ഇരുത്തം ഇങ്ങനെ എത്ര നാൾ തുടരാനാകും?

പിന്നെ, ഈ പ്രശ്നങ്ങളുടെയൊക്കെ തുടക്കത്തിൽ ഒരു ദിവസം പള്ളിയിൽ ചെന്നപ്പോൾ പ്രായം ചെന്ന മദർ പോലും ചോദിച്ചിരുന്നു

‘‘മകളെ, ത്രേസ്യക്കുഞ്ഞേ. നിനക്കൊന്നു കുമ്പസാരിച്ചുകൂടായോ. എല്ലാം കാണുന്നവനും പൊറുക്കുന്നവനുമാണ് കർത്താവ്.’’

അതുകൂടി കേട്ടപ്പോൾ എല്ലാവരും തന്നെ സംശയിക്കുന്നതായി അവൾക്ക് ബോധ്യം വന്നു. പാപ്പനുമായി തനിക്കൊരു ബന്ധവുമില്ലെന്ന് ഇനി ആരും വിശ്വസിക്കില്ല. അത്രമാത്രം കള്ളക്കഥകൾ നാട്ടിൽ നിറയുന്നുണ്ട്. അതുകൊണ്ടാണ് തന്റെ വിവാഹങ്ങൾ മുടങ്ങിപ്പോകുന്നത്.

‘കൊച്ചുനാളിൽ പാപ്പനെ ഇഷ്ടമായിരുന്നു എന്നത് നേര് തന്നെ. പതിരും കതിരും തിരിച്ചറിയാത്ത കാലത്തിൽ തോന്നിയ ഒരിഷ്ടത്തെ വെച്ചുകൊണ്ട് പാപ്പൻ ഇന്ന് തന്റെ ജീവിതം തകർത്തെറിഞ്ഞിരിക്കുന്നു. ദുഷ്ടൻ, നശിച്ചു പണ്ടാരമടങ്ങും.’

അവളുടെ മനസ്സ് അയാളെ പ്രാകിക്കൊണ്ടിരുന്നു.

‘‘നാട്ടിൽ എന്തൊക്കെയാണ് ആളുകൾ പറഞ്ഞുനടക്കുന്നത്. പാപ്പനിൽ നിന്നും താൻ ഗർഭിണിയായിട്ടുണ്ടെന്നുപോലും പറയുന്നു. ഇതെല്ലാം കണ്ടും കേട്ടും തനിക്കെങ്ങിനെയാണ് ഇനിയും ജീവിക്കാനാകുന്നത്. പാപ്പനെ കൊല്ലാനുള്ള പകയുണ്ട്. ഒരു പെണ്ണായ തനിക്ക്

അതിനുള്ള ശക്തിയില്ലല്ലോ. ഇപ്പോൾ മരിക്കാനാണ് കൂടുതൽ ആഗ്രഹം തോന്നുന്നത്. എന്നാൽ അത് ദുർമരണമാകുന്നതിനാൽ കുമ്പഞ്ഞിമെന്തയും മറ്റുകർമ്മങ്ങളും പള്ളി തനിക്ക് നിഷേധിക്കപ്പെടും. പണ്ടായിരുന്നെങ്കിൽ തെമ്മാടിക്കുഴിയിൽ അടക്കം ചെയ്യുകയാണുണ്ടാവുക. അത്രയും കടുത്ത തെറ്റാണ് ആത്മഹത്യ. കൂടാതെ മരണാനന്തരമോക്ഷവും കർത്താവിന്റെ സാമീപ്യം തനിക്ക് ലഭിക്കാതെ മഹാപാപികളുടെ കൂട്ടത്തിലാണ് താൻ ചേർക്കപ്പെടുക. മോക്ഷം കിട്ടാതെയുള്ള ജീവിതം ചിന്തിക്കാൻ പോലും കഴിയില്ല. അതൊക്കെ ഓർക്കുമ്പോൾ അവൾക്ക് ഭയമായിരുന്നു. എങ്കിൽ പിന്നെ കന്യാസ്ത്രീ ആവുക. അതേ രക്ഷയുള്ളൂ. മറ്റൊരു വഴിയും തന്റെ മുന്നിലില്ല. ഇതിൽ ഏതെങ്കിലും ഒന്ന് ഉടനെ സംഭവിക്കണം. ഈ അപമാന ഭാരവും പേറി ജീവിക്കാൻ ഇനിയും വയ്യെനിക്ക്.'

അവളുടെ ചിന്തകൾക്ക് തൃപ്തികരമായ ഒരു ഉത്തരവും നൽകാനായില്ല.

അപ്പോഴും കൊച്ചുലോനയും മക്കളും ത്രേസ്യയുടെ വിവാഹം നടത്താനുള്ള പരിശ്രമങ്ങൾ തുടർന്നുകൊണ്ടിരുന്നു. അതും, നാടു മുഴുവനും വിളിച്ച് എറ്റവും വലിയ ആഘോഷമായി നടത്തേണ്ട കല്യാണത്തെകുറിച്ചാണ് അവർ ആലോചിച്ചത്. പാപ്പനോടുള്ള പ്രതികാരവും പകയും വീട്ടലുകൂടിയാണവർക്ക് ഈ കല്യാണത്തിലൂടെ സംഭവിക്കേണ്ടത്.

അതിനുള്ള വഴികൾ ആരാഞ്ഞുകൊണ്ടിരുന്നു അവർ. നാട്ടിലും പുറത്തും വിദേശത്തും ആലോചനകൾ പോയി. ഒടുവിൽ ചങ്ങനാശ്ശേരിഭാഗത്തുനിന്നും ഒരു കാര്യം വന്നു.

''ചെക്കൻ നല്ല പഠിപ്പും പത്രാസുമുള്ളവനാ. ജോലിയുണ്ട്, അതങ് ഇറ്റലിയിലാ. കല്യാണം കഴിഞ്ഞാ പെണ്ണിനെ കൊണ്ടോകും. നാട്ടിൽ ഏലവും ഗ്രാമ്പൂവും റബ്ബറും ഒക്കെ ധാരാളം കൃഷിയുണ്ട്. വല്യ തറവാട്ടുകാരാ.''

ബ്രോക്കർ പറഞ്ഞപ്പോൾ കൊച്ചുലോനയ്ക്കും മക്കൾക്കും നന്നായി ബോധിച്ചു.അവർ ചോദിക്കുന്നത് എന്തും കൊടുക്കാൻ കൊച്ചുലോന ഒരുക്കമായിരുന്നു.

''മൂന്നാനെ, നമ്മുടെ കാര്യങ്ങളെല്ലാം പറഞ്ഞിട്ടില്ലേ അവരോട്? ഒടുവിൽ പറ്റില്ലെന്ന് പറഞ്ഞുപോകരുത്.''

''എല്ലാം പറഞ്ഞിട്ടുണ്ട്. ഇന്നത്തെ കാലത്തെ ഈ കുട്ട്യോളുടെ പ്രേമവും കളിയൊന്നും...ആ, അവർക്കതൊന്നും കാര്യല്ലന്നെ. നിങ്ങൾ അവര് പറഞ്ഞതുപോലെ കൊടുക്കാനും നടത്താനും തയ്യാറുണ്ടായാൽ മാത്രം മതി. ബാക്കി ഞാനേറ്റു.''

''അതൊന്നും ഒരു പ്രശ്നമേ അല്ല. ചോദിച്ചതിൽ കൂടുതൽ കൊടുക്കും ഞങ്ങൾ. എന്റെ കുട്ടി പാവാ, എല്ലാം ആ പാപ്പന്റെ പണികളാണ്. ത്രേസ്യയെ കെട്ടിച്ചയയ്ക്കുന്നത് അവനേം ഈ നാട്ടാരെയും കണ്ണുനിറയെ കാണിച്ചിട്ടുവേണം എനിക്കവനെ നിറുത്തി കത്തിക്കാൻ. കൊല്ലും ഞാനാ പന്നിയെ. ജയിലിൽ പോയാലും എനിക്ക് സന്തോഷാ. അതുവരെ ക്ഷമിക്കണം ഞാൻ.''

ദിവസങ്ങൾ കടന്നുപോയി. അന്വേഷണങ്ങൾ അങ്ങുമിങ്ങും നടന്നു. രണ്ടു ഭാഗങ്ങളിലും പാരവെപ്പും പരദൂഷണവുമായി ബന്ധപ്പെട്ടവർ സജീവമായി.

കൊച്ചുലോനയുടെയും മക്കളുടെയും അന്വേഷണത്തിൽ ചെറുക്കനും കുടുംബത്തിനുമൊക്കെ ചില സ്പെല്ലിങ് മിസ്റ്റേക്കുകൾ കേൾക്കാനിടയായി. വീണ്ടുവിചാരത്തിനും പുനർചിന്തനത്തിനും നിന്നാൽ ചിലപ്പോൾ കാര്യം നടന്നില്ലെന്നുവരും.

''സാരമില്ല, അവളിങ്ങനെ നിൽക്കുന്നതിലും ഭേദമല്ലേ? കെട്ട് കഴിഞ്ഞാപിന്നെ അവർ ഇറ്റലിയിലേക്ക് പോകുമല്ലോ. പിന്നെ ആരറിയാൻ, എന്തറിയാൻ? ഇത് വേണ്ടന്ന് വെച്ചാൽ പിന്നെ ഇങ്ങനെ ഒരു കാര്യം ഇനി ഒത്തുവരില്ല.''

''കാര്യം ശരി, ഈ വിവരങ്ങളൊന്നും ഒരിക്കലും മറ്റാരും അറിയരുത്. പ്രത്യേകിച്ച് ത്രേസ്യ. അവളോട് നല്ലത് മാത്രമേ പറയാവൂ.''

അവരുടെ ചർച്ചകൾക്കൊടുവിൽ വിവാഹം നടത്താമെന്നുള്ള തീരുമാനത്തിലെത്തി.

പെണ്ണുകാണലും ചർച്ചകളും നടന്നു. മനസ്സമ്മതത്തിനുള്ള ദിവസം കുറിക്കപ്പെട്ടു. കൊച്ചുലോനയും മക്കളും സന്തോഷം കൊണ്ടു തുള്ളിച്ചാടി. അവർ വന്ന് പെണ്ണ് കണ്ടുപോയ അന്നുതന്നെ കാര്യങ്ങൾ നാട്ടിൽ പാട്ടായിരുന്നു. പെണ്ണിനേയും മറ്റു കാര്യങ്ങളുമൊക്കെ ഇഷ്ടമായെന്നും പാരകളൊന്നും അവർക്ക് ഏൽക്കില്ലെന്നും അറിഞ്ഞ് കല്ല്യാണം മുടക്കികൾ നിരാശരായി.

കടലപ്പാപ്പന്റെ മനസ്സ് കലിമൂത്ത് ഉറഞ്ഞാടി.

ത്രേസ്യയുടെ കല്യാണം നടന്നാൽ നാട്ടുകാർക്കുമുന്നിൽ കടലപ്പാപ്പൻ നിരാശാകാമുകനായിപ്പോകുമെന്നും തുടർന്നുള്ള കാലം പരിഹാസ്യനായി ജീവിക്കേണ്ടിവരുമെന്നും അയാൾ കരുതി. ഇപ്പോൾ തന്നെ 'ത്രേസ്യ പാപ്പനെ തേച്ചു. തേപ്പ് കിട്ടിയവൻ പാപ്പൻ' തുടങ്ങിയ വാക്കുകൾ ആരൊക്കെയോ പറഞ്ഞുനടക്കുന്നുണ്ട്. അവളുടെ കല്യാണം കൂടിക്കഴിഞ്ഞാൽ പിന്നെ കടല പാപ്പൻ വെറും അപഹാസ്യനായിപോകുമെന്ന് അയാൾ ഭയപ്പെട്ടു.അതുകൊണ്ട് പാപ്പൻ ഒരു തീരുമാനത്തിലെത്തി. എന്തുവിലകൊടുത്തും ഈ വിവാഹം

മുടക്കണം. ഇനി ഒരുകാലത്തും അവളുടെ വിവാഹം നടക്കരുത്. മാത്രവുമല്ല ഈ വിവാഹത്തിലൂടെ ഇട്ടിപ്പുറം കൊച്ചുലോനയും മക്കളും ജയിക്കും. പിന്നെ അവരിവിടെ തന്റെ കൺമുന്നിൽ ആഘോഷിക്കും. അത് പാടില്ല. അതിന് ഏത് വഴിയും സ്വീകരിക്കാം. തനിക്കു ജയിച്ചേ പറ്റൂ. കടലപ്പാപ്പൻ പലവഴികളും ആരാഞ്ഞു.

''ത്രേസ്യയെ കേട്ടാൻപോകുന്ന ആളെ നേരിട്ട് പോയി കണ്ടു പറഞ്ഞാൽപോലും അവർ പിന്മാറില്ല. മറ്റൊരുവിധത്തിലുള്ള പാരയും തടസ്സങ്ങളും അവരിൽ വിലപോകുകയുമില്ല. അതുകൊണ്ട് ഇനി ഒന്നുമാത്രമേ ചെയ്യാനുള്ളൂ. കൊല്ലണം.'

കടലപ്പാപ്പന്റെ കറുത്ത ഹൃദയം കുറച്ചുകൂടി കറുത്തിരുണ്ട് വെറും ഇരുട്ട് മാത്രമായി മാറി. വെളിച്ചത്തിന്റെ വെള്ളിരേഖകൾക്ക് ഇടമില്ലാത്ത കൂരിരുട്ട്. പിന്നെ മനസ്സമ്മതത്തിനുള്ള ദിവസങ്ങളെണ്ണി അയാൾ കാത്തിരുന്നു.

ഇനി ഒരിക്കലും തിരിച്ചുവരാത്ത നഷ്ടവസന്തമായി താൻ കണ്ടു കഴിഞ്ഞ തന്റെ ജീവിത സ്വപ്നങ്ങളും ആശകളും വളരെ പെട്ടന്നു തിരിച്ചുവരുന്ന സന്തോഷത്തിൽ ത്രേസ്യ ഭാവി സ്വപ്നങ്ങൾക്ക് കൂടുതൽ നിറവും മണവും നൽകിത്തുടങ്ങി. പാപ്പൻ വഴി തനിക്കും കുടുംബത്തിനും വന്നുചേർന്ന ദുഷ്പേരുകൾ വകവെക്കാതെ തന്നിൽ വിശ്വസിച്ചുകൊണ്ട് വിവാഹത്തിനു സമ്മതിച്ച ആ യുവാവിൽ അവൾ വല്ലാതെ ആകർഷിക്കപ്പെട്ടു.

നല്ല സുമുഖനായിരുന്നു അയാൾ. നല്ല സ്വഭാവം സംസാരം കുടുംബം, ജോലി, സമ്പത്ത് ഇതിൽ കൂടുതൽ മറ്റെന്തുവേണം ഒരു പെണ്ണിന് എന്നവൾ സന്തോഷിച്ചു.

''തോമസ് ശ്ലീഹയിൽ നിന്നും നേരിട്ട് സ്നാനം സ്വീകരിച്ച് മാർഗ്ഗം കൂടിയ ബ്രാഹ്മണ കുടുംബത്തിന്റെ പാരമ്പര്യമുള്ള തറവാട്ടുകാരാണ്. അസ്സല് പറഞ്ഞാൽ പാലയൂർക്കാരാണ് ചെറുക്കന്റെ കുടുംബം'

മൂന്നാൻ പറയുന്നത് ത്രേസ്യയും കേട്ടതാണ്. പിന്നെ ദിനരാത്രങ്ങളെണ്ണി അവളും കാത്തിരുന്നു, തന്റെ പ്രതിശ്രുത വരനെ ഒന്നു കണാൻ. സന്തോഷകരമായ ഒരു ജീവിതം തുടങ്ങാൻ. അത്രയ്ക്കും അനുഭവിച്ചിട്ടുണ്ട്.

മനസ്സമ്മതത്തിന് വരുമ്പോൾതന്നെ ചെറുക്കനെ കോട്ടയത്തു വെച്ച് കൊല്ലാനായിരുന്നു പാപ്പൻ പദ്ധതിയിട്ടത്. എന്നാൽ പല കാരണങ്ങൾക്കൊണ്ടും അപ്പോൾ അതിനു സാധിച്ചില്ല.

അതുകൊണ്ട് മാത്രം വിവാഹം പോലെ അതിഗംഭീരമായിരുന്നു മനസ്സമ്മതം. നാട്ടുകാരെ മുഴുവനും വിളിച്ചു. പള്ളിയും വീടും വഴിയും

തോരണങ്ങൾ കൊണ്ടും ലൈറ്റുകൾകൊണ്ടും അലങ്കരിച്ചു. അങ്ങനെയൊരു മനസ്സമ്മതവും; എന്തിനു പറയുന്നു, കല്യാണം പോലും ഇതിനുമുൻപ് ആരും കണ്ടിട്ടും കേട്ടിട്ടുമില്ല. മനസ്സമ്മതം ഇങ്ങനെയാണെങ്കിൽ കല്യാണം എങ്ങനെയാകും എന്ന് ചോദിച്ചവരോട് കൊച്ചുലോന പറഞ്ഞു.

''നെറ്റിപ്പട്ടവും വെഞ്ചാമരവും പട്ടുകുടയും അണിഞ്ഞ ഗജവീരന്മാർ ഇരുപത്തിഒണ്ണ്, ചെണ്ടയും തപ്പും തകിലും ചേർന്ന മറ്റു മേളങ്ങൾ, വെടിക്കെട്ട്. പിന്നെ എന്തൊക്കെ ചെയ്യാൻ പറ്റും അതൊക്കെയും ചെയ്യും ഞാൻ. ഉത്സവമായിരിക്കും ഈ കല്യാണം. ഇട്ടിപ്പുറത്തെ ആകെയുള്ളൊരു പെൺതരിയുടെ കല്യാണമാണിത്. പിന്നെ ചില കല്യാണം മുടക്കികളെയൊക്കെ എനിക്ക് ചിലതു കാണിക്കേണ്ടതുമുണ്ട്.

പക്ഷേ, ഇട്ടിപ്പുറം കൊച്ചുലോനയ്ക്ക് ഒന്നും കാണിക്കാൻ സാധിച്ചില്ല. വാശിയും വൈരാഗ്യവും പകയും പൊങ്ങച്ചവും കച്ചകെട്ടിയ മനസ്സ് മിന്നൽപ്പിളരുകൾ പോലെയാണ് ചിതറിവീണത്.

ത്രേസ്യയുടെ മനസ്സമ്മതം കഴിഞ്ഞുതിരിച്ചുപോകുമ്പോഴുണ്ടായ വാഹനാപകടത്തിൽ വരൻ തൽക്ഷണം മരണപ്പെട്ടു. ആ വാർത്ത കാട്ടുതീ പോലെ പടർന്നു. കനത്ത ഇടിമുഴക്കം പോലെ ത്രേസ്യയുടെ കാതിലും അതു വന്നുപതിച്ചു. പിന്നെ ഒരു നിമിഷവും അവൾ വൈകിയില്ല. മുറിയിൽ കയറി കതകടച്ചുകൊണ്ട് ഫാനിൽ കെട്ടിതൂങ്ങി ആത്മഹത്യ ചെയ്തു.

വിവരങ്ങളറിഞ്ഞ കടലപ്പാപ്പൻ ഒറ്റയ്ക്കിരുന്നു പൊട്ടിപൊട്ടിച്ചിരിച്ചു. നിറഞ്ഞൊഴിയുന്ന മദ്യചഷകങ്ങളെ ചുണ്ടോട് ചേർത്തുമ്മവെച്ചിട്ടയാൾ വിളിച്ചുപറഞ്ഞു.

''ഡാ കൊച്ചുലോനെ, ഇട്ടിപ്പുറം കൊച്ചുലോനെ, എടീ കൊച്ചു ത്രേസ്യേ ഇട്ടിപ്പുറം കൊച്ചു ത്രേസ്യേ, പാപ്പനെ തോൽപ്പിക്കാനായിട്ടില്ല നിങ്ങൾ. കൊല്ലും ഞാൻ... കൊല്ലും ഞാൻ...''

അയാൾ ചിരി തുടർന്നു. ആ ചിരിയിലേക്കായിരുന്നു മാലാഖമാരുടെയും പീഡിതരുടേയും ചിരികളുയർന്നുവന്നത്. അവരുടെ കൂട്ടത്തിലെത്തിയ ത്രേസ്യയ്ക്കൊപ്പം അയാൾ കൊല്ലിച്ച അവളുടെ മണവാളനുമുണ്ടായിരുന്നു. അവരെകൂടി കണ്ടതും പാപ്പന്റെ മരണവേദന ഇരട്ടിച്ചു. മുള്ളിൽ പിണഞ്ഞ പട്ടുവസ്ത്രം വലിച്ചെടുക്കുന്നതുപോലെ കടലപ്പാപ്പന്റെ ആത്മാവിനെ മരണം ശക്തിയായി വലിച്ചു തുടങ്ങി. വലിയ കൊമ്പുള്ള വണ്ടുകളും തേളും എണ്ണമറ്റ കീടങ്ങളും ഞണ്ടും പാപ്പന്റെ ഹൃദയവും ശ്വാസകോശവും മെല്ലെമെല്ലെ കുത്തിപ്പെറുക്കുവാനാരംഭിച്ചു.

ഹൃദയം ചുരത്തിയ അഴുക്കുകൾ കണ്ട് മരണംപോലും കണ്ണു മിഴിച്ചു. പാപ്പന്റെ മനസ്സിൽ അടിഞ്ഞുകൂടിയ വൃത്തികേടുകളും വഞ്ചനയും ചതികളും അത്രയും വലുതായിരുന്നു. പുതിയ പുതിയ തന്ത്രങ്ങളുടേയും കണക്കുകൂട്ടലുകളുടേയും പദ്ധതികൾ മെനഞ്ഞ് കരിപിടിച്ച കറുത്ത ഹൃദയ അറകളിൽ രക്തമായിരുന്നില്ല ഒഴുകി യിരുന്നത്; ലോക വിസർജ്ജ്യങ്ങളുടെ പുഴു പുളയ്ക്കുന്ന പുഴകളായി രുന്നു. അപ്പോൾ ഒരുപറ്റം കാപട്യത്തിന്റെ കടവാവലുകൾ കരളിൽ തൂങ്ങിക്കിടന്നിരുന്നു.

തന്റെ നെഞ്ചിനുമുകളിൽ അസ്ഥിക്കൂടുകൾക്ക് മേലെ ആരൊ ക്കെയോ കയറി നിൽക്കുന്നതായി പാപ്പൻ കണ്ടു. അത് അനിലയും റുക്കുവും ത്രേസ്യയുമായിരുന്നു. റുക്കു കുറച്ചുനേരം അവിടെ നൃത്തം വെച്ചു. അവളുടെ കാലിൽ കൂർത്ത മുള്ളുകളുള്ള പാദുകം അണിയിക്ക പ്പെട്ടിരുന്നു. ഓരോ നൃത്ത ചുവടിലും പാപ്പന്റെ നെഞ്ചിൻകൂടിന്റെ മാംസം ചതഞ്ഞരഞ്ഞു തകർന്നു.

അപ്പോൾ അനിലയും ത്രേസ്യയും അഗ്നി പഴുത്ത ഇരുമ്പിൻ കയറുകൾക്കൊണ്ട് അയാളുടെ കഴുത്തിൽ ചുറ്റിവലിച്ചു.

ത്രേസ്യ മരണത്തിന്റെ പിണിയാളുകളിൽ നിന്നും കുറച്ചുനേരം പാപ്പന്റെ ശരീരം ഏറ്റെടുത്തു. അവൾ പാപ്പനെ തന്റെ രഥത്തിൽ കെട്ടിവലിച്ചു.

അപ്പോഴേക്കും നഷ്ടപ്പെട്ട അവയവങ്ങളൊക്കെയും പാപ്പനിൽ ഒന്നുചേർന്നു. നാടിനും നഗരത്തിനും മദ്ധ്യേയും ഇടവഴികളിലൂടെയും ചരൽ പാതയിലും കല്ലിലും മുൾപ്പടർപ്പുകളിലൂടെയും ആ രഥം അതിവേഗം കുതിച്ചുപാഞ്ഞു.

പാപ്പന്റെ ശരീരം ചതഞ്ഞും ഒടിഞ്ഞും തകർന്നും മാംസം പറിഞ്ഞു തൂങ്ങിയും അവശമായി. മരണത്തിന്റെ ദൈർഘ്യങ്ങളിൽ ഇങ്ങനെയും പീഡിതരുടെ പ്രതികാരങ്ങൾ ഉണ്ടെന്ന് പാപ്പനറിഞ്ഞു.

''എന്തുകൊണ്ടാണ് മരണം ഇങ്ങനെ തന്നെ ശിക്ഷിച്ചുകൊണ്ട് ഇത്രയും വൈകിക്കുന്നത്. ഞാൻ ദുഷ്ടനായിരുന്നു. മാപ്പർഹിക്കാനും ചോദിക്കാനും അവകാശമില്ലാത്ത മഹാപാപി. ഇങ്ങനെയാണ് ദുഷ്ടരുടെ മരണമെന്ന് ഞാനറിഞ്ഞില്ലല്ലോ! ഇനിയും എപ്പോഴാണ്, എന്നാണ് ഞാൻ ഇല്ലാതാകുന്നത്?''

പാപ്പന്റെ അന്തരംഗം മന്ത്രിച്ചുകൊണ്ടിരുന്നു.

ഒടുവിൽ ത്രേസ്യ ചെന്നുനിന്നത് അവൾ ആത്മഹത്യ ചെയ്ത ഫാനിന്റെ ചുവട്ടിലായിരുന്നു. പെട്ടന്നാണ് തലകീഴായി അയാൾ അതിൽ കെട്ടിത്തൂക്കപ്പെട്ടത്. തൽക്ഷണം ശിരസ്സ് ഛേദിക്കപ്പെട്ടു ഒരു തീക്കമ്പിനാൽ അനില അത് കുത്തിയെടുത്തുകൊണ്ട് അവൾ ആത്മഹത്യ ചെയ്ത മരക്കൊമ്പിലെ പുളിയുറുമ്പിൻ കൂട്ടിനരികിൽ കൊണ്ടുവെച്ചു. അടുത്ത മാവുകളിൽ നിന്നും വൃക്ഷങ്ങളിൽ നിന്നും നിമിഷങ്ങൾ കൊണ്ട് ലക്ഷക്കണക്കിന് ഉറുമ്പുകൾ ഓടിയെത്തി പാപ്പന്റെ മുഖമാംസം കടിച്ചുപറിച്ചു. അസഹനീയമായ വേദനയാലെ അയാൾ പുളഞ്ഞു.

നിമിഷങ്ങൾ കൊണ്ട് അവ പാപ്പന്റെ മുഖം പൂർണ്ണമായും തിന്നുതീർത്തു. വെറും തലയോടു മാത്രമായി മാറി.

വീണ്ടും തലയോട്ടിയിൽ മാംസങ്ങൾ പൊതിഞ്ഞു. കണ്ണും മൂക്കും ചെവികളും രൂപപ്പെട്ടു. അയാൾക്കുണ്ടായിരുന്ന നെഞ്ചുറപ്പിന്റെ വീര്യത്തിനു മുകളിൽ റുക്കുവിന്റെ നൃത്തം തുടർന്നു.

ഒടിഞ്ഞുനുറുങ്ങുന്ന എല്ലുകളുടെ ശബ്ദം പാപ്പന് കേൾക്കാമായിരുന്നു. തകർന്നൊടിഞ്ഞ അസ്ഥികളോരോന്നും കടിച്ചുമുറിച്ചുകൊണ്ട് ഒരുപറ്റം ചുണ്ടെലികൾ അയാളുടെ മരണനേരങ്ങളെ മുന്നോട്ടു നയിച്ചു.

പൂർണ്ണ മരണത്തിനും ആത്മാവിന്റെ സങ്കലനത്തിനും ശേഷിക്കുന്ന കഴുത്തും ശിരസ്സും മാത്രം ബാക്കിനിൽക്കെ അയാൾ ഓർത്തു.

'ജീവിതത്തിന്റെ ആദ്യംമുതൽ താനിതുവരെയും ജീവിച്ചുതീർത്ത വിവിധ ഘട്ടങ്ങളിൽ ചെറുതും വലുതുമായ ഒന്നുപോലും വിട്ടുപോകാതെ ഇപ്പോൾ കണ്ടിരിക്കുന്നു. അസഹ്യമായ വേദനകളുടെയും ചിത്രവധങ്ങളുടേയും ഈ പീഡനപർവ്വം ഒന്നവസാനിച്ചിരുന്നെങ്കിൽ.'

അൽപ്പാൽപ്പമായി വേർപ്പെട്ടുപോയ ആത്മാവിന്റെ ശകലങ്ങൾ പാപ്പന്റെ തലയ്ക്കുമുകളിൽ ശിരസ്സറ്റ കബന്ധംപോലെ ബാക്കി ചേരേണ്ട കഴുത്തിനും ശിരസ്സിനുമായി കാത്തുനിന്നു. മരണത്തിന്റെ ദൗത്യവാഹകരായ ക്ഷുദ്ര ജീവികൾ അവരുടെ ജോലികൾ സാവകാശം തുടർന്നുകൊണ്ടിരുന്നു.

മഞ്ച വർക്കി

"**ദി**വ്യനാഥാ ഞങ്ങളുടെ കുടുംബങ്ങളെ ആശീർവദിക്കേണമേ. കുറ്റങ്ങൾ പരസ്പരം ക്ഷമിച്ച് നന്മയിൽ വളരുവാനും ക്ലേശങ്ങൾ സഹിക്കുവാനും ഞങ്ങൾക്കു നീ ശക്തി നൽകേണമേ. ഞങ്ങളുടെ കുടുംബത്തിൽ നല്ല ദൈവവിളികൾ ഉണ്ടാകേണമേ. രോഗികളെ ആശ്വസിപ്പിക്കേണമേ. പാപികളെ നേർവഴിക്കു തിരിക്കേണമേ. മരിച്ചു പോയ ഞങ്ങളുടെ സഹോദരങ്ങളെ നിത്യഭാഗ്യത്തിൽ പ്രവേശിപ്പി ക്കേണമേ."

മഞ്ചവർക്കി തന്റെ മക്കളും ഭാര്യയുമൊത്ത് അന്തിപ്രാർത്ഥന യിൽ മുഴുകി. വർക്കി ഇത്രയും പ്രാർത്ഥിച്ചു നിർത്തിയപ്പോൾ ഭാര്യയും മക്കളും ചേർന്ന് ആമേൻ പറയുകയും പ്രാർത്ഥനാ ഗീതം ആലപി ക്കുവാൻ ആരംഭിക്കുകയും ചെയ്തു.

"യേശുവിൽ മാധുര്യമേറും ഹൃദയമേ
നിന്മുന്നിൽ ആദരാവാൽ
നിൽക്കുന്നു ഞങ്ങൾ
ഈ വീടിൻ ദൈവവും കർത്താവുമായി
നീ മാത്രമെന്നുറക്കെ ചൊല്ലുന്നു ഞങ്ങൾ
അങ്ങേക്കു പ്രീതിതമായവ ചെയ്യുവാൻ
ഞങ്ങൾക്ക് നീ എന്നും
അനുഗ്രഹം ചെയ്യണേ..."

"വർക്കിയേട്ടോ, വർക്കിയേട്ടോ..."

പുറത്ത് ആരോ വന്നു വിളിച്ചു.പ്രാർത്ഥനക്കിടയിൽ അതു കേട്ടെങ്കിലും വർക്കി ഏകാഗ്രത വിടാതെ മുഴുവനും പ്രാർത്ഥിച്ച് കുരിശ് വരച്ചുകൊണ്ട് എഴുന്നേറ്റു പുറത്തേക്ക് കടന്നു.

"വർക്കിച്ചാ, ഒരു മഞ്ച വേണം."

"ആരാ മരിച്ചേ?"

''നമ്മുടെ പാപ്പൻ മുതലാളി, സൂപ്പറായിക്കോട്ടെ. വല്യ ആളല്ലേ. കാശൊരു പ്രശ്നമേ അല്ല.''

''പാപ്പൻ.''

ആ പേര് കേട്ടപ്പോൾ വർക്കി ഒന്ന് നടുങ്ങി. ഹൃദയം പിടയ്ക്കുകയും കൈകാലുകൾ വിറയ്ക്കുകയും ചെയ്തു.

''എപ്പോ? എന്താ പറ്റ്യേ?''

''കുറച്ചുനേരമായി. പെട്ടെന്ന് കുഴഞ്ഞുവീണതാ. ആശുപത്രീലായിരുന്നു. ആള് ഒരു കുടിയൊഴിപ്പിക്കലിന് പോയതാ. അവസാനം പുള്ളിക്ക് തന്നെ കുടിയും തൊടിയുമൊക്കെ ഒഴിഞ്ഞുപോകേണ്ടി വന്നു. ഹി...ഹി... ഹി...''

അയാളൊന്നു ചിരിച്ചു, എന്നിട്ടു തുടർന്നു.

''ഇത് പ്രാക്കാ വർക്കിച്ചാ, ആ പാവങ്ങളുടെ പ്രാക്ക്. മഞ്ച പണി തുടങ്ങിക്കോ വേഗം. ഇവിടെയുള്ളതൊന്നും അങ്ങേർക്ക് പറ്റുകയില്ലെന്നറിയാലോ? ഞാൻ പോയിട്ട് വരാം. എന്തായാലും വർക്കിച്ചേട്ടന് ഒരു കച്ചോടം ഒത്തല്ലോ.''

അയാൾ പടിയിറങ്ങിയപ്പോൾ വർക്കി ചാവിയെടുത്ത് വർക്ക് ഷോപ്പിന്റെ വാതിൽ തുറന്നു. ലൈറ്റ് ഓൺ ചെയ്തു. ഇനിയും മുക്തിനേടാൻ കഴിയാത്ത ശവമഞ്ചങ്ങൾ തങ്ങളുടെ ഊഴം കാത്തിരിക്കുകയായിരുന്നു അവിടെ. വർക്കി ചുറ്റിലും പണിതുവെച്ച മഞ്ചകളിലേക്ക് നോക്കി. അതിലൊന്നിൽ കൈ ഓടിച്ചുകൊണ്ട് മനസ്സിൽ പറഞ്ഞു.

''പാപ്പാ ഒടുവിൽ നീയും പോയി അല്ലേ?''

വർക്കിയുടെ കണ്ണുകൾ നിറഞ്ഞൊഴുകി.

ഇടവകയിലെ ഒരേയൊരു മഞ്ചക്കച്ചവടക്കാരനാണ് വർക്കി. ആള് എല്ലാവർക്കും വിശ്വസ്തനും പൊതുസമ്മതനുമാണ്.കാരണം തനിക്കുള്ളതിൽനിന്നും ആർക്കും മനസ്സ് നിറഞ്ഞു കൊടുക്കാൻ ഒരു മടിയുമില്ല. പള്ളിക്കും പാവപ്പെട്ടവർക്കും എന്നുവേണ്ട നാട്ടിലെ ഉത്സവത്തിനും നേർച്ചയ്ക്കും തുടങ്ങി ഏത് ആവശ്യത്തിനും വർക്കി കൊടുക്കും. അത്രയ്ക്ക് വലിയ പണക്കാരനൊന്നുമല്ലെങ്കിലും ചോദിക്കുന്നവരെ മടക്കിയയക്കാൻ വർക്കിക്ക് കഴിയില്ല. വർക്കിയുടെ വിശുദ്ധി അയാൾ ഇടയ്ക്കിടെ പറയാറുണ്ട്.

''കർത്താവ് തന്നതിൽ ഒരുവിഹിതം പാവപ്പെട്ടനും കൂടിയുള്ളതാണ്. അത് കൈയിൽവെച്ചാൽ പിന്നെ എനിക്ക് ഉറങ്ങാൻ പറ്റില്ല. എത്ര സാമ്പാദിച്ചാലും ഒരു ദിവസം ഇട്ടേച്ചുപോകണ്ടേ? അപ്പൊ ആരാ കൂട്ടിനുണ്ടാവുക? സൽക്കർമ്മങ്ങളും പിന്നെ ഈ മഞ്ചയുമല്ലാതെ.''

വർക്കിയുടെ മഞ്ചകൾ നല്ല ഭംഗിയും ഉറപ്പുമുള്ളവയാണ്. വിലയും കുറവാണ്. അതുകൊണ്ടുതന്നെ പുറമെനിന്നുപോലും ആളുകൾ മഞ്ചകൾക്കു വേണ്ടി അവിടെയെത്തും. ചിലപ്പോൾ വർക്കി കട തുറക്കാൻ വരുമ്പോൾ തന്നെ ആളുകൾ വണ്ടിയുമായി വന്ന് കാത്തു നിൽപ്പുണ്ടാകും.

മറ്റു ചിലപ്പോൾ രാത്രിയിലാകും. വർക്കിയെ വീട്ടിൽവന്ന് വിളിച്ചു കൊണ്ടുപോയി കടതുറപ്പിച്ച് മഞ്ച വാങ്ങിക്കൊണ്ടുപോകും. മരിച്ച ആളുകളുടെ വലുപ്പത്തിനും വണ്ണത്തിനും ഒത്തതില്ലെങ്കിൽ ഉടനെ തന്നെ പുതിയത് പണിതുകൊടുക്കും.

അപൂർവ്വമായേ അങ്ങിനെ വരാറുള്ളൂ.

എത്ര വൈകിയാണെങ്കിലും നേരത്തെയാണെങ്കിലും വർക്കിയുടെ അടുത്തുപോയാൽ മഞ്ചയുമായി പോരാമെന്ന് എല്ലാവർക്കും അറിയാമായിരുന്നു. മുടക്ക ദിവസങ്ങളിലും രാത്രിയിൽ പോലും വർക്കി മഞ്ച ഉണ്ടാക്കികൊടുത്തിട്ടുണ്ട്. ഇത് ഒരു കച്ചവടം എന്നതിലുപരി നല്ലൊരു സേവനം കൂടിയാണ് വർക്കിക്ക്. അതുകൊണ്ട് അയാൾ ഒരിക്കലും കണക്കുപറഞ്ഞു പണം വാങ്ങിക്കാറില്ല. എങ്കിലും നിലവിലെ വിലയറിയുന്നവർ കണ്ടറിഞ്ഞുകൊടുക്കും. പുതിയത് ഉണ്ടാക്കി കൊടുക്കുന്നതിന് കുറച്ചു കൂടുതലും. വർക്കി ഒന്നും നോക്കാറില്ല. കൊടുത്തത് വാങ്ങിക്കും.

ചിലർ കടം പറഞ്ഞുപോയവരും ഉണ്ട്. വർക്കി അത് അപ്പോൾ ത്തന്നെ ദാനധർമ്മത്തിൽ ഉൾപ്പെടുത്തും. ശവമഞ്ചം പോലും കടം പറയുന്നവന്റെ ദാരിദ്ര്യത്തെക്കുറിച്ചാണ് അപ്പോൾ ഓർക്കാറ്.

വർക്കി ഒറ്റയ്ക്ക് തന്നെ കടലപ്പാപ്പന്റെ മഞ്ചയുടെ പണി തുടങ്ങി. ശബ്ദം കേൾക്കെ തൊട്ടപ്പുറത്ത് മുറിയിൽ കിടന്നിരുന്ന ജോലിക്കാർ എഴുന്നേറ്റു വന്നു. അവർ പണിയാമെന്ന് പറഞ്ഞിട്ടും വർക്കി കൂട്ടാക്കിയില്ല.

''വേണ്ട, പാപ്പന്റെ മഞ്ച ഞാൻ തന്നെ പണിയണം. എന്റെ ഈ കൈകൾക്കൊണ്ടു പണിയണം.''

വർക്കി കുറച്ചൊന്നു പണിയും. പിന്നെ നിറുത്തും. പിന്നെയും പണിയും പിന്നെയും നിറുത്തും. ഇടയ്ക്കിടെ വർക്കിയുടെ കൈ വിറയ്ക്കുകയും കണ്ണുകൾ നിറയുകയും ചെയ്തിരുന്നു. മഞ്ച ഓർഡർ ചെയ്ത ആൾക്ക് അറിയില്ലായിരുന്നു വർക്കിക്ക് പാപ്പനുമായുള്ള ബന്ധം. വർക്കി പാപ്പന്റെ സഹോദരനായിരുന്നു. ഒരേയൊരു സഹോദരൻ.

വർക്കി കടലപ്പാപ്പനുവേണ്ടിയുള്ള ശവമഞ്ച പണിതു. നിലവിലുള്ള മഞ്ചകളൊന്നും പാപ്പന്റെ അളവിന് പറ്റുന്നതായിരുന്നില്ല.

അതുകൊണ്ട് പുതിയത് തന്നെ പണിയുകയായിരുന്നു. അത് എറ്റവും ഭംഗിയും ഉറപ്പുമുള്ള മഞ്ചയായിരുന്നു. അതിന് മുൻപ് അങ്ങനെയൊരു മഞ്ച അയാൾ മറ്റാർക്കുവേണ്ടിയും പണിതിട്ടില്ലായിരുന്നു.

കുടുംബത്തിലെ രണ്ടു മക്കളിൽ ഇളയവനായിരുന്നു വർക്കി. പ്രായത്തിൽ രണ്ടുവയസ്സിന്റെ വ്യത്യാസമേ ഉണ്ടായിരുന്നുള്ളൂ. കൈയിൽ പണം വന്നുതുടങ്ങിയപ്പോൾ വഴിമാറിപ്പോയതായിരുന്നു പാപ്പൻ. ജീവിതത്തിന്റെ പ്രയാസങ്ങളിലും പട്ടിണിയിലും പലപ്പോഴും വർക്കി പാപ്പനെ സമീപിച്ചിട്ടുണ്ട്. അന്നൊന്നും പാപ്പൻ ഒരു പിച്ചക്കാരന്റെ വിലപോലും വർക്കിക്ക് കൊടുത്തിട്ടില്ല. പിന്നെ പള്ളിക്കാരുടെയും നല്ലവരായ നാട്ടുകാരുടെയും സഹായങ്ങളാൽ ഇടവകയുടെ ഒരറ്റത്ത് അവർ വർക്കിക്ക് കൊച്ചുവീടൊന്നുവെച്ചുകൊടുത്തു.

പല വിധമുള്ള പണികൾക്കും സഹായങ്ങൾക്കും പോയിക്കൊണ്ടാണ് വർക്കി ഒന്നു നിവർന്നുനിന്നത്.

പള്ളിക്കാര്യങ്ങളിൽ വർക്കി എന്നും മുന്നിട്ടുനിന്നു. അതിനിടയിലാണ് മഞ്ചയുടെ പണികളുമായി ബന്ധപ്പെട്ട് ടൗണിലെ ഒരു

കടയിൽ ജോലി കിട്ടുന്നത്. അത് റെഡി മെയ്ഡ് മഞ്ചകളും രൂപക്കൂടുകളും മറ്റു ഫർണിച്ചറുകളുമൊക്കെ ധാരാളമായി ഉണ്ടാക്കി കയറ്റി അയക്കുന്ന സ്ഥാപനമായിരുന്നു. കുറച്ചുവർഷങ്ങൾ കഴിയവെ അതിന്റെ മുതലാളിയുടെ സഹായത്താൽ മറ്റൊരു സ്ഥലത്തുകൂടി ഈ ബിസിനസ് വർക്കി തുടങ്ങി. അതിലൂടെ വർക്കി സാമ്പത്തികമായി കുറച്ചൊന്നു മെച്ചപ്പെട്ടു. പിന്നീട് റോഡ് സൈഡിനോട് ചേർന്ന് മറ്റൊരു വീട് പണിയുകയും ആ വീടിനോട് ചേർന്ന് കച്ചവടം വിപുലപ്പെടുത്തുകയുമായിരുന്നു.

അങ്ങനെയാണ് വർക്കി മഞ്ച വർക്കിയായി നാട്ടിൽ അറിയപ്പെട്ടത്. തന്റെ ദാരിദ്ര്യത്തിന്റെ കാലത്ത് പള്ളിയും നാട്ടുകാരും ചേർന്ന് പണിതു നൽകിയ ആ കൊച്ചുവീട് വർക്കിയെപ്പോലെ കഷ്ടപ്പെട്ടിരുന്ന ഇടവകയിലെത്തന്നെ വീടില്ലാത്ത ഒരു പാവം കുടുംബത്തിന് നൽകിക്കൊണ്ടാണ് വർക്കി പുതിയ വീട്ടിലേക്ക് താമസം മാറിയത്. അതോടെ വർക്കി എല്ലാവരുടേയും പ്രാർത്ഥനകൾക്കും പ്രശംസകൾക്കും പാത്രമായി.

ഇപ്പോൾ ദീർഘമായ വർഷങ്ങൾ പലതും കടന്നുപോയിരിക്കുന്നു പാപ്പനുമായി പരസ്പരം ഒന്ന് കണ്ടിട്ടും സംസാരിച്ചിട്ടും. ഇനി അതിനുള്ള യാതൊരു സാധ്യതയുമില്ലല്ലോ എന്നോർത്തപ്പോൾ വർക്കിയുടെ സങ്കടം അതിരുകടന്നു.

മരിച്ചുകിടക്കുമ്പോൾ ഓടിച്ചെന്നു കെട്ടിപ്പിടിച്ചു കരയുന്നതിൽ അർത്ഥമില്ലെന്ന് അറിയാമായിരുന്നു. മരണം എന്നും നിഴലുപോലെ ഒപ്പമുണ്ടെന്നും ആരുമായും മുഷിപ്പും വൈരാഗ്യവും പിണക്കവുമായി മരിച്ചുപോകരുതെന്നും വർക്കി ആഗ്രഹിച്ചിരുന്നു. പക്ഷേ, തന്റെ കൂടെപ്പിറപ്പുമാത്രം തന്നെ ഇങ്ങനെ ആട്ടിയകറ്റി മാറിനിന്നുകൊണ്ട് കാലം കഴിക്കുന്നതിൽ വർക്കിയുടെ മനസ്സ് വല്ലാതെ വേദനിച്ചിരുന്നു. അതുകൊണ്ട് പലപ്പോഴും വർക്കി പാപ്പനെ കാണാൻ ചെന്നിട്ടുണ്ട്. മരിക്കും മുൻപ് കാണാനും പിണക്കം മാറ്റാനും കഴിയാതെ പോയതിലുള്ള ദുഃഖവും വലുതായിരുന്നു. ആരും ആ വേദനയും വിഷമവും പിന്നീട് കടിച്ചമർത്തുന്നതിലൊന്നും ഒരു കാര്യവുമില്ല. സത്യക്രിസ്ത്യാനികൾ പിണങ്ങിനിന്നു മരിച്ചാൽ അത് കർത്താവ് പൊറുക്കില്ല. അതുകൊണ്ട് തന്നെ വർക്കി പലപ്പോഴും പാപ്പനുമായി അടുക്കാനും ക്ഷമിക്കാനും ശ്രമിച്ചിട്ടുണ്ട്. അന്നൊക്കെയും പാപ്പൻ ഒഴിഞ്ഞു മാറി. ഇങ്ങനെ ഒരു മരണം വരുമെന്ന് പാപ്പൻ ചിന്തിച്ചിരുന്നില്ല. ഉണ്ടാക്കിയ പണം എങ്ങനെയാണ് ഇരട്ടിപ്പിക്കുക എന്നുമാത്രമാണ് അയാൾ ചിന്തിച്ചിരുന്നത്.

എത്ര തവണയാണ് വർക്കി പാപ്പനെ കാണുവാൻ ചെന്നിട്ടുള്ളത്. അന്നൊക്കെ കഠിനമായ പ്രയാസങ്ങളുടെയും പട്ടിണിയുടെയുമൊക്കെ

സമയങ്ങളായിരുന്നു. എന്തെങ്കിലും ഒരു സഹായം തേടിയാണ് പോയതൊക്കെയും. അന്നൊന്നും വർക്കിയെ മാന്യമായി സ്വീകരിക്കുവാനോ സംസാരിക്കുവാനോ പാപ്പൻ കൂട്ടാക്കിയില്ല. ഒരിക്കൽ കുഞ്ഞുമക്കളെയും ഭാര്യയേയും കൊണ്ട് നിറവേദനയും മിഴിയുമായി വർക്കി പാപ്പന്റെ പടിയിറങ്ങുമ്പോൾ പാപ്പൻ വിളിച്ചു പറഞ്ഞു.

''രക്തബന്ധത്തിന്റെ കണക്കുപറഞ്ഞുകൊണ്ട് മേലിൽ ഈ പടി കയറരുത്. അപ്പൻ പോകുമ്പോ ഒന്നും ഉണ്ടാക്കിവെച്ചിട്ടില്ലായിരുന്നല്ലോ. ഇതൊക്കെ ഞാനായി ഉണ്ടാക്കിയതാണ്.''

ഇത്രയും പറഞ്ഞുകൊണ്ട് പാപ്പൻ പോക്കറ്റിൽ നിന്നും ഒരുപിടി നോട്ടെടുത്ത് വർക്കിക്ക് നേരെ എറിഞ്ഞു. അത് വർക്കിയുടെ മുഖത്തു തട്ടി പരിസരങ്ങളിൽ ചിതറിവീണു.

''ഇന്നാ എടുത്തുകൊണ്ടുപോയിക്കോ.''

പിന്നെ ധൃതിയിൽ പാപ്പൻ അകത്തേക്ക് കയറി വാതിലടച്ചു.

വർക്കി തകരുന്ന ഹൃദയവും നിറയുന്ന കണ്ണുകളുമായി തരിച്ചു നിന്നു. ഒന്നുമറിയാത്ത കുഞ്ഞുങ്ങൾ ചിതറിക്കിടന്ന നോട്ടുകൾ എടുക്കുവാനാഞ്ഞപ്പോൾ വർക്കി തടഞ്ഞു. അയാൾ ഭാര്യയെ നോക്കി നിന്നതേയുള്ളൂ. അവൾ കലങ്ങിയ കണ്ണും കരളുമായി പോകാമെന്നു ആംഗ്യം കാണിച്ചു. പിന്നെ വൈകിയില്ല മക്കളുടെ കൈപിടിച്ചു കൊണ്ടയാൾ പടികളിറങ്ങി. പിന്നീട് വർക്കി പോയിട്ടില്ല ആ വീട്ടിലേക്ക്. യാദൃച്ഛികമായി കണ്ടപ്പോഴൊക്കെയും പാപ്പൻ മുഖം തിരിക്കുകയാണ് ചെയ്തത്. അന്ന് പടിയിറങ്ങുന്ന വർക്കിയിൽ അപമാനിതനും പീഡിതനുമായ നിസ്സഹായന്റെ വേദനയായിരുന്നു നിറഞ്ഞു നിന്നത്. അപ്പോൾ വീശിയ ഒരു കൊച്ചുകാറ്റിൽ പാപ്പൻ വലിച്ചെറിഞ്ഞ ചിതറിയ നോട്ടുകൾ ഉമ്മറത്തുനിന്നും മുറ്റത്തേക്ക് പാറിപ്പറക്കുന്നുണ്ടായിരുന്നു.

മഞ്ചയുടെ പണികൾ വേഗത്തിൽ അവസാനിപ്പിച്ചുകൊണ്ട് മൃതദേഹത്തിനെ ഉടുപ്പിക്കാനുള്ള വസ്ത്രങ്ങളും സംസ്കരണത്തിന് ആവശ്യമായ മറ്റുസാധനങ്ങളുമായി ഭാര്യയേയും മക്കളേയും കൂട്ടി വർക്കി പാപ്പന്റെ വീട്ടുപടിക്കലെത്തി. അതിവേഗം കടന്നുപോയ വർഷങ്ങളുടെ വിടവുകൾ തീർത്ത അകലങ്ങളെ മറന്നുകൊണ്ട് വർക്കി അകത്തേക്ക് നടന്നു. കണ്ടുനിന്നവരിൽ ചിലർവന്ന് വണ്ടിയിൽ നിന്നും മഞ്ച ഇറക്കിവെച്ചു.

''ന്നാലും വർക്കി വന്നൂലോ. ഇതിപ്പോ, മരിച്ചത് വർക്കിയായിരുന്നെങ്കിൽ തിരിഞ്ഞുനോക്കില്ല ഈ കടലപ്പാപ്പൻ. കർത്താവ് വർക്കിക്കൊപ്പമാ. അതാ ആ നല്ല മനസ്സിന്റെ കാരണം.''

ആളുകൾ അപ്പോഴും പാപ്പനെ പഴിച്ചുകൊണ്ടിരുന്നു. ഐസ് പെട്ടിയിൽ മരവിച്ചുകിടക്കുന്ന ആ കൂടെപ്പിറപ്പിനെ കണ്ടപ്പോൾ

സഹിച്ചില്ല വർക്കിക്ക്. അയാൾ ഒന്ന് വിമ്മിപ്പൊട്ടി. ഫ്രീസറിന്റെ ചില്ലിൽ കൈകുത്തി പാപ്പന്റെ മുഖത്തേക്ക് നോക്കികൊണ്ട് നിശ്ശബ്ദനായി നിന്നു കുറച്ചുനേരം. തണുത്തുറഞ്ഞ പാപ്പൻ കണ്ണു തുറന്നു നോക്കുന്നതായി വർക്കിക്ക് തോന്നി. ബാല്യകൗമാരങ്ങളുടെ ഗതകാല കാഴ്ചകളിലേക്ക് ഒരു നിമിഷം പാപ്പന്റെ മനസ്സ് സഞ്ചരിച്ചു. പട്ടിണിയിലും ദാരിദ്ര്യത്തിലും അപ്പന്റെയും അമ്മയുടേയും കൂടെ ഉള്ളത് വിളമ്പിക്കഴിച്ച ആ കാലം. പാടത്തും പറമ്പിലും കശുമാവിൻ ചുവട്ടിലും ഓടിക്കളിച്ച ആ നല്ല കുട്ടിക്കാലം.

''പാപ്പന്റെ ചുണ്ടുകൾ ഇളകുന്നുണ്ടോ?''

വർക്കി സംശയിച്ചു. കുറ്റബോധത്തിന്റെയും നിരാശയുടേയും നിസ്സഹായതയുടേയും വിളറിയ മുഖവുമായി കിടക്കുന്ന ആ അപരാധിയുടെ സ്വരം വർക്കിയുടെ കാതിൽ പതുക്കെ വിറകൊണ്ടു.

''വർക്ക്യേ, നീയെന്നോട് പൊറുക്കണം. മറ്റുള്ളവരാരും എന്നോട് പൊറുത്തില്ല. ദുഷ്ടനായിരുന്നില്ലേ ഞാൻ... ദുഷ്ടൻ. നീയെങ്കിലും എനിക്ക് മാപ്പുതരില്ലേ?''

വർക്കിയുടെ കണ്ണുകൾ പൊഴിച്ച കണ്ണുനീർത്തുള്ളികൾ ഐസ് പെട്ടിയിൽ ധാര ധാരയായി വീണു. പെട്ടിയിൽ വെച്ച ടവൽ കൊണ്ട് അത് തുടച്ചിട്ട് പെട്ടിക്കകത്തേക്ക് തന്നെ നോക്കികൊണ്ട് വർക്കി നിന്നു. പാപ്പൻ ഉറങ്ങുകയാണ്.

ഇനിയൊരു ഉണർവും മടക്കവുമില്ലാത്ത ഉറക്കം. അപ്പോൾ അയാളുടെ മനസ്സ് വിങ്ങുന്നുണ്ടായിരുന്നു.

''പാപ്പാ, നീ എന്തിനാണിങ്ങനെ പോയത്? നീണ്ട ഇരുപത്തിരണ്ടു വർഷങ്ങളുണ്ടായിട്ടും ഒന്നും മിണ്ടാതെയും പറയാതെയും...?''

അന്ന

ഇരുട്ടിനുമേൽ ഇരുട്ടുമൂടുന്ന ഘോരാന്ധകാരത്തിൽ മരണത്തിന്റെ മാത്രകളെണ്ണിക്കിടക്കെ പാപ്പൻ വിലപിച്ചു.

''കാണാനും കേൾക്കാനും ചിന്തിക്കുവാനുമുള്ള കഴിവുമാത്രം എന്തിനെന്നിൽ ബാക്കിവെച്ചു? അതും കൂടി എടുത്തിരുന്നെങ്കിൽ ഈ കൊടുംവേദന ഞാൻ അറിയുമായിരുന്നില്ലല്ലോ.''

മരണം പാപ്പന്റെ ആത്മാവും ശരീരവും അൽപ്പാൽപ്പമായി കൊത്തിപ്പറിക്കുമ്പോൾ ജീവിതത്തിലേക്ക് തിരിച്ചുപോകാൻ അയാൾ വല്ലാതെ കൊതിച്ചു. ആരോടൊക്കെയോ മാപ്പുപറയാൻ. ആർക്കൊക്കെയോ എന്തൊക്കെയോ തിരിച്ചുകൊടുക്കാൻ. ആരുടെയൊക്കെയോ കാലിൽ വീണു കരയാൻ. ഉള്ളതെല്ലാം വിറ്റുപെറുക്കി ഇല്ലാത്തവനുകൊടുക്കാൻ.

ശേഷകാലങ്ങളത്രയും പള്ളിയും പാവങ്ങളുമായി ജീവിക്കാൻ. പണത്തേക്കാൾ വലുതാണ് സൽകർമ്മങ്ങളെന്ന് വിളിച്ചുപറയാൻ. സമൂഹത്തിനുമുന്നിൽ യേശുവിന്റെ അരുമ ശിഷ്യനായി ഉയിർത്തെഴുന്നേൽക്കാൻ.

''സമസ്താപരാധങ്ങൾക്കും മാപ്പ്. തന്നെ ശുദ്ധീകരിക്കേണമേ. എനിക്കു മരിക്കണ്ട. എനിക്കു മരിക്കണ്ട. ഈ ക്ഷുദ്രജീവികളോട് പോകാൻ പറയൂ. എനിക്കു നഷ്ടപ്പെട്ട എന്റെ കൈകാലുകളും ഉടലും തിരിച്ചു നൽകൂ. എനിക്കു മരിക്കണ്ട. എനിക്കു ജീവിക്കണം. എനിക്കു ജീവിക്കണം...''

പാപ്പന്റെ അന്തരംഗം വിലപിച്ചുവെങ്കിലും അതൊന്നും പുറത്തുവന്നില്ല. അപ്പോൾ കഠിനമായ ഇരുട്ടിന്റെ ഇഴകളെ വകഞ്ഞുമാറ്റി അങ്ങ് വിദൂരതയുടെ ഏതോ ഒരു കോണിൽനിന്നും ഒരു സ്ത്രീശബ്ദം ഉയർന്നുവന്നു. അത് പാപ്പന്റെ കർണ്ണപുടങ്ങളിൽ കമ്പനം കൊണ്ടു.

കാതു കൂർപ്പിച്ചു. ആ ശബ്ദത്തിന്റെ ഉടമയെ തിരിച്ചറിയാൻ അധികനേരം വേണ്ടിവന്നില്ല. അയാൾ പെട്ടെന്നു വിളിച്ചു.

''അന്നമ്മേ... എന്റെ അന്നമ്മേ...''

തുറന്നു പിടിച്ച മിഴികളിൽ ഈറൻ പൊടിഞ്ഞു. അന്നയുടെ ശബ്ദം തിരിച്ചറിഞ്ഞതും അതുവരെയുള്ള പാപ്പനായിരുന്നില്ല പിന്നെ ഉണ്ടായിരുന്നത്. മരണത്തേക്കാൾ വേദനയായിരുന്നു ആ ശബ്ദം സമ്മാനിച്ചത്. അപ്പോൾ പാപ്പൻ പറഞ്ഞു.

''എനിക്കു മരിക്കണം, എനിക്കു മരിക്കണം. പെട്ടെന്ന് എന്നെ മരിപ്പിക്കൂ. എന്നിട്ട് തീയിലോ തിളച്ച എണ്ണയിലോ എന്നെ തള്ളുക. അതിനുമുൻപ് ഒരു നിമിഷമെങ്കിലും എനിക്കെന്റെ അന്നമ്മയെ വേണം. എന്റെ കണ്ണുനീരുകൊണ്ട് എനിക്കവളുടെ കാലുകൾ കഴുകണം. എന്നെ അവളുടെ അടുത്തേക്ക് കൊണ്ടുപോകൂ... എനിക്കവളെ കാണണം. പാവമായിരുന്നു എന്റെ അന്നമ്മ... പാവമായിരുന്നു... പാവമായിരുന്നു... ഞാനവളെ...''

പറഞ്ഞുതീരും മുന്നെ ഒരു പറ്റം മിന്നാമിന്നുകൾ അവിടെയെത്തി. അവ കുറച്ചുനേരം പാപ്പന്റെ തലക്കുമുകളിൽ വട്ടം ചുറ്റിക്കൊണ്ട് അപ്രത്യക്ഷമായി. അധികം വൈകിയില്ല. തൂവെള്ള ചിറകുകൾ വിടർത്തി ഒരു പറ്റം മാലാഖമാർ പറന്നുവന്നു.

പാപ്പന്റെ കാഴ്ചയ്ക്ക് മൂർച്ചക്കൂടി.

അതിലൊരു മാലാഖയ്ക്ക് അന്നമ്മയുടെ മുഖമായിരുന്നു. പാപ്പൻ സൂക്ഷിച്ചു നോക്കി.

''അന്നമ്മേ... എന്റെ അന്നമ്മേ... എന്നോട് ക്ഷമിച്ചെന്ന് പറ. ഞാൻ മനപ്പൂർവമായിരുന്നില്ലല്ലോ. ഒരബദ്ധം പറ്റിപോയതാണ്. അപ്പോഴത്തെ ആ ദേഷ്യത്തിന്...''

''പാപ്പൻ, നീ ഇപ്പോഴും നുണകൾ ചമയ്ക്കുകയാണോ? നിന്റെ നുണകൾക്കും ഭീഷണികൾക്കും സ്വാധീനമുള്ള ഇടമല്ല ഇത്. ഒന്നും മനപ്പൂർവമായിരുന്നില്ല അല്ലേ? എങ്കിൽ ഇതൊക്കെയും എന്തായിരുന്നു?''

ചോദ്യങ്ങൾ അശരീരിയായുയർന്നു.

പാപ്പന് ഓർക്കാൻ കഴിയാത്ത ഇന്നലെകൾ അപ്പോൾ അവിടെ പുനഃസൃഷ്ടിക്കപ്പെട്ടു. ആ രംഗങ്ങൾ കണ്ട് പാപ്പൻ ഹതാശനായി.

അന്നമ്മ എന്ന് വിളിക്കുന്ന അന്ന പാപ്പന്റെ ആദ്യ ഭാര്യയായിരുന്നു. നാട്ടിൽ നിന്നും അറിയുന്നവരാരും പാപ്പന് പെണ്ണുകൊടുക്കാൻ തയ്യാറാകാതിരുന്നപ്പോൾ അകന്ന ബന്ധത്തിൽനിന്നും പാപ്പന്റെ ഭാര്യയാകാൻ സമ്മതം മൂളിയ മാലാഖയായിരുന്നു അവൾ. സുന്ദരിയും സൽസ്വഭാവിയുമായ തികഞ്ഞ സത്യക്രിസ്ത്യാനി. കൃത്യമായും നിഷ്ഠയായും പള്ളിയിൽ പോവുകയും പ്രാർത്ഥിക്കുകയും ബൈബിൾ

വായിക്കുകയും നൊയമ്പ് അനുഷ്ഠിക്കുകയും ചെയ്തിരുന്ന ഒരു പാവം നാട്ടിൻപുറത്തുകാരി.

പാപ്പന്റെ കൂട്ടുകച്ചവടക്കാരിൽ ഒരാളായ ജോണിക്കുട്ടിയായിരുന്നു അന്നയുടെ കാര്യം പറഞ്ഞതും അതിനാവശ്യമായ കാര്യങ്ങൾ ചെയ്തുകൊടുത്തതും. ആദ്യം പറഞ്ഞപ്പോഴൊന്നും അന്നയുടെ അപ്പൻ മത്തായിച്ചന് അത് അത്ര ഇഷ്ടമുണ്ടായില്ല.

‘‘ജോണിക്കുട്ടാ, പാപ്പനെന്റെ അകന്ന വകയിലുള്ളൊരു ബന്ധുവാണ്. അവന്റെ അപ്പന്റെ അപ്പനും എന്റെ അപ്പന്റെ അപ്പനും തമ്മിൽ നല്ല അടുത്ത ബന്ധമുണ്ടായിരുന്നു. പിന്നെ അവരൊക്കെ പോയപ്പോൾ ആ ബന്ധങ്ങളൊക്കെയും ഇല്ലാതായി.’’

‘‘അപ്പൊ പിന്നെ കാര്യങ്ങൾ എളുപ്പമായല്ലോ. പാപ്പനാണെങ്കിൽ വിദ്യാഭ്യാസത്തിന്റെ ഇത്തിരി കുറവേയുള്ളൂ, അതിന് ഈ ചെറുപ്പത്തിൽ തന്നെ പണമായിട്ട് കർത്താവ് കൊടുത്തിട്ടുണ്ടല്ലോ പത്തു തലമുറയ്ക്ക് കഴിയാനുള്ളത്.’’

‘‘അതാ പ്രശ്നം. എനിക്ക് ആകെയുള്ളത് ഈ വീടും പറമ്പും മാത്രമാണ്. അവന്റെ ഇപ്പോഴത്തെ നിലയ്ക്കും സ്ഥിതിക്കുമൊന്നും ഞാനില്ല.’’

‘‘അതൊന്നും ചേട്ടായി കാര്യമാക്കണ്ട. ഇത് പുളിങ്കൊമ്പല്ലേ പുളിങ്കൊമ്പ്. വിടണ്ട.’’

‘‘എന്നാലും, ആ ഇട്ടിപ്പുറത്തെ പെണ്ണുമായി...’’

പറഞ്ഞുതീരും മുന്നെ ജോണി പറഞ്ഞു.

‘‘അതൊന്നും കാര്യമാക്കാനില്ല. കുറെയൊക്കെ അസൂയക്കാര് പറഞ്ഞുണ്ടാക്കുന്നതാ. പണ്ട് സ്കൂളിൽ പഠിക്കുന്ന കാലത്ത് എന്തോ ഒരിഷ്ടം ഉണ്ടായിരുന്നു എന്ന് കരുതി, അതൊന്നും ചേട്ടായി കാര്യമായി എടുക്കണ്ട. ഇന്ന് കോടീശ്വരനാ പാപ്പൻ. അതുമറക്കേണ്ട. അന്നയ്ക്ക് ഇങ്ങനെ ഒരു ബന്ധം ഒത്തുകിട്ടുന്നത് മഹാ ഭാഗ്യമാണ്. അത് കളയണ്ട എന്നാണ് എനിക്കു പറയാനുള്ളത്.’’

‘‘ന്നാലും...’’

‘‘ഒരു എന്നാലുമില്ല, പാപ്പൻ അന്നയെ കണ്ടിട്ടുണ്ട്. ഇഷ്ടവുമാണ്. ഈ നാട്ടീന്നുതന്നെ കെട്ടണമെന്നാ പാപ്പന്റെ ആഗ്രഹം. അതും ആ ഇട്ടിപ്പുറത്തെ പെണ്ണിന്റെ കല്യാണം നടക്കുന്നതിന് മുൻപ്. പിന്നെ, എന്റെ ചേട്ടായി ഞാനൊരു കാര്യം പറയട്ടെ. പാവപ്പെട്ട വീട്ടീന്ന് പാപ്പന് പെണ്ണുകൊടുക്കാൻ ഇഷ്ടംപോലെ ആളുണ്ടാകുംട്ടാ. അവര് രക്ഷപ്പെടുകയും ചെയ്യും. ഈ ഭാഗ്യം വേണ്ടന്ന് വെക്കരുത്.’’

‘‘ജോണിക്കുട്ടിക്കറിയാലോ, അമ്മയില്ലാത്ത കുട്ടിയാ ന്റെ മോള്. അവളുടെ കണ്ണുനിറയാതെയും കവിള് വാടാതെയുമാണ് ഞാനിതു

വരെയും വളർത്തിക്കൊണ്ടുവന്നത്. പൊന്നും പണവും പത്രാസു മൊന്നും ഇല്ലെങ്കിലും ന്റെ കുട്ടി സന്തോഷത്തോടെ ജീവിക്കുന്നത് കണ്ടാൽ മാത്രം മതി എനിക്ക്.''

''അതിനെപ്പറ്റിയൊന്നും ചേട്ടായി വിഷമിക്കണ്ട. പാപ്പനെ അറി യാലോ, ഇത്തിരി വാശിയും വൈരാഗ്യവുമൊക്കെ ഉണ്ടന്നേയുള്ളൂ, അതും കച്ചവടത്തിൽ മാത്രം. അതില്ലാതെ പറ്റില്ലല്ലോ. പിന്നെ ബാക്കി യൊക്കെ കെട്ടുകഴിഞ്ഞാൽ അന്ന നോക്കിക്കോളും. ഇത് ഒരു ഭാഗ്യ മാണ്. അത് കളയണ്ട എന്നു മാത്രമാണ് എനിക്കു പറയാനുള്ളൂ.''

''പള്ളിയും പ്രാർത്ഥനയും നോയമ്പുമൊക്കെയുള്ള ഒരു പാവം കുട്ടിയാ അവള്. പഠിക്കാനും മിടുമിടുക്കി. പഠിപ്പുകഴിഞ്ഞ് ജോലിക്കു പോകണമെന്നാ അവളുടെ ആഗ്രഹം. അതിനിടയിൽ കല്യാണം എന്നൊക്കെ പറഞ്ഞാൽ അവള് സമ്മതിക്കുമോ എന്നറിയില്ല.''

''ഇത് നടന്നാൽ പിന്നെ അതിന്റെ ഒന്നും ആവശ്യമേയില്ലല്ലോ. ഇത്രയൊക്കെ പഠിച്ചത് മതി. ഇനി പഠിക്കണമെങ്കിൽ അത് പാപ്പൻ പഠിപ്പിച്ചോളും. മത്തായിച്ചന്റെ ഇപ്പോഴത്തെ ഈ പ്രയാസങ്ങളും കടങ്ങളുമൊക്കെ ഇതുവഴി തീരും. പിന്നെ സമാധാനമായി ജീവി ക്കാലോ?''

''എന്തായാലും ഞാൻ അവളോടൊന്ന് ആലോചിക്കട്ടെ.''

ജോണി യാത്ര പറഞ്ഞിറങ്ങിയപ്പോൾ മത്തായിച്ചൻ ഓർത്തു.

''ഇത്, തന്നെയും തന്റെ പ്രശ്നങ്ങളേയും അറിഞ്ഞു വരുന്ന ഒരു കാര്യമാകുമ്പോൾ... ചിലപ്പോൾ കർത്താവായിട്ട് കൊണ്ടുവന്നതാ ണെങ്കിലോ? അന്നയെ ഒന്ന് നന്നായി ഇറക്കി കൊടുത്താലെ മറ്റു രണ്ടെണ്ണത്തിനെയും അതുപോലെ ഇറക്കാൻ പറ്റൂ. അതിനും സയമാ യിരിക്കുന്നു. അതുവരെയും അവരുടേയും താഴെയുള്ളവരുടേയും പഠിപ്പും ജീവിതവും മുടങ്ങാതെ കൊണ്ടുപോകണം. അതിനിടയി ലേറ്റം താൻ വീണുപോയാൽ, കർത്താവേ പരീക്ഷിക്കരുതേ...''

മത്തായിച്ചൻ നെഞ്ചുപൊട്ടി പ്രാർത്ഥിച്ചു.

അന്നയോട് കാര്യങ്ങൾ പറഞ്ഞു. അവൾ അകത്തുനിന്നുകൊണ്ട് എല്ലാം കേട്ടിരുന്നു.

അപ്പനെ അനുസരിച്ചും അനുഗമിച്ചും ശീലിച്ചുവന്ന അവൾക്ക് മറിച്ചൊന്നും പറയാനുണ്ടായിരുന്നില്ല. അപ്പൻ മകൾക്കുവേണ്ടി നല്ലതേ ചെയ്യൂ എന്ന് അവൾക്കറിയാമായിരുന്നു. എങ്കിലും സ്വന്തം ജീവിത സാഹചര്യങ്ങളെക്കുറിച്ച് അവൾ നല്ലപോലെ ആലോചിച്ചു. തന്നെപോലെ പുര നിറഞ്ഞുനിൽക്കുന്ന അനിയത്തിമാർ രണ്ടു പേരുണ്ട് വീട്ടിൽ. വളർന്നുവരുന്ന രണ്ട് അനുജന്മാരും. തനിക്കും പ്രായം കൂടിവരുന്നു. കൂടെ പഠിച്ചവരും അയൽപക്കത്തുള്ള

സമപ്രായക്കാരുടേയുമൊക്കെ വിവാഹം കഴിഞ്ഞിട്ട് ഏറെയായി. അവർക്ക് മക്കളുമായി. താൻ തുടർന്നു പഠിക്കുന്നതുകൊണ്ട് മാത്രം ഇങ്ങനെ പിടിച്ചുനിൽക്കുന്നു.

കുറച്ചുമുന്നെ വന്നൊരു ആലോചനയിൽ മനസ്സിലായതാണ് സ്ത്രീധനം കെട്ടിയിരിപ്പുള്ളവർക്കേ വിവാഹജീവിതം സ്വപ്നം കാണാൻ അർഹതയുള്ളൂ എന്ന്. അതുകൊണ്ട് പരമാവധി പഠിക്കുവാൻ തന്നെയായിരുന്നു തീരുമാനം.

പഠിപ്പുകഴിഞ്ഞാൽ ഒരുപക്ഷേ, ജോലിക്കു പോകാം. അതും എത്ര കാലം? അപ്പോഴും വിവാഹം, വീട്, ജീവിതം എന്ന സ്വപ്നങ്ങളൊക്കെയും പിന്നെയും ബാക്കിയായിരിക്കും. തന്റെ കാര്യങ്ങൾ വൈകും തോറും അനുജത്തിമാരുടെ കാര്യങ്ങളും വൈകികൊണ്ടിരിക്കും. അമ്മയില്ലാത്ത മക്കളാണ് ഞങ്ങൾ. പിന്നെ അപ്പനൊരിക്കൽ പറഞ്ഞതുപോലെ വീടും പുരയിടവും വിൽക്കണം.

കടങ്ങൾ വീട്ടിക്കഴിഞ്ഞാൽ ബാക്കിയുള്ളതുവെച്ചുവേണം മറ്റൊരു ജീവിതം കരുപിടിപ്പിക്കുവാൻ. അമ്മയുടെ ചികിത്സകൾക്കായുള്ള ചിലവുകൾക്കൊണ്ടാണ് കടം കയറിയത്. പണയത്തിലായ വീടും പറമ്പും എടുക്കാൻ ആളുകൾ വരുന്നുണ്ട്. എന്നാൽ കുറഞ്ഞ വിലയാണ് അവർ കാണുന്നത്. റോഡ് സൈഡിലായിട്ടുപോലും അത്യാവശ്യക്കാരനാണെന്നറിയുമ്പോൾ വാങ്ങിക്കുവാൻ വരുന്നവർ വില കുറയ്ക്കുകയാണ്.

ഒരുപാട് ചിന്തകൾക്കും ആലോചനയ്ക്കും ഒടുവിലാണ് അന്നമ്മ ആ വിവാഹത്തിന് സമ്മതിച്ചത്. വിവാഹം നടന്നു. അതൊരു സാധാരണ വിവാഹമായിരുന്നില്ല, ഉത്സവമായിരുന്നു. ഇട്ടിപ്പുറത്തുകാരെ കാണിക്കുവാൻ വേണ്ടിയുള്ള വിവാഹം മാത്രമായിരുന്നു അത്. അവർ അതുകണ്ടു. അന്നേ കൊച്ചുലോന മനസ്സിൽ കുറിച്ചു. ത്രേസ്യയുടെ കല്യാണം ഇതിലും ഗംഭീരമാക്കണം.

''പെണ്ണിന്റെ പണവും തറവാടിത്തവും പത്രാസുമൊന്നും പാപ്പന് പ്രശ്നമല്ല. അതൊക്കെ ഇഷ്ടംപോലെ പാപ്പന്റെ പക്കലുണ്ട്. പാവപ്പെട്ട വീട്ടിൽ നിന്നും സുന്ദരിയായ ഒരു പെണ്ണിനെ കെട്ടണം. അവൾക്കൊരു ജീവിതം കൊടുക്കണം. അതാ പാപ്പന്റെ ഇഷ്ടം.''

വരുന്ന വല്യ വല്യ കാര്യങ്ങളൊക്കെയും ഒഴിഞ്ഞുപോകുമ്പോൾ പാപ്പൻ സ്വയം പറഞ്ഞതും മറ്റുള്ളവരെക്കൊണ്ട് പറയിപ്പിച്ചതും ഇങ്ങനെയായിരുന്നു. കാര്യങ്ങൾ ഒഴിഞ്ഞു പോയിരുന്നതിന്റെ പിന്നിൽ മാറ്റാരുമായിരുന്നില്ല. അത് ഇട്ടിപ്പുറം കൊച്ചുലോനയും മക്കളും തന്നെയായിരുന്നു. അത് പാപ്പന് അറിയാമായിരുന്നു. പാപ്പൻ ക്ഷമിച്ചുകൊണ്ട് കാത്തിരുന്നു. ഇട്ടിപ്പുറത്തുകാരോടുള്ള അടങ്ങാത്ത പ്രതികാരത്തിനുവേണ്ടിയുള്ള ആ ദിവസത്തിനുവേണ്ടി.

അന്നയുടെയും പാപ്പന്റെയും ജീവിതത്തിന്റെ തുടക്കം തൊട്ടേ ഓരോരോ പ്രശ്നങ്ങളുടെയും പ്രയാസങ്ങളുടെയും അസ്വാരസ്യങ്ങൾ തലപൊക്കി. അന്നയ്ക്ക് നിയന്ത്രിക്കുവാനോ ഉപദേശിക്കുവാനോ സാധ്യമല്ലാത്ത പ്രകൃതമാണ് കടലപ്പാപ്പൻ എന്ന മനുഷ്യനെന്ന് അവൾ പെട്ടെന്ന് തിരിച്ചറിഞ്ഞു. സ്നേഹിക്കാനോ സ്നേഹിക്കപ്പെടാനോ പാപ്പൻ കൂട്ടാക്കിയില്ല. ആരുടെ സ്നേഹത്തിനായും കാത്തുനിന്നില്ല. പണത്തിനോട് മാത്രമായിരുന്നു സ്നേഹം. ആരോടെന്നില്ലാത്ത ശത്രുതയും പകയുമായിരുന്നു മനസ്സുനിറയെ.

താൻ തന്റെ ജീവിതത്തെ കുടുംബത്തിനുവേണ്ടി ബലി നൽകപ്പെട്ടതായി അന്നമ്മ മനസ്സിലാക്കി. ആരോടും ഒന്നും പറയാതെയും അറിയിക്കാതെയും അവൾ സർവ്വതും സഹിച്ചു. അവളെ ഒന്നു പുറത്തുകൊണ്ടുപോവുകയോ അവളുമായി ബിസിനെസ്സ് കാര്യങ്ങൾ ചർച്ച ചെയ്യുകയോ ഒന്നുമുണ്ടായില്ല. സ്വന്തം ആവശ്യങ്ങൾക്ക് ഒറ്റയ്ക്ക് പൊയ്ക്കോളാൻ പറഞ്ഞു. അതിനായുള്ള കാറും ഡ്രൈവറെയും കൊടുത്തു. ചിലവേള കിടപ്പറയിലെ കാമക്കൂത്തുകൾക്ക് മാത്രമേ അവളെ ഉപയോഗിച്ചിരുന്നുള്ളൂ. അതും ഏകപക്ഷീയമായി.

പാപ്പന് പരസ്ത്രീ ബന്ധങ്ങൾ ഉണ്ടായിരുന്നു എന്നറിയുന്ന നിമിഷമായിരുന്നു അന്നമ്മയുടെ അതുവരെയുള്ള ജീവിതത്തിലെ ഏറ്റവും വേദനിച്ച സമയം. ശരിക്കും തകർന്നുപോയി.

അപ്പോഴേക്കും പാപ്പന്റെ രണ്ടു മക്കൾക്കവൾ ജന്മം നൽകിയിരുന്നു. ആദ്യ പ്രസവത്തിൽ കരുതി പാപ്പൻ ഇനി ശരിയാകുമെന്ന്. എന്നാൽ പ്രതീക്ഷകൾ അസ്ഥാനത്തായിരുന്നു. രണ്ടാമത്തെ കുഞ്ഞു ജനിച്ചപ്പോഴും സ്വഭാവത്തിൽ ഒരു മാറ്റവും ഉണ്ടായില്ല. മക്കളെ പോലും സ്നേഹിച്ചില്ല. അവരുടെ കാര്യങ്ങൾ ശ്രദ്ധിച്ചില്ല. അവരെ ഒന്ന് എടുക്കുകയോ ഓമനിക്കുകയോ ചെയ്തില്ല. അവരുടെ വിദ്യാഭ്യാസ കാര്യങ്ങളിലും ശ്രദ്ധിച്ചില്ല. സ്കൂളിലും കോളേജിലുമെല്ലാം അവരെ ചേർക്കാനും പഠിപ്പിക്കാനും അവൾ തന്നെയാണ് പോയത്. ഇതിനിടയിൽ അന്നയുടെ വീടും പറമ്പുമൊക്കെ പാപ്പൻ കൈക്കലാക്കിക്കൊണ്ട് അവിടെ ബാറും ഹോട്ടലും പണിതുയർത്തി. മത്തായിച്ചനും മക്കളും വാടക വീട്ടിലേക്ക് മാറി. അവരുടെ ജീവിതം കൂടുതൽ ദുസ്സഹമായി. ഒരു സ്നേഹവും ബഹുമാനവും പരിഗണനയും അവരോട് പാപ്പൻ കാണിച്ചില്ല. അയാൾക്ക് എല്ലാ ബന്ധങ്ങളും കച്ചവടമായിരുന്നു.

ഒരു ദിവസം എല്ലാവരെയും കാണാൻ ആഗ്രഹിച്ചുകൊണ്ട് വീട്ടിലേക്ക് പോകാൻ തയ്യാറായി വണ്ടിയിൽ കയറിയിരിക്കെ ഡ്രൈവർ പറഞ്ഞു

''എന്നോട് ക്ഷമിക്കണം കൊച്ചമ്മേ, മുതലാളി പറഞ്ഞിട്ടുണ്ട് കൊച്ചമ്മയുടെ വീട്ടിലേക്ക് പോകാൻ വണ്ടി എടുക്കരുതെന്ന്.''

അതുകേട്ടതും അവളൊന്നും പറഞ്ഞില്ല. പതുക്കെ കാറിൽ നിന്നിറങ്ങി മുറിയിലേക്ക് നടന്നു. കട്ടിലിൽ കിടന്ന് കുറേ കരഞ്ഞു. അന്ന വിവാഹമോചനത്തെക്കുറിച്ച് പോലും ചിന്തിച്ചു.

''എന്നിട്ട് താനെങ്ങോട്ടുപോകുവാൻ? ഉള്ള വീടും പറമ്പും ഇപ്പോൾ ഇല്ല.''

അതുകൊണ്ടുതന്നെ ആത്മഹത്യയെക്കുറിച്ചാണ് പിന്നീട് ആലോചിച്ചത്. പ്രാർത്ഥനാമുറിയും തിരുരൂപവും ബൈബിൾ പോലും ഇല്ലാത്ത വീടായിരുന്നു അത്. എങ്കിലും അന്ന മെഴുകുതിരി കത്തിച്ച് മുട്ടുകുത്തി പ്രാർത്ഥിച്ചു. മുടങ്ങാതെ പള്ളിയിൽ പോയി. തന്റെ മനസ്സിന്റെ വേദനകളും ദുഃഖങ്ങളും പറഞ്ഞുകൊണ്ടവൾ കരഞ്ഞു. ആദ്യമാദ്യം അച്ചനും കന്യാസ്ത്രീകളും വിശേഷങ്ങൾ തിരക്കാറുണ്ടായിരുന്നെങ്കിലും പിന്നീടത് മാറി.

''വെറുതെ ഓരോന്ന് ചോദിച്ചുകൊണ്ട് ആ പാവത്തിനെ എന്തിനു വേദനിപ്പിക്കണം.''

അതായിരിക്കാം അവർ കരുതിയത്.

അതിനിടയിലാണ് ആ വാർത്ത അവൾ അറിഞ്ഞത്. തന്റെ രണ്ട് അനുജത്തിമാരും കന്യാസ്ത്രീകളാകുവാൻ അകലെയുള്ള മഠത്തിൽ ചേർന്നിരിക്കുന്നു. അനുജന്മാർ പഠിപ്പു നിറുത്തി കൂലിപ്പണിക്ക് പോകുന്നു. അപ്പൻ അസുഖബാധിതനായി കിടപ്പിലായിരിക്കുന്നു.

''ഈ വിവാഹത്തോടെ തനിക്ക് എല്ലാം നഷ്ടപ്പെട്ടിരിക്കുന്നു. തന്റെയും കുടുംബത്തിന്റെയും ജീവിതവും രക്തബന്ധങ്ങൾ പോലും. ജനിച്ചുവളർന്ന വീടും നാടും. സ്നേഹവും സ്വാതന്ത്ര്യവും സ്വപ്നങ്ങൾ പോലും തനിക്കന്യമായിക്കഴിഞ്ഞു.''

അപ്പോഴാണ് പുതിയ തീരുമാനങ്ങൾ പാപ്പൻ അവളെ അറിയിക്കുന്നത്.

''ഞാനെന്റെ മക്കളെ യു കെ യിലേക്ക് പറഞ്ഞയയ്ക്കുകയാണ്. അവർ ഇനി അവിടെപ്പോയി പഠിക്കും. രണ്ടു പേരും ഡോക്ടറായി തിരിച്ചുവരട്ടെ. അപ്പോഴേക്കും ഞാനിവിടെ അവർക്കുള്ള ആശുപത്രി പണിയും.''

അന്നമ്മ ഒന്നും പറഞ്ഞില്ല. എല്ലാം കേട്ടുകൊണ്ട് നിശ്ശബ്ദയായി നിന്നതേയുള്ളൂ.

''താൻ ഈ ഭൂമിയിൽ ഒറ്റപ്പെടുകയാണ്. ആകെ കൂട്ടിനുള്ള പൊന്നുമക്കളേയും ഇപ്പോഴിതാ തന്നിൽ നിന്നകറ്റുന്നു. ഒരു കണക്കിന്

അതാണ് നല്ലത്. അവരെങ്കിലും ഇവിടെ നിന്ന് അപ്പന്റെ സ്വഭാവം പഠിക്കാതിരിക്കട്ടെ.''

സ്വയം ആശ്വസിക്കാൻ ശ്രമിച്ചു. വൈകിയില്ല, അന്നയെ തനിച്ചാക്കി അവർ യു കെയിലേക്ക് പറന്നു. പോകാൻ അവർക്ക് താല്പര്യം ഉണ്ടായിരുന്നില്ല. പിന്നെ അപ്പനെ ധിക്കരിക്കാനുള്ള ധൈര്യം അവർക്കി ല്ലായിരുന്നു. പോകേണ്ടി വരുമെന്ന് ഉറപ്പായപ്പോൾ അവർ പറഞ്ഞു.

''അമ്മ വിഷമിക്കരുത്. ഞങ്ങളുടെ ഈ യാത്ര നല്ലതിനാണ്. അമ്മ കുറച്ചുകൂടി ക്ഷമിക്കണം. പഠിപ്പുകഴിഞ്ഞാൽ ഞങ്ങൾക്കവിടെ റെഡിഡൻസ് വിസയും ജോലിയും കിട്ടും. അമ്മയെ ഞങ്ങൾ പെട്ടെന്നു കൊണ്ടുപോകും. നമുക്കവിടെ ജീവിക്കാം, മരിക്കും വരേയും. അപ്പൻ തന്നിഷ്ടങ്ങളും സമ്പത്തുമായി ഇവിടെ ജീവിച്ചോട്ടെ.''

അന്നമ്മയ്ക്ക് അതുമാത്രമാണ് ജീവിതത്തിൽ ഇനിയുള്ള ആകെ പ്രതീക്ഷ. മക്കളുമായി ജീവിച്ചുമരിക്കാൻ സാധിക്കുക. അതായിരുന്നു അന്നുമുതൽ മനസ്സിൽ സൂക്ഷിച്ചുപോന്ന ഒരേ ഒരു സ്വപ്നം. അതി ലേക്കുള്ള ദൂരങ്ങളിലേക്കുവേണ്ടിയാണ് ഇപ്പോൾ ജീവിക്കുന്നത്.

കടലപ്പാപ്പൻ മക്കളെ യു കെ യിലേക്ക് പറഞ്ഞയച്ചത് അവരുടെ ഭാവി നന്നാവട്ടെ, പഠിക്കട്ടെ എന്നൊന്നും കരുതികൊണ്ടായിരുന്നില്ല. പകരം, തന്നോളം വളരുന്ന മക്കൾ തന്റെ കൊള്ളരുതായ്മകൾ കാണാനും അറിയാനുമുള്ള സാഹചര്യങ്ങളെ ഇല്ലാതാക്കുക എന്ന് കരുതികൊണ്ടായിരുന്നു. അവർ പോയപ്പോൾ പാപ്പന് സ്വാതന്ത്ര്യം കൂടി.

''അന്നമ്മയെ തനിക്ക് പേടിയില്ല. പക്ഷേ, മക്കൾ അങ്ങനെയല്ലല്ലോ. നാളെ തിരിഞ്ഞുനിന്ന് വിരൽ ചൂണ്ടിയാൽ?''

പാപ്പൻ മനസ്സിൽ പറഞ്ഞു.

ദിവസങ്ങൾ കടന്നുപോകവെ ആരുമില്ലാതെ ഒറ്റപ്പെട്ടുപോയ ജീവിതത്തിന്റെ നിശ്ശബ്ദതയിൽ പെട്ടന്നൊരു ദിവസമാണ് തന്റെ കണ്ണുകളെ വിശ്വസിക്കാൻ കഴിയാതെ വന്ന ആ കാഴ്ച അന്നമ്മ യ്ക്ക് കാണേണ്ടിവന്നത്. പലപ്പോഴും ചില സംശയങ്ങൾ തോന്നിയി ട്ടുണ്ടങ്കിലും വിശ്വസിച്ചിരുന്നില്ല. മൂന്നാമതും ഗർഭിണിയായതിൽ പിന്നെ മുകളിലത്തെ മുറിയിലേക്കൊന്നും അന്ന കയറിയിട്ടില്ല. അവിടെ മക്കളുടെ മുറികളാണുള്ളത്. ഇടയ്ക്ക് അടിച്ചു വാരാനും തുടയ്ക്കാ നുമൊക്കെ വേലക്കാരികൾ മാത്രമേ കയറാറുള്ളൂ. ഇപ്പോൾ എന്തോ ചില സംശയങ്ങൾ മനസ്സ് പറഞ്ഞതുകൊണ്ടാണ് വയ്യെങ്കിലും വേച്ചു വേച്ചു മുകളിലേക്ക് കയറിയത്. വാതിൽ തുറന്നതും ആ രംഗം കണ്ട് ഞെട്ടിത്തരിച്ചു. പാപ്പൻ തന്റെ വേലക്കാരിയുമായി ശയിക്കുന്നു. അതു കണ്ടതും അവൾ അലറി.

''ദുഷ്ടാ...''

നാണം മറക്കാനുള്ള ഉടുതുണിപോലുമില്ലാതെ വേലക്കാരി പെട്ടെന്ന് എഴുന്നേറ്റ് ഓടി. അപ്പോൾ ദേഷ്യം സഹിക്കാതെ അന്ന വിളിച്ചു.

''ഡീ, നന്ദികെട്ട നായെ, എന്നോട് ഇത് ചെയ്തല്ലോ നീ?''

''നീ എന്താടീ അവളെ വിളിച്ചത്? എന്നെ വിളിച്ചത്? ദുഷ്ട നെന്നോ? നിന്നെ ഞാൻ...''

പാപ്പൻ അവളുടെ മുടിക്കെട്ടിന് കൂട്ടിപ്പിടിച്ചുകൊണ്ടു ചുമരിലേക്ക് തള്ളിയെറിഞ്ഞു. തലടിച്ചുവീണ അവളെ ചൂണ്ടി അലറി.

''മര്യാദയ്ക്ക് ഇവിടെ നിന്നോളണം. അവളൊക്കെ നന്ദിയുള്ള വളായതുകൊണ്ടാടീ ഞാൻ പറയുമ്പോ എനിക്ക് കിടന്നുതരുന്നത്. മേലിൽ എന്റെ കാര്യങ്ങളിൽ തലയിടാൻ വരരുത്. ഇവിടെ നീയിനി പലതും കാണും കേൾക്കും. മിണ്ടാതെ അടങ്ങിയൊതുങ്ങി കഴി ഞ്ഞോളണം. ഇല്ലെങ്കിൽ കൊന്നുകളയും ഞാൻ.''

''എന്നാ കൊല്ല്, ഇതിലും ഭേദം അതാണ്. കണ്ണീച്ചോരയില്ലാത്ത ദുഷ്ടനാ നിങ്ങള്, ദുഷ്ടൻ.''

അയാൾ വീണ്ടും അവളെ മർദ്ദിച്ചു. മുഖത്ത് അടിയേറ്റ് ചുണ്ടു പൊട്ടി ചോരവന്നു.

''എന്റെ ജീവിതവും വീടും വീട്ടുകാരെയും നിങ്ങൾ നശിപ്പിച്ചു. ആകെയുണ്ടായിരുന്ന വീടും ഭൂമിയും കൈക്കലാക്കി എന്റെ അപ്പനേം കൂടെപ്പിറപ്പുകളേം വഴിയാധാരമാക്കി. അവർക്കുവേണ്ടിയാണ് ഞാൻ നിങ്ങൾക്കുമുന്നിൽ എന്റെ തല കുനിച്ചുതന്നത്. ആ എന്റെ സഹോദരിമാർ വിവാഹ സ്വപ്നങ്ങൾ കളഞ്ഞ് തിരുപ്പട്ടം സ്വീകരിച്ചു കന്യാസ്ത്രീകളായി. എന്റെ കുഞ്ഞനുജന്മാർ കൂലിപ്പണിക്ക് പോകുകയാണിപ്പോൾ. എല്ലാം നിങ്ങൾ കാരണമാണ്. എന്നിട്ടും നിങ്ങൾ ഇവിടുത്തെ വേലക്കാരിയുടെ കൂടെ കിടക്കുന്നു. പിന്നെ, ഞാനെന്തിനായിരുന്നു നിങ്ങൾക്ക്?''

''ഇവള് മാത്രമല്ലടീ എനിക്കുള്ളത്. ഇവിടെ പണിക്കുവരുന്ന എല്ലാ പെണ്ണുങ്ങളും പാപ്പന് വേണ്ടപ്പോ കെടന്നു തരുന്നുണ്ട്. ഇതൊക്കെക്കൂടാതെ പുറത്ത് വേറെയുമുണ്ട് പെണ്ണുങ്ങൾ. നീയൊക്കെ വരുന്നതിന് മുന്നേതൊട്ടുള്ള ശീലമാ ഇത്. അതിപ്പോ നീയായിട്ട് മാറ്റാൻ വിചാരിച്ചാൽ നടക്കില്ല.''

അതുകൂടി കേട്ടപ്പോൾ അവൾ കാതുകൾ പൊത്തിപ്പിടിച്ചു.

''നിന്നെക്കൊണ്ടൊന്നും ഒരു കാര്യവുമില്ലെടീ. നിന്നിൽ കുറച്ചു പിള്ളേരെ ഉണ്ടാക്കണമെന്നേ ഞാൻ കരുതിയിരുന്നുള്ളൂ. ഇപ്പോൾ നിന്റെ വയറ്റിൽ കിടക്കണതുകൂടി പുറത്തുവന്നാൽ പിന്നെ നിന്നെ എനിക്ക് വേണ്ടെടീ പുല്ലേ. വലിച്ചെറിയും നിന്നെ ഞാൻ.''

''ഓഹോ അപ്പൊ ഇതായിരുന്നു മനസ്സിലിരിപ്പ് അല്ലേ? എന്നാൽ പിന്നെ മക്കളെ ഉണ്ടാക്കലും ഈ തേവിടിശ്ശികളിൽ ആകായിരുന്നില്ലേ നിങ്ങൾക്ക്? എന്തിനാ എന്റെ ജീവിതം തുലച്ചത്? നിങ്ങളോടൊരിക്കലും കർത്താവ് പൊറുക്കില്ല. നരകത്തിന്റെ അടിത്തട്ടിലാ നിങ്ങള് കിടന്ന് കത്താൻ പോകുന്നത്.''

''ഒരു കർത്താവും എന്നോട് പൊറുക്കണ്ടെടീ, പിന്നെ ഒന്നുകൂടി കേട്ടോ നീയ്യ്, പാപ്പന്റെ പിള്ളേര് നീ പെറ്റുണ്ടാക്കിയത് മാത്രമല്ല, വേറെയുമുണ്ട്. അറിയോ നിനക്ക്?''

ഇതുകൂടി കേട്ടപ്പോൾ അവൾക്ക് സഹിക്കാനായില്ല. ദുഷ്ടാ, എന്നു വിളിച്ചുകൊണ്ടവൾ അയാളുടെ കഴുത്തിന് പിടിച്ചു വലിച്ചു. കുതറിമാറിയ കടലപ്പാപ്പൻ വലതുകാലുയർത്തി ശക്തിയായി അവളെ തൊഴിച്ചു. ആ പ്രഹരമേറ്റത് അടിവയറ്റിലായിരുന്നു. കോണിപ്പടിയുടെ കൈവരിയിലേക്ക് തെറിച്ചുവീണ അന്ന നിയന്ത്രണം വിട്ടുകൊണ്ട് കോണിപ്പടികളിലൂടെ താഴേക്ക് പതിച്ചു. അതോടെ അവളുടെ

ഗർഭത്തിൽ വളർന്നിരുന്ന അഞ്ചുമാസം പ്രായമുള്ള ഒരു കുഞ്ഞു ജീവന്റെ ഊഴം അവസാനിച്ചു. നിമിഷനേരം കൊണ്ട് രക്തം കുത്തിയൊഴുകി തളം കെട്ടി.

പാപ്പൻ തരിച്ചുനിന്നു. അന്ന പ്രാണവേദനയിൽ പിടച്ചുകൊണ്ടിരുന്നു. അവസാനമായി ഒന്നുറക്കെ ഞരങ്ങി. രക്തത്തിൽ മുങ്ങിയ അന്നയുടെ കൈകൾ ഏതാനും സെക്കന്റുകൾ പാപ്പനുനേരെ അവൾ നീട്ടിപ്പിടിച്ചു. അവിടേക്കൊന്ന് ഓടിവരാനോ താങ്ങിയെടുക്കാനോ ആരും അപ്പോൾ ഉണ്ടായില്ല. പാപ്പൻ അനങ്ങിയില്ല.

സാവകാശം അന്നയുടെ ജീവ കണങ്ങൾ വിടപറയുന്നതോടെ അവളുടെ ചലനം നിലച്ചുകൊണ്ട് മരണത്തിന് കീഴൊതുങ്ങി. അതോടെ രണ്ടു ജീവനുകളാണ് കടലപ്പാപ്പന്റെ കൈയിനാൽ ഈ ലോകത്ത് പൊലിഞ്ഞുപോയത്. കടലപ്പാപ്പന്റെ ഗർഭിണിയായിരുന്ന പെണ്ണ് കോണിപ്പടിയിൽ നിന്നും താഴേക്ക് വീണുമരിച്ചു എന്ന വാർത്തയാണ് നാട്ടിൽ പരന്നത്.

പാപ്പൻ മരണത്തിന്റെ വെപ്രാളത്തിലും അന്നയെക്കുറിച്ചുള്ള ആ കാഴ്ചകൾ കണ്ടുത്തീർത്തു.

‘‘എന്തൊരു ക്രൂരനായിരുന്നു ഞാൻ. നിലവിലെ നരകങ്ങളൊന്നും തനിക്ക് പറ്റാത്ത വിധം ദുഷ്ടതയുടെ ചെയ്തികൾ നിറഞ്ഞ തന്റെ ജീവിതത്തിന് എത്രയോ കൂടിയ ശിക്ഷകളായിരിക്കും കാത്തിരിപ്പുണ്ടാവുക. അതിനുമുൻപ് അന്നമ്മ എനിക്കൊന്നുമാപ്പ് തന്നെങ്കിൽ...’’

ശേഷിക്കുന്ന ആത്മാവിന്റെ തുടിപ്പുകളാൽ പാപ്പൻ വെറുതെ ആത്മഗതം കൊണ്ടു.

അന്നയുടേതെന്ന് തോന്നിച്ച മുഖമുള്ള ഒരു മാലാഖ തേരിൽ നിന്നിറങ്ങി. ഒപ്പം മറ്റു മാലാഖമാരും. അപ്പോൾ എല്ലാവർക്കും അന്നയുടെ മുഖമായിരുന്നു.

‘‘മാപ്പ്... മാപ്പ്... മാപ്പ്...’’

മരണം കവർന്നെടുത്ത കാലുകളിൽ വലതുകാൽമാത്രം പുനസൃഷ്ടിക്കപ്പെട്ടു. അതിൽ വൈതരണിയിൽ നിന്നും കോരിയെടുത്ത അഗ്നിതുള്ളികൾ ഇറ്റിക്കപ്പെട്ടു. ഓരോ തുള്ളികൾ ഇറ്റുമ്പോഴും അത് മാംസവും അസ്ഥിയും തുളച്ചുകൊണ്ട് മറുഭാഗത്ത് എത്തുന്നുണ്ടായിരുന്നു. പാപ്പൻ വേദനകൊണ്ട് പുളഞ്ഞു. വീണ്ടും വീണ്ടും വലതുകാൽ പുനഃസൃഷ്ടിക്കുകയും ചിത്രവധം തുടരുകയും ചെയ്തു. അപ്പോൾ മാലാഖമാരിലാരോ ഒരാൾ ഉറക്കെ വിളിച്ചുപറഞ്ഞു.

‘‘മാപ്പർഹിക്കുന്നവരുടെ കൂട്ടത്തിലല്ല പാപ്പനുള്ളത്. അതുകൊണ്ട് എല്ലാം അനുഭവിച്ചുകൊള്ളുക.’’

പിന്നെ കൂട്ടത്തോടെ ചിരിച്ചുകൊണ്ടവർ തൂവെള്ള ചിറകുകൾ വീശി പറന്നുപോയി. പോകുമ്പോൾ കൂട്ടത്തിൽ നിന്നും കുഞ്ഞിനെ തോളത്തെടുത്ത ഒരു മാലാഖ പാപ്പനെ ഒന്നു തിരിഞ്ഞുനോക്കി. പെട്ടെന്ന് പാപ്പൻ വിളിച്ചു.

''അന്നമ്മേ.''

പാപ്പന് വല്ലാത്ത ദാഹം അനുഭവപ്പെട്ടു. തൊണ്ട വരണ്ടുകീറി. ചുണ്ടുകൾ ഉണങ്ങി. നേരത്തെ ദാഹജലമായി കിട്ടിയതൊക്കെയും ചലവും ചോരയും കലർന്ന വൃണങ്ങളുടെ ദുഷ്ടുകളായിരുന്നു. മറ്റു ചിലപ്പോൾ ടാർ ഉരുക്കിയതുപോലുള്ള ഒരു ദ്രവവും. അത് തൊണ്ട യിൽ പറ്റിപ്പിടിച്ചിരിക്കും. ഒരല്പം പോലും താഴേക്ക് ഇറങ്ങുമായി രുന്നില്ല. എന്നാൽ അത് തുപ്പിക്കളയാനും കഴിയുമായിരുന്നില്ല.

മരണം ഇങ്ങനെയാണെങ്കിൽ മരണാനന്തരം ഉയിർത്തെഴുന്നേൽ പ്പിക്കപ്പെട്ടാൽ വിധിക്കപ്പെടുന്ന ശിക്ഷകൾ എത്ര ഭീകരമായിരിക്കുമെന്ന് പാപ്പൻ ചിന്തിച്ചു.

കടുത്ത ദാഹം അലട്ടിക്കൊണ്ടിരുന്നു. അപ്പോൾ അതുവരെ കാണാത്ത മിന്നാമിനുങ്ങുകൾ ഓരോന്നായി ഇരുട്ടിന്റെ മറനീക്കി വന്നു. മഴവില്ലുപോലെ വിവിധ വർണ്ണങ്ങളുടെ രശ്മികൾ തിളങ്ങുന്ന പ്രകാശമായിരുന്നു അവയ്ക്കുണ്ടായിരുന്നത്. അത് കാണാൻ അതി മനോഹരമായിരുന്നു.

മരണം പിടിച്ചുതുടങ്ങിയതിനുശേഷം ആദ്യമായിട്ടായിരുന്നു ഇത്തരം മിന്നാമിനിങ്ങുകളെ കാണുന്നത്. അവയുടെ വെളിച്ചം ദർശിക്കുന്നതോടെ പാപ്പന്റെ ജീവനെ പിടിക്കുന്നതിന് താൽക്കാല വിരാമം ഉണ്ടായി. വേദനകൾ ശമിച്ചു. ഒരു വ്യത്യസ്തമായ കാഴ്ച യിലേക്ക് പാപ്പന്റെ കണ്ണുകൾ കേന്ദ്രീകരിച്ചു. ദാഹം അതിന്റെ തീക്ഷ്ണ തയിൽ അപ്പോഴും തുടരുന്നുണ്ടായിരുന്നു.

മിന്നാമിനുങ്ങുകൾ കൂട്ടമായി ഒത്തുചേർന്നു. പാപ്പൻ ഒരു മലയോ രത്തുകൂടി യാത്ര ചെയ്യുന്നതായി കണ്ടു. ഒപ്പം ഒരു പെണ്ണുമുണ്ടായി രുന്നു കൂട്ടിന്. അതൊരു അവിഹിതയാത്രയായിരുന്നു.

കാണാൻ ഭംഗിയുള്ള ഒരു വ്യൂ പോയിന്റിൽ വണ്ടിനിറുത്തി അവർ ഇറങ്ങി. വേനലിന്റെ അത്യുഷ്ണ താപത്തിൽ കത്തിയാളുകയായി രുന്നു പ്രകൃതി.

പുല്ലും മരങ്ങളുമൊക്കെ കത്തിക്കരിഞ്ഞു തുടങ്ങിയിരിക്കുന്നു. അങ്ങ് വളരെ ദൂരത്തുമാത്രമാണ് സ്വല്പം പച്ചപ്പുള്ളത്. യാത്രക്കാർ പലരും അവിടെ വണ്ടി നിറുത്തി ഫോട്ടോക്ക് പോസ് ചെയ്യുന്നു. ആളുകളെ കാണുമ്പോൾ മലയണ്ണാനും കുരങ്ങുകളും പക്ഷികളു മൊക്കെ വല്ലതും തിന്നാനും കുടിക്കാനും കിട്ടുമെന്ന പ്രതീക്ഷയിൽ

യാത്രക്കാർക്ക് അരികിലേക്ക് ഓടിയടുക്കുന്നുണ്ട്. പലരും തങ്ങളുടെ കൈയിൽ കരുതിയ പഴങ്ങളും വെള്ളവും അവയ്ക്ക് കൊടുക്കുകയും അത് സെൽഫി എടുക്കുകയും ചെയ്യുന്നുണ്ട്. പാപ്പനും അങ്ങനെയൊരു ഫോട്ടോ എടുക്കാൻ ആഗ്രഹം ഉണ്ടായി. അകലെ മരത്തിൽ ഇരുന്ന് ശബ്ദമുണ്ടാക്കുന്ന ഒരു മലയണ്ണാനെ പാപ്പൻ കണ്ടു. അയാൾ കൈയിലുള്ള വെള്ളത്തിന്റെ കുപ്പിയും ആപ്പിളും കാണിച്ചുകൊണ്ട് അതിനെ വിളിച്ചു. അത് സാവകാശം താഴേക്ക് വന്നു. പാപ്പൻ കൂടെയുള്ള പെണ്ണിനോട് ഫോട്ടോസ് എടുക്കാൻ പറഞ്ഞു. അവൾ ക്യാമറയുമായി തയ്യാറായി നിന്നു. ദാഹിച്ചുവലഞ്ഞ അണ്ണാൻ അരികിലേക്ക് വന്നു. പാപ്പൻ അതിന് വെള്ളം കൊടുത്തു. ദാഹം മാറുന്നത് വരേയും അത് കുടിച്ചു. അവൾ അതൊക്കെയും ഫോട്ടോയും വിഡിയോയും എടുത്തു. മലയണ്ണാൻ കുറച്ചുനേരം പാപ്പനെ നോക്കി നിന്നുകൊണ്ട് ശബ്ദമുണ്ടാക്കി മരത്തിലേക്ക് തന്നെ തിരിച്ചുപോയി. നല്ല ഫോട്ടോസ് കിട്ടിയ സന്തോഷത്തോടെ പാപ്പനും യാത്രയായി. അണ്ണാന്റെ ദാഹം മാറിയപ്പോൾ ആ കൊച്ചുജീവി അതിന്റെ സൃഷ്ടാവിനോട് നന്ദി പറഞ്ഞു.

അതൊരു നന്മയായി പാപ്പന്റെ ജീവന്റെ കണക്കുപുസ്തകത്തിൽ അപ്പോൾ തന്നെ എഴുതപ്പെട്ടിരുന്നു. ഫോട്ടോസ് എടുക്കുക എന്നതിനപ്പുറം അണ്ണാന്റെ ദാഹം മാറ്റുക എന്ന ലക്ഷ്യമുണ്ടായിരുന്നില്ലെങ്കിലും അണ്ണാന്റെ ദാഹം മാറിയതുകൊണ്ട് മാത്രം അതൊരു സൽകൃത്യമായി.

മിന്നാമിനുങ്ങുകൾ പാപ്പന്റെ അരികിലേക്ക് വന്നു. അവയുടെ ചിറകുകളിൽ നിന്നും ഒരു തുള്ളി വെള്ളം പാപ്പന്റെ വായിലേക്ക് ഉതിർത്തു. അത് ചില്ലിനേക്കാൾ തെളിഞ്ഞതും തേനിനേക്കാൾ മധുരമുള്ളതും കസ്തൂരിയേക്കാൾ സുഗന്ധമുള്ളതുമായിരുന്നു. മനുഷ്യൻ അന്നോളം കുടിച്ച പാനീയങ്ങളിൽ ഇത്രയും സ്വാദിഷ്ടമായ ഒരു പാനീയം ഉണ്ടായിട്ടില്ലന്ന് പാപ്പൻ അറിഞ്ഞു. അപ്പോൾ ഒരു മിന്നാമിനുങ് ഇപ്രകാരം പറഞ്ഞു.

''അല്ലയോ പാപ്പൻ, ഇതാണ് സ്വർഗ്ഗപാനം. പണ്ട് താങ്കൾ നൽകിയ ഇത്തിരി ജലകണികകളാൽ ഒരു പാവം ജീവിയുടെ ദാഹം ശമിച്ചിരുന്നു. അതിന്റെ പ്രാർത്ഥന അപ്പോൾ തന്നെ ദൈവസന്നിധിയിൽ രേഖപ്പെട്ടു. ഈ സ്വർഗ്ഗപാനം അതിനായുള്ള പ്രതിഫലമാണ്. മറ്റൊരു നന്മയും താങ്കളുടെ പുസ്തകത്തിൽ എഴുതപ്പെട്ടിട്ടില്ല.''

സ്വർഗ്ഗപാനത്തിന്റെ മാധുര്യത്തിലും അനുഭൂതിയിലും കുറച്ചു നേരം പാപ്പൻ എല്ലാം മറന്നു കിടന്നു.

“ഒരു കൊച്ചു ജീവിക്ക് ഒരിറ്റു വെള്ളം കൊടുത്തതുകൊണ്ടു മാത്രം മരണത്തിൽ നിന്നുപോലും ഇത്രയും നേരത്തെ ഒഴിവും സ്വാദിഷ്ടമായ പാനീയകണവും പരിഗണനയും തനിക്ക് ലഭിച്ചിരിക്കുന്നു. അപ്പോൾ ജീവിച്ചിരിക്കെ ഒട്ടേറെ നന്മകൾ ചെയ്തിരുന്നുവെങ്കിൽ തന്റെ മരണം എത്ര ലളിതവും സുഖകരവുമാകുമായിരുന്നേനെ...”

പാപ്പൻ നിരാശനായി. സമയം ഏറെ കഴിയവേ വായിൽ നിന്നും അൽപ്പാൽപ്പമായി സ്വാദുകൾ നഷ്ടപ്പെട്ടുതുടങ്ങി. ഒപ്പം മരണത്തിന്റെ രുചിഭേദങ്ങളിലേക്കുള്ള യാത്ര വീണ്ടും ആരംഭിച്ചു.

കൂരിരുട്ട്

ഒന്നും കാൺമാനില്ലാത്ത ഇരുട്ടിന്റെ ദൂരനേരങ്ങളിൽ തുറന്നുവെച്ച മിഴികളുമായി പാപ്പൻ കിടന്നു. ജീവന്റെ കുഞ്ഞു കുഞ്ഞു കണങ്ങളെ മരണത്തിന്റെ കാലൻകോഴികൾ കൊത്തിപ്പെറുക്കി. വേദനയുടെ മൂർദ്ധന്യത്തിൽ കിടന്നുരുകികൊണ്ടിരുന്നു കടലപ്പാപ്പൻ. ഒന്നും കാണാനാകാത്തവിധം കുറേ നേരമായിരിക്കുന്നു മിന്നാമിനുങ്ങുകൾ പോയിമറഞ്ഞിട്ട്. അവയുടെ ഓരോ മിന്നലും അതിഭീതിയോടുകൂടി യാണ് നോക്കി കണ്ടിരുന്നത്. ഇനിയെന്താണ് താൻ കാണാൻ പോകുന്നത് എന്ന ഭയവും ആശങ്കയും ലജ്ജയും കുറ്റബോധവും പാപ്പന്റെ ശേഷിക്കുന്ന മനസ്സിൽ വിഹ്വലതകൾ നിറച്ചു.

കാണാനുള്ള കാഴ്ചകളിൽ ഏറെക്കുറെ ഒന്നും വിട്ടുപോകാതെ പാപ്പൻ കണ്ടുകഴിഞ്ഞിരിക്കുന്നു. അതൊക്കെയും അയാളുടെ ജീവിത പ്രയാണങ്ങളുടെ നേർരേഖയായിരുന്നു. മരണം അതിന്റെ പൂർണ്ണത യിലേക്ക് നടക്കുകയാണ്. ജന്മനേരങ്ങളിൽ നിന്നും തുടങ്ങി ശൈശവ ബാല്യങ്ങളിലൂടെ പിന്നിട്ട നിഷ്കളങ്ക ഭാവങ്ങളും കൗമാര യുവത്വ വാർദ്ധക്യങ്ങളിലൂടെ സഞ്ചരിച്ച സ്വാർത്ഥ സ്വപ്നങ്ങളുടെ പരോപ ദ്രവകരമായ ചെയ്തികളേയും അയാൾ നോക്കിക്കണ്ടു. നിറയെ വിളഞ്ഞ കരിമ്പു പാടങ്ങളിലൂടെ അവ ചവിട്ടിമെതിച്ചുകൊണ്ട് അതി വേഗം ഓടിയകലുന്ന ഒറ്റയാനായ മദയായനെപോലെയായിരുന്നു ആ കാഴ്ചകൾ.

‘‘തന്നാൽ നോവുന്ന അപരന്റെ കണ്ണുനീരിനും കരച്ചിലിനും കണ്ണും കാതും കൊടുക്കാതെ കുതിച്ചു പായുകയായിരുന്നല്ലോ ഞാൻ! ഇത് ഞാൻ തന്നെയായിരുന്നുവോ?’’

കടലപ്പാപ്പൻ അത്ഭുതം കൊണ്ടു.

ഇനി അധികദൂരമില്ല. ഇനിയും ബാക്കിവെച്ച കാഴ്ചകളെല്ലാം അനന്തമായ കാലങ്ങളിലേക്ക് മാറ്റിവെക്കപ്പെട്ടതാണ്. അവയുടെ കാണലും വിധിക്കലും പിന്നീട് തുടരും. തന്റെ ആത്മാവും ശരീരവും

പൂർണ്ണമായും ഇല്ലാതെയാകുവാൻ പിന്നിട്ട ദൂരങ്ങൾ ഇനിയില്ലെന്ന് പാപ്പനറിഞ്ഞു.

അങ്ങനെ അധികം വൈകാതെ ഇതുവരെയുള്ള തന്റെ ജീവിത ദൂരങ്ങളോളം ദൈർഘ്യമുണ്ടായിരുന്ന ഈ മരണത്തിന്റെ പ്രക്രിയ ഉടനെ അവസാനിക്കും. ഇനി മരിച്ചുപിരിയാനുള്ളത് ശിരസ്സുമാത്രം.

വേർപെടുന്ന ആത്മാവിന്റെ ശകലങ്ങൾ അല്പാല്പമായി ഒന്നു ചേർന്നുകൊണ്ട് തലയ്ക്കുമുകളിൽ തങ്ങിനിൽക്കുകയാണ് ഇനിയും വേർപെട്ടു വന്നെത്തുന്നവയെ സ്വീകരിക്കാൻ.

കണ്ണും മൂക്കും ചുണ്ടും ചെവിയുമൊക്കെ മരണത്തിന്റെ കൈ കൾക്കുപോലും വെറുപ്പുളവാക്കുമാറ് മോശമായ തലങ്ങളിലൂടെയ ാണ് സഞ്ചരിച്ചിരുന്നത്. അതുകൊണ്ടുതന്നെ കാഴ്ചയും കേൾവിയും ഭാഷണവും ഘ്രാണവുമെല്ലാം മുടിനാരിഴ വ്യത്യാസമില്ലാതെ മരണ ത്തിന് കാണിക്കേണ്ടതുണ്ട്. അതിനനുസരിച്ച പീഡനമുറകളിലൂടെ വേണം അവയൊക്കെയും പിടിച്ചെടുക്കുവാൻ.

മരണത്തിന്റെ ദൗത്യവാഹകർ അവരുടെ ജോലികൾ തുടർന്നു കൊണ്ടിരുന്നു. പാപ്പന്റെ ജീവിതചക്രത്തിന്റെ കർമ്മകാണ്ഡങ്ങൾ ഒന്നൊന്നായി അവസാനിക്കുകയാണ്. ചുണ്ടെലികളും വണ്ടും പാമ്പും തേളും ഞണ്ടും പുഴുക്കളുമെല്ലാം പാപ്പന്റെ ശേഷിക്കുന്ന ജീവനെ കടിച്ചുമുറിച്ചു. അവ ഇടയ്ക്കിടെ രൂപമാറ്റങ്ങൾക്ക് വിധേയമായി കൊണ്ടിരുന്നു.

കളവുകളും ധിക്കാരങ്ങളും വെറുപ്പും വിദ്വേഷങ്ങളും അശ്ലീല ങ്ങളും മാത്രം പറഞ്ഞിരുന്ന ആ ചുണ്ടുകളേയും നാവും കടിച്ചു മുറിക്കെ തേളുകളും വണ്ടുകളും അത്ഭുതപ്പെട്ടു. എത്രയെത്ര നുണ കളാണ് പുറത്തേക്ക് പ്രവഹിക്കുന്നത്.

വൃത്തികേടുകളുടെയും അശ്ലീലതയുടെയും അനുസ്യൂത പ്രവാഹം മാത്രം. അതുവരെ നാവിൽ കുടുങ്ങിക്കിടന്നതും ഇനിയും പറയാൻ ബാക്കിവെച്ചതുമായ ഒരായിരം നുണകളുടെയും വഞ്ചനകളുടെയും വാക്കുകളുടെയും കുത്തൊഴുക്കായിരുന്നു അത്. നാവനക്കിയതൊ ക്കെയും അപരന്റെ സ്വത്തും സമ്പത്തും സമാധാനവും മാനവും കവരുവാൻ മാത്രം. വിലകൂടിയ മദ്യം കഴിച്ചും ഭക്ഷണം കഴിച്ചും ശീലിച്ച നാവിന് കാരിരുമ്പിന്റെ കാഠിന്യം അനുഭപ്പെട്ടു.

മരണത്തിലേക്ക് ഇടിച്ചുകയറിയ ചുണ്ടെലികൾ ആ കടുത്ത നാവിനെ കടിച്ചുമുറിക്കുവാനാരംഭിച്ചു.

കൂട്ടമായെത്തിയ കൂനനെറുമ്പുകളും തേളുകളും ചുണ്ടുകളിൽ കുത്തിപ്പെറുക്കി. കടല പാപ്പൻ വേദനകൊണ്ട് പുളഞ്ഞു.

''ഇതെന്തൊരു വേദന. എന്നോ തുടങ്ങിയതാണീ പീഡനം. അവസാനിക്കുമെന്ന് കരുതുമ്പോഴൊക്കെയും അത് പിന്നെയും പിന്നെയും നീണ്ടുപോകുന്നു.''

പാപ്പന്റെ ആത്മശകലങ്ങൾ മന്ത്രിച്ചുകൊണ്ടിരുന്നു.

''പണ്ട്, മരണം തന്റെ പുരുഷാവയവം വീണ്ടും വീണ്ടും പുനസൃഷ്ടിച്ച് പീഡിപ്പിച്ചതുപോലെ ഇപ്പോൾ തന്നിൽ ഇല്ലാതായി തുടങ്ങിയ നാവിനെയും പുനസൃഷ്ടിക്കപ്പെട്ടല്ലോ. ഓ എന്റെ നാശമേ...''

എലികളും തേളും വണ്ടുകളും ഞണ്ടും മാറിമാറി തങ്ങളുടെ ദൗത്യങ്ങൾ തുടർന്നു. പശ്ചാത്താപത്തിന്റെയും ക്ഷമാപണത്തിന്റെയും മനസ്സുകൊണ്ട് പാപ്പൻ ഒത്തിരി പറഞ്ഞുനോക്കി.

''ഒരു അവസരം മാത്രം മതി, ഞാൻ നല്ലവനായി ജീവിക്കാം. ക്രിസ്തുവിനെപോലെ ജീവിക്കാം. സ്വന്തം ശരീരവും സമ്പത്തും സത്യത്തിന്റെയും ധർമ്മത്തിന്റെയും മാർഗ്ഗത്തിൽ ത്യജിക്കാം. എനിക്ക് മാപ്പു തരണം. എന്നോട് ക്ഷമിക്കണം.''

''ആര് കേൾക്കാനാണീ അവസാനവിലാപം? കണ്ണും കാഴ്ചയും കേൾവിയും കരുത്തും പരിധികളില്ലാതെ സ്വതന്ത്രമായി നൽകിയപ്പോൾ ഓർത്തില്ലല്ലോ, ഇങ്ങനെ ഒരു ദിവസം വരുമെന്നും അതൊക്കെയും ഒന്നൊന്നായി തിരിച്ചെടുക്കപ്പെടുമെന്നും. ഇനി വിലപിച്ചിട്ടും കുമ്പസാരിച്ചിട്ടുമെന്തു കാര്യം? ജീവിച്ചിരിക്കെ അതിനൊന്നും സമയമില്ലായിരുന്നുവല്ലോ. അനുഭവിച്ചേ തീരൂ. അത്രയ്ക്കും ദുഷ്ടനല്ലേ താൻ?''

പാപ്പന്റെ ആത്മ ശകലങ്ങളിലെ അവസാന ബിന്ദുക്കൾ മന്ത്രിച്ചുകൊണ്ടിരുന്നു.

അപ്പോൾ നരകലോകത്തിന്റെ കവാടങ്ങളിലേക്ക് ആട്ടിപ്പായിക്കുന്ന ഒരുപറ്റം കുറ്റവാളികളെ പാപ്പൻ കണ്ടു. ഒപ്പം ഉയർന്നുകേട്ട അശരീരിയും അയാളിൽ നിത്യനഷ്ടത്തിന്റെ ഭീകര ചിത്രങ്ങൾ വരച്ചു.

''ശപിക്കപ്പെട്ടവരെ, നിങ്ങൾ എന്നിൽനിന്നകന്ന് പിശാചിനും അവന്റെ ദൂതന്മാർക്കുമായി സജ്ജമാക്കിയ ആ നരകാഗ്നിയിലേക്കു പോകുവിൻ. മത്തായിയുടെ ഇരുപത്തിയഞ്ചിന്റെ നാല്പത്തി ഒന്നിലൂടെ നാം ഈ സന്ദർഭം നിങ്ങൾക്ക് പറഞ്ഞുതന്നിരുന്നു.''

അശരീരി അവസാനിക്കുമ്പോൾ മേഘഗർജ്ജനങ്ങൾ പോലെ പൊട്ടിച്ചിരികളുയർന്നു. അത് പീഡിതരുടെ പൊട്ടിച്ചിരികളും അടക്കം പറച്ചിലുകളുമായിരുന്നു. അവർ പാപ്പനു ചുറ്റും വർണ്ണതേരുകളിൽ ഇടയ്ക്കിടെ ചുറ്റിസഞ്ചരിച്ചുകൊണ്ടിരുന്നു.

ദുഷ്ടനും നീചനുമായ ഈ മനുഷ്യന്റെ വൃത്തികെട്ട ശരീരത്തിൽ നിന്നും പൂർണ്ണമോചിതമായി തങ്ങളുടെ വാസസ്ഥലങ്ങളിലേക്ക്

കുതിക്കുവാൻ അയാളെ പ്രാകിയും ശപിച്ചും ആത്മാവ് കാത്തു നിന്നു. ശേഷിക്കുന്ന ശരീരവും കൂടി മരണം തിന്നുതീർത്താൽ പെട്ടെന്ന് സ്വതന്ത്രമാകാനുള്ള വെമ്പലിലായിരുന്നു ആത്മാവ്.

മരണം മൂക്കിന്റെ അഗ്രങ്ങളിലൂടെ അകത്തുകടന്നു. ഭക്ഷണ രുചികളുടെയും മദ്യത്തിന്റെയും വിലകൂടിയ പെർഫ്യൂമുകളുടെയും സിഗരറ്റിന്റെയും പിന്നെ അത്ഭുതപ്പെടുത്തുന്ന കാമത്തിന്റെയും ഗന്ധ മായിരുന്നു അതിനുണ്ടായിരുന്നത്. എന്നാൽ ഇപ്പോൾ മരണത്തിന്റെ ഗന്ധം മാത്രമാണ് പാപ്പൻ അറിയുന്നത്. മരണത്തിനും ഗന്ധമുണ്ടെന്ന സത്യത്തിനുമുമ്പിൽ പാപ്പന്റെ തുറന്ന മിഴികൾ ഒന്നുകൂടി തുറന്നു.

എത്ര വേണ്ടന്നു കരുതിയിട്ടും ആ രൂക്ഷഗന്ധം അയാളുടെ നാസാദ്വാരങ്ങളിലേക്ക് ഇറച്ചുകയറികൊണ്ടിരുന്നു. അത് ഭയവും വേദനയും നിറഞ്ഞതായിരുന്നു. വയറും കുടലും ആന്തരിക അവ യവങ്ങൾ ഒക്കെയും നഷ്ടമായിരുന്നുവെങ്കിലും അയാൾക്ക് ഇട യ്ക്കിടെ ഛർദ്ദിക്കാൻ തോന്നിക്കൊണ്ടിരുന്നു. അവസാനനിമിഷ ങ്ങളിലെ എറ്റവും വലിയ അസഹനീയതയായിരുന്നു അത്.

തന്നിൽ ശേഷിച്ച ചുണ്ടും നാവും മൂക്കും വേർപെട്ടുപോയിരുന്നു. ഇപ്പോൾ അങ്ങനെയുള്ള അവയവങ്ങൾ ഒന്നും തന്നെ തന്റെ മുഖത്ത് അവശേഷിക്കുന്നില്ല. ഉള്ളത് വികൃതമായ വെറും ശിരസ്സുമാത്രം. പാപ്പൻ അറിഞ്ഞു. അവയിൽ വസിച്ചിരുന്ന ആത്മാവിന്റെ അംശങ്ങൾ ധൃതിയിൽ മുകളിലേക്ക് കുതിച്ചുകൊണ്ട് ദീർഘകാലങ്ങളിലൂടെ അവിടെ കാത്തുനിന്നിരുന്നതിനൊപ്പം ചേർന്നു. മരണം പാപ്പന്റെ തുറന്ന മിഴികളിലേക്ക് പ്രവേശിച്ചു. പൂർണ്ണമായും ഉറുമ്പുകൾക്കാ യിരുന്നു അതിന്റെ ചുമതല ഉണ്ടായിരുന്നത്. അവ തുറന്നിരുന്ന കണ്ണുകൾ ഒളിപ്പിച്ചുവെച്ച കൺപോളകളെ തേടി അകത്തേക്ക് പോയി.

അപ്പോൾ പുറത്തുനിൽക്കുന്ന ഉറുമ്പുകളും മറ്റു തേളുകളും വണ്ടുകളും എലിയും കൊതുകും പാമ്പുമെല്ലാം ക്രമാതീതമായ രൂപമാറ്റങ്ങൾക്ക് വിധേയമായിക്കൊണ്ടിരുന്നു. അവയുടെ കുഞ്ഞു ടലും കൈകാലുകളുമൊക്കെ വളർന്നുവലുതായിതുടങ്ങി. അവയുടെ യഥാർത്ഥ രൂപങ്ങൾ കണ്ട് പാപ്പൻ ഭയന്നുവിറച്ചു.

കുഞ്ഞുനാരുകൾപോലുള്ള കാലുകൾ ദിനോസറുകളുടേതു പോലെ ഭീമാകാരമായിമാറി. കടിക്കാനും കഴിക്കാനും ഉപയോഗിക്കുന്ന കൊമ്പുകൾ ആനക്കൊമ്പുകൾ പോലെ വളരുകയും പല്ലുകൾ പന്നി യുടെ തേറ്റകൾപോലെ പുറത്തേക്ക് നീളുകയും ചെയ്തു. കൊതു കിന്റെ മൂളക്കം എണ്ണമറ്റ സൈറൺ മുഴങ്ങുമ്പോലെ അസഹ്യമായ ശബ്ദം നിറഞ്ഞതായിരുന്നു.

കുഞ്ഞുറുമ്പുകളിൽപോലും സംഭവിക്കുന്ന മാറ്റങ്ങൾ കാണുന്ന കടലപ്പാപ്പൻ മരണത്തിന്റെ അവസാനരൂപങ്ങൾ അനുഭവിച്ചുകൊണ്ടിരുന്നു. ഉറുമ്പുകൾ ദീർഘമായ സമയങ്ങളിലൂടെ ഉള്ളിൽചെന്നുകൊണ്ട് തങ്ങളുടെ ദൗത്യം നിറവേറ്റിതിരിച്ചു. പിന്നെ കണ്ണിന്റെ കൃഷ്ണമണിയിലും കാതുകളിലും ഒന്നുരണ്ടുത്തവണ വലംവെച്ചു. അപ്പോൾ അതുവരെ കണ്ടതും ഇനിയും കാണാൻ ബാക്കിവെച്ചതുമായ കുറേ കാഴ്ചകളെ പാപ്പൻ നോക്കിക്കാണുകയായിരുന്നു. കാതുകളിൽ മുഴങ്ങിയത് ഒരുപാടുപേരുടെ ആർത്തനാദങ്ങളായിരുന്നു. കടലപ്പാപ്പന്റെ ക്രൂരമായ നടപടികൾക്ക് വിധേയരായി തകർന്നുപോയവരും ജീവനൊടുക്കിയവരുമായ ഒരു പറ്റം പാവങ്ങളുടെ കരച്ചിലായിരുന്നു അത്. ഇടവിട്ടനേരങ്ങളിൽ ഉയർന്ന ശീൽക്കാരങ്ങൾ ലജ്ജയോടെയാണ് മരണം പോലും കേട്ടത്. ഹതാശനായ പാപ്പന് മോചനത്തിന്റെയും മോക്ഷത്തിന്റെയും അവസരം ഒരു കടുകുമണിയോളം പോലും ഇനി ബാക്കിയില്ലെന്ന് തിരിച്ചറിഞ്ഞു.

ഉറുമ്പുകളുടെ കൂർത്ത ഹനുക്കൾ തന്റെ കണ്ണിലേക്ക് നീളുന്നതും അവക്കൊണ്ട് കൃഷ്ണമണി കടിച്ചുമുറിക്കുന്നതുമായ ഭയപ്പാടിലായിരുന്നു പാപ്പൻ. അവസാനബോധത്തിന്റെ അന്ത്യമാത്രയിൽ പാപ്പനിൽന്നും ഒഴിയുന്ന ചിന്തയിലേക്കുണർന്നത്; മരണ ദൗത്യത്തിന്റെ വാഹകരായി ഇതുവരെയും തന്നെ കാർന്നുതിന്നിരുന്ന ഉറുമ്പും പുഴുക്കളും പാമ്പും എലികളും തേളും വണ്ടുകളും അടങ്ങുന്ന ജീവിവർഗങ്ങളെകുറിച്ചായിരുന്നു.

'നിസ്സാരമെന്ന് കരുതി മനുഷ്യൻ തന്റെ ചെരിപ്പടിയിൽ ഞെരിച്ചുകളയുന്ന ഉറുമ്പുകളും പുഴുക്കളും കാതിൽ മൂളിപ്പറന്ന് ഉറക്കംകളയുന്ന കൊതുകുകൾ പോലും മരണത്തിന്റെ പ്രതീകങ്ങളായിരുന്നോ? എലിയും വണ്ടും ഞണ്ടും പാമ്പും അങ്ങനെതന്നെ!

ഉറുമ്പുകൾക്കും കൊതുകുകൾക്കുമൊക്കെ എന്തൊരു ഭീമാകാരമാണുള്ളത്. അവയുടെ കാലുകളും കൊമ്പുകളും കണ്ണും ആരെയും പേടിപ്പെടുത്തുന്നതുതന്നെ.അവ നടന്നുവരുമ്പോൾ പരിസരമാകെ നടുങ്ങിവിറച്ചിരുന്നു.

അവയുടെ ശബ്ദങ്ങൾ ദിഗന്ധങ്ങളെ പ്രകമ്പനം കൊള്ളിച്ചിരുന്നു.

എത്ര ഭയാനകമാണ് ഈ മരണരൂപങ്ങൾ! മനോഹരമെന്നു കരുതി കൗതുകത്തോടെ നോക്കിനിന്ന മിന്നാമിനുങ്ങുകൾപോലും അതിക്രൂരവും വേദനനിറഞ്ഞതുമായ മരണത്തിന്റെ പിണിയാളുകളായിരുന്നല്ലോ?!

അവയൊക്കെയും അതിവിദൂരമല്ലാത്ത ഒരു ദിവസം, പൂർണ്ണരൂപത്തോടും ശക്തിയോടും ശബ്ദത്തോടും അധികാര സ്വാതന്ത്ര്യത്തോടും കൂടി ഓരോ മനുഷ്യരിലും അവയുടെ ദൗത്യം നിർവഹിക്കപ്പെടുമ്പോൾ,

വിധേയപ്പെടാനല്ലാതെ മറ്റൊന്നിനുമാവാത്ത നിസ്സഹായരല്ലേ മനുഷ്യൻ? ആ നിസ്സഹായതയല്ലേ താനീ അനുഭവിക്കുന്നത്?'

പാപ്പന്റെ അവസാനചിന്തകൾ പാപ്പനെ മരണത്തിന്റെ തീക്ഷ്ണത ബോധ്യപ്പെടുത്തി.

അധികം വൈകിയില്ല, രണ്ടു കണ്ണുകളും കാതുകളും തുരന്നുകൊണ്ട് ഉറുമ്പുകൾ തലച്ചോറിലേക്ക് കടന്നു. മൺതരികൾ കൂട്ടിവെച്ച് മൺപുറ്റുകൾ ഉണ്ടാക്കുന്നതുപോലെ പാപ്പന്റെ പൊട്ടിച്ചെടുക്കുന്ന തലച്ചോറിന്റെ തരികളുമായി ഓരോ ഉറുമ്പുകളും പുറത്തേക്ക് വന്നുകൊണ്ട് അയാളുടെ മുഖത്ത് അവ പുറ്റുകളുണ്ടാക്കി. പിന്നെ കണ്ണുകൾ പൂർണ്ണമായും കാർന്നു തിന്നു. അതോടെ കാഴ്ചകളെല്ലാം നഷ്ടപ്പെട്ട പാപ്പനിൽ കട്ടികൂടിയ ഇരുട്ട് മാത്രമായി.

കഴുത്തും മുഖവും തലയുമൊക്കെ വിശന്നു വലഞ്ഞ പേയ്ക്കൂട്ടങ്ങളായ മരണത്തിന്റെ കഴുതപ്പുലികളും കുറുനരികളും കാട്ടുനായ്ക്കളും കടിച്ചുവലിച്ചു. കുട്ടികൾ പന്തുതട്ടുന്നതുപോലെയായിരുന്നു അത്. ഒന്നിൽ നിന്ന് മറ്റൊന്നിലേക്ക് ആ ശിരസ്സ് കടിച്ചുവലിച്ചുകൊണ്ട് എറിയപ്പെട്ടു. ഒടുവിൽ കഴുതപ്പുലികളിൽ കരുത്തനും അതിഭീകരരൂപിയുമായ ഒന്ന് ആ ശിരസ്സ് തട്ടിയെടുത്ത് കൊണ്ടുപോയി ഒഴിഞ്ഞ ഒരു ഇടത്തിൽ വെച്ചുകൊണ്ട് കടിച്ചുപൊട്ടിച്ചു. അതൊരു ഭീകരശബ്ദമായിരുന്നു.

അത് കേൾക്കുന്നതോടെ കടലപ്പാപ്പൻ ശൂന്യനായി. പൊട്ടിച്ചിതറിയ തലയുടെ കഷ്ണങ്ങൾ ഓരോന്നും പങ്കിട്ടെടുത്തുകൊണ്ട് മരണമൃഗങ്ങൾ അനന്തതയിലേക്ക് ഓടിമറഞ്ഞു. അപ്പോൾ ഇടിമുഴക്കം പോലെ ഒരു അശരീരി ഉയർന്നു.

''പാപ്പാ, നീ ഇപ്പോൾ എല്ലാം വിട്ടെറിഞ്ഞുകൊണ്ട് നമ്മിലേക്ക് വന്നിരിക്കുന്നു. ഇത് നിന്റെ ആദ്യത്തെ മരണമാണ്. ഇനി രണ്ടാമത്തെ മരണത്തിനായി ഒരുങ്ങുക. ഭീരുക്കളായവർ, അവിശ്വാസികൾ, വ്യഭിചാരികൾ, മന്ത്രവാദികൾ, വിഗ്രഹാരാധകർ, കാപട്യക്കാർ എന്നിവരുടെ ഓഹരി തീയും ഗന്ധകവും എരിയുന്ന തടാകമായിരിക്കും. ഇതാണ് രണ്ടാമത്തെ മരണമെന്ന് വെളിപാട് ഇരുപത്തിഒന്നിന്റെ എട്ടിൽ നാം അരുൾ ചെയ്തിരുന്നില്ലയോ? നിനക്കൊന്നിനും സമയമുണ്ടായിരുന്നില്ല!''

പൂർണ്ണമായും അവസാനിച്ച കടലപ്പാപ്പന്റെ ശരീരത്തിൽ നിന്നും ശേഷിക്കുന്ന ആത്മാവിന്റെ ശകലങ്ങൾ വേർപെട്ടുകൊണ്ട് അവയെ കാത്തുനിന്ന അപൂർണ്ണമായ ആത്മാവിൽ ലയിച്ചു. അതോടെ പൂർണ്ണമായ ആത്മാവ് കടലപ്പാപ്പനെ ശപിച്ചുകൊണ്ട് അവയുടെ സങ്കേതങ്ങളിലേക്ക് അതിവേഗം പറന്നുപോയി. പിന്നെ, പാപ്പനെന്നോ കടലപ്പാപ്പനെന്നോ ആരും അയാളെ പേര് ചൊല്ലി വിളിച്ചില്ല.

''ശവം കൊണ്ടുവന്നോ? എപ്പോഴാണ് ശവമെടുപ്പ്?'' എന്നു മാത്രമാണ് ചോദിച്ചത്.

ശേഷക്രിയകൾക്കായുള്ള ഒരുക്കങ്ങളിൽ പുരോഹിതരും ബന്ധുക്കളും നാട്ടുകാരും വ്യാപൃതരായി. കുന്തിരിക്കം പുകഞ്ഞു. മഞ്ചവർക്കിയും മക്കളും ശവമഞ്ചം അകത്തേക്ക് എടുത്തുവെച്ചു. അപ്പോഴേക്കും മൃതദേഹം കുളിപ്പിച്ചു വൃത്തിയാക്കികൊണ്ടുവന്നിരുന്നു.

പിന്നെ വെള്ള വസ്ത്രങ്ങൾ ഉടുപ്പിച്ചൊരുക്കി ചമയിച്ചു. പാപ്പൻ ഉപയോഗിച്ചിരുന്ന സ്വർണ്ണം പൂശിയ ഫ്രെയിമുള്ള കണ്ണട മുഖത്ത് വെച്ചുകൊടുത്തു.

ശവം മഞ്ചയിലേക്ക് എടുത്തു കിടത്തി.

തിരുവസ്ത്രം ധരിച്ച പുരോഹിതർ മൃതദേഹത്തിന്റെ പാദങ്ങൾക്കരിലേക്ക് നീങ്ങികൊണ്ട് കർമ്മങ്ങൾ ആരംഭിച്ചു. പനിനീരും ചന്ദനത്തിരിയും തുടങ്ങി കർമ്മങ്ങൾക്ക് ആവശ്യമായതെല്ലാം വെഞ്ചിരിച്ചു. തുടർന്നുനടന്ന കർമ്മങ്ങൾക്കും പ്രാർത്ഥനകൾക്കുമൊടുവിൽ പുരോഹിതർ മൃതദേഹത്തിന്റെ ശിരസ്സിൽ പുഷ്പമുടി അണിയിച്ചു. അപ്പോൾ അവസാന ദർശനത്തിനായി കാത്തുനിന്ന ബന്ധുക്കളും മറ്റും മൃതദേഹത്തെ വലം വെച്ചുകൊണ്ട് പുറത്തേക്ക് നടന്നു. പുറത്ത് ശവം കയറ്റികൊണ്ടുപോകാനുള്ള മഞ്ചൽ ഒരുങ്ങി നിന്നിരുന്നു.

''ഞാൻ നല്ലവണ്ണം യുദ്ധം ചെയ്തിരിക്കുന്നു. ഞാൻ എന്റെ ഓട്ടം പൂർത്തിയാക്കുകയും വിശ്വാസത്തെ സംരക്ഷിക്കുകയും ചെയ്തിരിക്കുന്നു. അതിനാൽ നീതിയുടെ ന്യായാധിപനായ കർത്താവ് ഇന്നേ ദിവസം നീതിയുടെ മുടി എന്നെ അണിയിക്കുമാറാകട്ടെ.''

ശുശ്രൂഷകർ ഇങ്ങനെ ഉരുവിട്ടുതുടങ്ങിയപ്പോൾ അവിടെ കൂടിയവർ പരസ്പരം നോക്കുന്നുണ്ടായിരുന്നു.

അപ്പോൾ ചിലർ റീത്തുകൾ വെയ്ക്കുകയും പുഷ്പ ദളങ്ങൾ വിതറുകയും ചെയ്തു. ആചാരപ്രകാരമുള്ള പുഷ്പമുടി ചൂടിക്കുമ്പോഴും പ്രാർത്ഥനകൾ ഉരുവിടുമ്പോഴും സാത്താൻ ചിരിക്കുകയും പാപ്പൻ നിത്യവേദനയുടെയും ദുഃഖത്തിന്റെയും കൂരിരുട്ടിലേക്ക് ആപതിക്കുകയും ചെയ്തുകൊണ്ടിരുന്നു.

അടുത്ത ബന്ധുക്കളുടെ അന്ത്യചുംബനങ്ങളിൽ പാപ്പന്റെ കവിളുകൾ തപിച്ചു. അപ്പോൾ വിടവാങ്ങൽ വിലാപം ആലപിച്ചുകൊണ്ട് കർമ്മങ്ങൾക്കൊടുവിലെ നിമിഷങ്ങളിലേക്ക് പുരോഹിതരും ബന്ധുമിത്രാദികളും പ്രവേശിച്ചു.

അതുവരെയും ജീവിച്ച വീടിനോടുള്ള അന്ത്യയാത്രാമൊഴിയായിരുന്നു അത്. പാപ്പന്റെ മനസ്സിന്റെ നൊമ്പരം കണക്കെ അവർ അതു പാടികൊണ്ടിരുന്നു.

അതുവരെയും സ്നേഹിക്കുകയും സഹായിക്കുകയും സഹകരിക്കുകയും ചെയ്ത മുഴുവനും ബന്ധുമിത്രങ്ങളോടും സുഹൃത്തുക്കളോടുമുള്ള പാപ്പന്റെ അവസാനത്തെ വിടചൊല്ലൽ.

''വിടവാങ്ങുന്നേ നശ്വരമുലകിൽ
വിടുതിയെനിക്കായ് നൽകിയ വസതി
പരിശുദ്ധന്മാർ പരമാനന്ദം
നുകരുമിടത്തിൽ പോകുന്നു ഞാൻ.''

ഇത്രയും പാടിയപ്പോഴും പുരോഹിതർ പരസ്പരം ഒന്നുനോക്കി. എന്നിട്ടവർ കണ്ണുകൾ കൂട്ടിയടച്ചു.

''ശാശ്വതഭാഗ്യം നരനരുളീടാൻ
കഴിവില്ലാത്തൊരെൻ പാർപ്പിടമേ
പ്രഭയുടെ നാട്ടിൽ നിത്യവിരുന്നി
ന്നണയട്ടെഞാനന്തിമയാത്രാ
സഹചന്മാരെ സ്നേഹിത ഗണമേ
യാത്രയിതാ ഞാൻ ചോദിക്കുന്നു
നിങ്ങളെനിക്കായ് ചെയ്തതിനെല്ലാം
മിശിഹാനാഥൻ പ്രതിഫലമേകും.''

ബന്ധുമിത്രാദികൾ പതുക്കെ ശവപ്പെട്ടി പിടിച്ചുയർത്തിക്കൊണ്ട് പുറത്ത് ഒരുക്കിനിറുത്തിയ മഞ്ചലിലേക്ക് നടന്നു. അപ്പോഴും വിടവാങ്ങൽ ഗാനം തുടർന്നുകൊണ്ടിരുന്നു. ശവപ്പെട്ടി മഞ്ചലിൽ കയറ്റിവെച്ചു. അതുമെല്ലെ ഉരുണ്ടുനീങ്ങി. യാത്രാമൊഴികൾ ആ വീടിനേയും പരിസരങ്ങളേയും പുറകോട്ടുതള്ളി നീക്കിക്കൊണ്ട് മുന്നോട്ടു നീങ്ങി.

വീടിന്റെ നീണ്ട പടിയും ഉയരവും വീതിയും കൂടിയ വലിയ ഗേറ്റ് കടന്നപ്പോൾ വീടിനോടുള്ള വിടചൊല്ലൽ പൂർത്തിയായി. പാപ്പൻ 'എന്നെ കൊണ്ടുപോകരുതേ' എന്ന് ഉറക്കെ കരയുന്നുണ്ടായിരുന്നു. ഓരോ കാൽപാദങ്ങളും മുന്നോട്ടു ചരിക്കുമ്പോഴും പാപ്പൻ പുറകോട്ട് പോകാനാണ് കൊതിച്ചത്. പെട്ടിയിൽ കിടന്ന് പാപ്പൻ കൈകാലിട്ടടിച്ചു. അപ്പോൾ കർമ്മികളുടെ അധരങ്ങളിൽ നിന്നും മറ്റൊരു ഗീതം ഉയർന്നു. അതിനൊപ്പം കേൾക്കുന്ന ഇടവിട്ട മണിനാദം അനുഗമിക്കുന്നവരുടെ ഹൃദയാന്തരത്തിൽ മരണഭയം വിതറി.

മഞ്ചത്തെ അനുഗമിക്കുന്നവരുടെ നെഞ്ചകങ്ങളിൽ പാപ്പൻ പറയുന്നതുപോലെ ആരോ മന്ത്രിച്ചുകൊണ്ടിരുന്നു.

''ഇന്നു ഞാൻ നാളെ നീ''

അത് ആ മഞ്ചലിൽ എഴുതിവെക്കപ്പെട്ടിരുന്നു.

''സമയമാം രഥത്തിൽ ഞാൻ
സ്വർഗ്ഗയാത്ര ചെയ്യുന്നൂ
എൻ സ്വദേശം കാണ്മതിന്നായ്
ഞാൻ തനിയെ പോകുന്നൂ''

വിലാപഗീതം തുടർന്നു വന്നു.

മൃതദേഹത്തെ അനുഗമിക്കുന്നവർക്കുള്ളിൽ മരണത്തെക്കുറിച്ചുള്ള ചിന്തകൾ അലട്ടി.

ജീവിതത്തിന്റെ നൈമിഷികമായ ഒടുക്കം ഓരോ മനുഷ്യന്റെയും നിസ്സഹായതയുടേതു കൂടിയാണെന്ന് അവർ അറിഞ്ഞു. അവിടെ പണത്തിനും അധികാരത്തിനും തറവാടിനും മറ്റു സ്ഥാനമാനങ്ങൾക്കൊന്നും യാതൊരു സ്വാധീനവുമില്ലെന്നാണ് ഓരോ മരണവും വിളിച്ചു പറയുന്നത്. ജീവനുള്ള ഏതൊരു ജീവിയും പോലെ ഓരോ മനുഷ്യനും ഒരുനാൾ ഇങ്ങനെ ഒടുങ്ങുന്നു. അത് നിശ്ചയമാണ്. അതിന്റെ സമയം മാത്രമാണ് അനിശ്ചിതമായിട്ടുള്ളത്.

''പണവും കരുത്തും സ്വാധീനവും ഒന്നും ഒരു ഉപകാരവും ചെയ്യാതെ മരണത്തിനു കീഴടങ്ങിയ പാപ്പനിതാ കേവലം ഒരു ശവമഞ്ചത്തിൽ തന്റെ എന്നെന്നേക്കുമായിട്ടുള്ള സ്വദേശം തേടി പോയിക്കൊണ്ടിരിക്കുന്നു. നാളെ ആരെന്ന് ആർക്കറിയാം?''

അനുഗമിക്കുന്നരുടെ ഉള്ളിൽ ഈ ചോദ്യം മാറ്റൊലികൊണ്ടു.

''ഇങ്ങേരൊന്ന് പള്ളിയിൽ വരികയോ കുമ്പസാരിക്കുകയോ പ്രാർത്ഥിക്കുകയോ ചെയ്തിരുന്നെങ്കിൽ... കഷ്ടം! ഇപ്പോഴും തെമ്മാടിക്കുഴികളുണ്ടായിരുന്നെങ്കിൽ ചിലപ്പോൾ പാപ്പനെ അതിലേ അടക്കുമായിരുന്നുള്ളൂ.''

ചിലർ തമ്മിൽ പറഞ്ഞു.

"മരണം വരുമൊരുനാൾ
ഓർക്കുക മർത്യാ നീ
സൽകൃത്യങ്ങൾ ചെയ്യുക നാം
അലസത കൂടാതെ.
ചെല്ലുക മർത്യാ നീ എന്തിനു കരയുന്നു
വ്യാകുല മാനസനായ് എന്തിനു നീറുന്നു
തിരമാലകളിൽ തിങ്ങിമറിഞ്ഞിളകും
കടലലപോലെ
ഭീകര മരണത്തിൻ കാലടികേൾപ്പൂ ഞാൻ
പാപമെനിക്കുള്ളിൽ പേടിവളർത്തുന്നൂ
സാത്താൻ നിറയും പകയോടെ
സതതമലട്ടുന്നൂ."

പാപ്പന്റെ ആ യാത്രയും അവസാനിച്ചു.

ശവമഞ്ചത്തിലേറിയ ഭൗതിക ശരീരം പള്ളിക്കകത്തെ കർമ്മങ്ങൾക്കായ് എടുത്തു കിടത്തി. ഇനി ദേവാലയത്തോടുള്ള വിടവാങ്ങൽ മാത്രമാണുള്ളത്.

പള്ളിയിലും പരിസരങ്ങളിലും പ്രത്യേകിച്ചും കുമ്പസാരക്കൂടിനരികിലുമൊന്നും പാപ്പന്റെ കാലടിപ്പാടുകൾ പതിഞ്ഞിട്ടില്ലാത്തതിനാൽ ആ പള്ളിയുടെ അകത്തളത്തിന് പാപ്പൻ പുതിയതായിരുന്നു. അൾത്താരയും ബലിപീഠവും ബൈബിളും കുരിശും തിരുരൂപവും മറ്റു വസ്തുക്കളുമൊക്കെയും പാപ്പനെ ഉറ്റുനോക്കി.

കർമ്മികൾ മറ്റുള്ളവർക്കെന്നപോലെ പാപ്പനും ആചാരപ്രകാരമുള്ള ക്രിയകൾ ഒന്നിലും ഒരു കുറവും വരുത്താതെ ചെയ്തുകൊണ്ടിരുന്നു. കർമ്മങ്ങൾ എല്ലാവർക്കും തുല്യമാണ്. കർമ്മഫലം വ്യത്യസ്തമാണെങ്കിലും.

"ദൈവത്തിന്റെ ഭവനമേ, ഞാൻ നിന്നോട് യാത്രപറയുന്നു. മാമോദീസ വഴി എന്നെ വിശുദ്ധീകരിക്കുകയും പരിശുദ്ധ കുർബാനയാൽ എന്റെ ആത്മാവിനെ പരിപോഷിപ്പിക്കുകയും മറ്റു കൂദാശകളാൽ എന്റെ ആത്മാവിൽ കൃപാവരം ചൊരിയുകയും ചെയ്ത എന്റെ പ്രിയപ്പെട്ട ദേവാലയമേ ഞാൻ നിനക്ക് വന്ദനം പറയുന്നു."

നിർവികാരമായിക്കൊണ്ടാണ് അത് അവർ പറഞ്ഞുതീർത്തത്. അപ്പോൾ ചുറ്റും കൂടിയവരിലും ആ നിർവികാരത പ്രകടമായിരുന്നു. ഇത്രയും ചൊല്ലി എത്തിയപ്പോഴും കർമ്മികൾ പരസ്പരം ഒന്നു

നോക്കുകയും ഒരു നിമിഷം കണ്ണുകൾ അടച്ചു നിശ്ശബ്ദമായി ധ്യാനം കൊള്ളുകയും ചെയ്തു. ശേഷം വീണ്ടും തുടർന്നു.

''എന്റെ പിതാക്കന്മാരും ആത്മീയപാലകരുമായ പുരോഹിതരേ, ദൈവവചനങ്ങളാൽ എന്റെ ആത്മാവിന് പോഷണം നൽകിയ നിങ്ങളോടും ഞാൻ യാത്ര പറയുന്നു. ഞാൻ നിങ്ങളിൽ നിന്നും അകന്നുപോകുന്നുവെങ്കിലും എന്റെ സ്നേഹം എന്നും നിങ്ങളോടു കൂടെ ഉണ്ടായിരിക്കും. സ്വർഗ്ഗരാജ്യത്തിൽ നാം ഒരുമിക്കുന്നതു വരെയും നിങ്ങൾ എനിക്കുവേണ്ടി പ്രാർത്ഥിക്കേണമേ.''

എല്ലാം നിശ്ശബ്ദമായി കണ്ടും കേട്ടും നിന്ന ജനം ഒന്നു നെടു വീർപ്പിടുക മാത്രം ചെയ്തു.

പള്ളിക്കകത്തെ കർമ്മങ്ങൾക്കൊടുവിൽ മൃതദേഹം സെമിത്തേരി യിലേക്ക് എടുത്തു. അവിടെ പാപ്പനുള്ള കുഴിമാടം തയ്യാറായി കിടപ്പുണ്ടായിരുന്നു.

രാജാവും ധനികനും ദരിദ്രനും വിശുദ്ധരും തെമ്മാടിയും ഒന്നു പോലെ കിടക്കുന്ന അവസാനത്തെ കിടപ്പറ. പാപ്പൻ ഒരിക്കൽപോലും തന്റെ മരണത്തെക്കുറിച്ച് ചിന്തിച്ചിരുന്നില്ല. അതുകൊണ്ടുതന്നെ തന്റെ പണത്തിനും അന്തസ്സിനും ഒത്ത ഒരു കല്ലറ നേരത്തെ പണിതു വെയ്ക്കാൻ പാപ്പനു കഴിഞ്ഞില്ല. എല്ലാവർക്കുമായി മാറ്റിവെയ്ക്കപ്പെട്ടി രുന്ന അനേകം കല്ലറകളിലൊന്നിൽ നിന്നുമാണ് പാപ്പനുള്ളത് അനു വദിക്കപ്പെട്ടത്.

പൊതുജനം അതുപറഞ്ഞു.

അവിടെ എത്തിയപ്പോൾ പുരോഹിതർ മൃതദേഹം ധൂപിച്ചു. ദേവാലയ ഗോപുരത്തിൽ വിലാപത്തിന്റെ മണി മുഴങ്ങി. ഗ്രാമവീഥി കളിൽ ആ മണിമുഴക്കം ആഴത്തിൽ ചെന്നു പതിച്ചു. വീടകങ്ങളിലും കവലകളിലും ആളുകൾ മൂക്കത്ത് വിരൽവെച്ചു. പാപ്പനെന്ന മദയാന യുടെ ഒടുക്കനേരങ്ങൾ അവർ അറിഞ്ഞു. അയാളുടെ പീഡന ങ്ങളിലും വഞ്ചനകളിലും നൊന്തുപിടയുന്നവരും വീടും തൊടിയും നഷ്ടപ്പെട്ട് അനാഥമായിപ്പോയവരും ആത്മഹത്യ ചെയ്തവരുമാ യവരുടെ രക്തബന്ധങ്ങളിലുള്ളവരും സുഹൃത്തുക്കളും നെടുവീർപ്പ യച്ചു. കൂട്ടത്തിൽ ആ മണിമുഴക്കം ഔസേപ്പിന്റെ വാടകവീട്ടിലും ഇട്ടിപ്പുറം തറവാടിന്റെ അകത്തളത്തിലും ചെന്നു പതിച്ചു.

രണ്ടുപേരും മരണം കാത്തു കിടക്കുന്ന നിസ്സഹായതയിലായി രുന്നു. മണിനാദം കേട്ടപ്പോൾ കണ്ണുനീർ വാർത്തുകൊണ്ട് ഔസേപ്പ്,

''പാപ്പാ നീയിപ്പോൾ ഒന്നും കൊണ്ടുപോകുന്നില്ലല്ലോ, നിന്റെ കർമ്മങ്ങളല്ലാതെ. എന്നേയും കുടുംബത്തേയും വഴിയാധാരമാക്കി തട്ടിയെടുത്ത എന്റെ വീടും പറമ്പും ഭീകരശിക്ഷയായി നിന്റെ തലമുകളിൽ അന്നേ കയറിക്കഴിഞ്ഞിരുന്നു. നീയത് അറിഞ്ഞിരുന്നില്ല.''

അകാലത്തിൽ പൊലിഞ്ഞ മൂന്നുമക്കളുടേയും ചിത്രങ്ങൾ ചില്ലിട്ടു വെച്ച ചുവരിലേക്ക് നോക്കികൊണ്ട് കൊച്ചുലോന വിമ്മിപ്പൊട്ടി. കണ്ണുനീർ ധാര ധാരയായി പ്രവഹിച്ചു. ആ മരണങ്ങൾ തീർത്ത ആഘാതത്തിൽ തർളന്നു കിടപ്പിലായ കൊച്ചുലോനയ്ക്ക് മുന്നിലേക്ക് ഒരിക്കൽ മദയാനയെപോലെ കടന്നുവന്ന കടലപ്പാപ്പനെയും അയാളുടെ വാക്കുകളെയും അപ്പോൾ കൊച്ചുലോന ഓർത്തു.

''പണ്ടൊരിക്കൽ ഞാനിവിടെവന്നു; നിന്റെ മോളെ പെണ്ണു ചോദിക്കാൻ. നീയും നിന്റെ മക്കളും ചേർന്നെന്നെ തല്ലിയിറക്കി. അന്ന് ഞാൻ പറഞ്ഞിരുന്നു, ഈ പാപ്പൻ ഒരിക്കൽ കൂടി ഇവിടെ വരും; അപ്പോ നിങ്ങളുടെ നാശം പൂർത്തിയായിട്ടുണ്ടാകുമെന്ന്.''

അത് പറഞ്ഞിട്ട് പാപ്പനൊന്നു പൊട്ടിച്ചിരിച്ചു.

''ഹ... ഹ... ഹ... ആ ദിവസമാണിന്ന്. നീ ഇപ്പൊ ഒന്നുകൂടി കേട്ടോ, നിന്റെ മക്കളെ കൊന്നത് ഞാനാണ്. ഒടുവിൽ ത്രേസ്യയെ കെട്ടാൻ വന്നവനേയും.''

അതുകേട്ടപ്പോൾ കൊച്ചുലോനയുടെ ഹൃദയത്തിൽ ഇടിപൊട്ടി കൊള്ളിയാൻ മിന്നി. ആ കിടപ്പിൽ കിടന്ന് തകർന്നുപോയി കൊച്ചുലോന.

''നീ പോയി കേസ് കൊടുക്ക്. പിന്നെ ഒന്നുകൂടി കേട്ടോ നീയ്യ്, ഒരിക്കൽ കൂടി ഞാനിവിടെ വരും, നിന്റെ ഈ ഉമ്മറം വരെ. അത് നിന്റെ ശവമെടുപ്പിനായിരിക്കും.''

അതുംപറഞ്ഞ് കടലപ്പാപ്പൻ തിരിഞ്ഞു നടന്നു.

ആ വാക്കുകൾ ഓർത്തപ്പോൾ കൊച്ചുലോനയുടെ കൈകാലുകൾ വിറച്ചു. തൊണ്ട വരണ്ടു.

''പക്ഷേ, പാപ്പന്റെ ശവമടക്കമാണ് ഇപ്പോൾ കഴിഞ്ഞത്. കാലം എത്ര വേഗമാണ് കണക്കുകൾ നോക്കുന്നത്.''

കൊച്ചുലോനയുടെ അന്തരംഗം മന്ത്രിച്ചു.

തന്റെ കണക്കുകൾ കൂട്ടിയും കുറച്ചും കടന്നുപോകുന്ന ദിവസങ്ങളെണ്ണി കണ്ണീർ പൊഴിക്കുവാനും ഓർമ്മകളിൽ നീറി നീറി മരിക്കുവാനും മാത്രമേ ഇനി ഇട്ടിപ്പുറം കൊച്ചുലോനയ്ക്ക് സാധിക്കൂ.

''ആദിമുതൽ എന്നേക്കും ആമ്മേൻ. ഞങ്ങളുടെ പ്രാർത്ഥനകൾ പരിമള ധൂമം പോലെ നിന്നെ പ്രസാദിപ്പിക്കട്ടെ.''

പിന്നെ പുരോഹിതർ പാപ്പന്റെ കുഴി ധൂപിച്ചു.

''മനുഷ്യാ നീ പൊടിയാകുന്നു. പൊടിയിലേയ്ക്ക് തന്നെ മടങ്ങും എന്ന് അരുളിചെയ്ത സകലത്തിന്റെയും നാഥനായ ദൈവം നിന്നെ ഉയിർപ്പിന്റെ മഹത്വത്തോടുകൂടി അവസാനദിവസം തന്റെ വലതു

ഭാഗത്തു നിറുത്തട്ടെ. നീ സ്വീകരിച്ച വിശുദ്ധ കുർബാനകൾ അത്യു ന്നതനായ ദൈവത്തിന്റെ ന്യായാസനത്തിങ്കൽ നിന്നെ സഹായി ക്കട്ടെ.''

ഇത്രയും ഉരുവിട്ടുനിറുത്തികൊണ്ട് കർമ്മി വീണ്ടും അച്ചനെ ഒന്നുനോക്കി. അച്ചൻ തലകുനിച്ചു. അവിടെ കൂടിയവരിൽ ഒരാൾ അടുത്തുനിന്ന സുഹൃത്തിന്റെ കാതിൽ പറഞ്ഞു.

''ആര് സ്വീകരിച്ച കുർബാന?''

''ഉം... ഒന്നും പറയണ്ട.''

കേട്ടയാൾ ഒന്നു മൂളികൊണ്ടുപറഞ്ഞു.

കർമ്മി തുടർന്നു.

''ജീവന്റെയും മരണത്തിന്റെയും നാഥനും പിതാവും പുത്രനും പരിശുദ്ധാത്മാവുമായ സർവ്വേശ്വരാ.''

അപ്പോൾ അവിടെ തടിച്ചുകൂടിയവർക്ക് ഓരോരുത്തർക്കും തങ്ങ ളുടെ അന്ത്യകർമ്മങ്ങൾ കാണുന്നതുപോലെ അത് അനുഭവപ്പെട്ടു. ഇത്രേയുള്ളൂ മനുഷ്യൻ എന്നവർ അറിഞ്ഞു. മൃതദേഹത്തിൽ അവർ കുന്തിരിക്കം വിതറി. പെട്ടി അടച്ചു മൂടി.

ഇപ്പോൾ പാപ്പന്റെ ശരീരം ബന്ധുമിത്രങ്ങളിൽനിന്നും കൂട്ടു കു ടുംബങ്ങളിൽനിന്നും വിശുദ്ധ ദേവാലയത്തിൽനിന്നും വേർപ്പെട്ടു കഴിഞ്ഞു. രണ്ടു തുണ്ടം കയറിൽ വരിഞ്ഞുകൊണ്ട് ആ ശവമഞ്ചം കുഴിയിലേക്ക് ഇറക്കിവെച്ചു.

കൂടിയവരിൽ ശേഷിക്കുന്നവരും തങ്ങളുടെ കൈപിടിയിൽ ഒതു ങ്ങുന്ന കുന്തിരിക്കവും കുഴിയിലേക്കിട്ടു. വൈകിയില്ല കുഴിവെട്ടുകാർ അവരുടെ ജോലികൾ ആരംഭിച്ചു. പാപ്പന്റെ കുഴിയിലേക്ക് അവർ മണ്ണ് വെട്ടിയിട്ടു. ഓരോ തൂമ്പകണക്കെയും പതിച്ച പച്ചമണ്ണിന്റെ തരികളോരോന്നും പാപ്പന്റെ കുഴിയിലേക്കുള്ള വെളിച്ചത്തിന്റെ പഴുതുകൾ ഓരോന്നും അടച്ചുകൊണ്ടിരുന്നു.

പാപ്പനിപ്പോൾ വീട്ടിൽ നിന്നും സമൂഹത്തിൽനിന്നും അധിവസിച്ച മണ്ണിന്റെ ബാഹ്യതലങ്ങളിൽനിന്നും പൂർണ്ണമായും എന്നെന്നേക്കു മായും വേർപെട്ടു.

അതുവരേയും ചവിട്ടിമെതിച്ച പച്ചമണ്ണിന്റെ ഉള്ളിന്റെ ഉള്ളിലേക്ക്.

നിഗൂഢവും നിതാന്തവുമായ കടുകടുത്ത കട്ടികൂടിയ കറുപ്പിന്റെ കട്ടപിടിച്ച കൂരിരുട്ടിലേക്ക്.

■

പഠനം

'പാപത്തിന് മരിച്ചുകഴിയാത്ത' ഒരാളുടെ ജീവിതവും മരണവും

ഡോ. ജമീൽ അഹമ്മദ്

പാപവും മരണവും

'പാപത്തിന്റെ ശമ്പളം മരണമാണ്' എന്ന ഒരു ക്രിസ്തീയ തത്ത്വമുണ്ട്. 'പാപത്തിന്റെ ശമ്പളം മരണമത്രേ; ദൈവത്തിന്റെ കൃപാവരമോ നമ്മുടെ കർത്താവായ യേശുക്രിസ്തുവിൽ നിത്യജീവൻ തന്നെ'. (റോമർ 6:23) എന്ന ബൈബിൾവചനമാണ് അതിന്റെ ആധാരങ്ങളിലൊന്ന്.

മനുഷ്യന്റെ പാപം നിമിത്തമാണ് മരണം ലോകത്തേക്ക് പ്രവേശിച്ചത്. പറുദീസയിലെ മരണമറ്റ സുഖജീവിതത്തിൽ നിന്ന് ആദമും ഹവ്വയും ഭൂമിയിലേക്ക് എടുത്തെറിയപ്പെട്ട ശേഷം സാത്താന്റെ പ്രേരണയാൽ വീണ്ടും വീണ്ടും ചെയ്യുന്ന പാപങ്ങളുടെ നിത്യാവർത്തനമാണ് മരണത്തിലൂടെ, അവരുടെ സന്താനങ്ങളായ മനുഷ്യൻ കടംവീട്ടിക്കൊണ്ടിരിക്കുന്നത്. എന്നാൽ, ക്രിസ്തുവിലേക്ക് മാനസാന്തരപ്പെടുന്നതിലൂടെ അവർ നിത്യജീവിതത്തിലേക്ക് പ്രവേശിക്കുന്നു. എന്നിങ്ങനെയാണ് ആ ചൊല്ലിനെ ക്രിസ്തുമത വേദാന്തികൾ വ്യാഖ്യാനിക്കുന്നത്. മനുഷ്യകുലത്തിന്റെ മുഴുവൻ പാപവും ഏറ്റെടുത്താണ് യേശുക്രിസ്തു കുരിശേറിയത്. ജ്ഞാനസ്നാനത്തിലൂടെ പാപാവിഷ്ടമായ സ്വജീവിതത്തെ ക്രിസ്തുമതവിശ്വാസികൾ നിത്യജീവൻകൊണ്ട് അതിജയിക്കുന്നു. പാപമാണ് മരണത്തിന് കാരണം എന്ന സിദ്ധാന്തം ഒരു ക്രിസ്തുമത വിശ്വാസതത്ത്വം എന്നതിനപ്പുറം മനുഷ്യാവസ്ഥയുടെ നിഗൂഢതകൾ അഴിക്കുവാനുള്ള പൊതുവായ മിക്ക ശ്രമങ്ങളുടെയും അടിസ്ഥാനതത്ത്വമായി മാറിയിട്ടുണ്ട്.

അതുകൊണ്ടുതന്നെ, പാപത്തെ വിശദീകരിക്കുന്നിടത്തെല്ലാം ചിലർ മരണത്തെ പശ്ചാത്തലമാക്കുകയും മരണത്തെ വിശദീകരിക്കുന്നിടത്തെല്ലാം പാപത്തെ എതിരിൽ നിർത്തുകയും ചെയ്യുന്നു.

ഖുർആനിൽ ആദിപാപത്തെ വിശദീകരിക്കുന്നത് മറ്റൊരു തരത്തിലാണ്. ആദിപിതാക്കൾ സാത്താന്റെ പ്രേരണയാൽ പറുദീസയിൽ വെച്ചുചെയ്ത പാപത്തിന്, മനുഷ്യരുടെ ഭൂമിയിലെ ജീവിതവും മരണവുമായി ഇസ്ലാമിക തത്ത്വചിന്ത ബന്ധം കൽപ്പിക്കുന്നില്ല. കാരണം, ഭൂമിയിലേക്കുവേണ്ടിയാണ് അല്ലാഹു മനുഷ്യരെ പടച്ചതുതന്നെ. സ്വർഗ്ഗത്തിൽനിന്ന് നിഷ്കാസിതരായതോടെ ആദമും ഹവ്വയും അല്ലാഹുവോട് മാപ്പപേക്ഷിക്കുകയും അവർക്ക് അല്ലാഹു പൊറുത്തുകൊടുക്കുകയും ചെയ്തു. ഭൂലോകവാസത്തിന് അതോടെ അവർ അർഹരായിത്തീർന്നു. അതിനുശേഷം മനുഷ്യർ ഭൂമിയിൽ ചെയ്യുന്ന കർമ്മങ്ങൾക്കനുസരിച്ചാണ് അവരുടെ മരണാനന്തരജീവിതം. ഓരോ മനുഷ്യന്റെയും സ്വർഗ്ഗനരകങ്ങളാണ് അവരവരുടെ കർമ്മബന്ധങ്ങളുടെ ഫലങ്ങൾക്കനുസരിച്ച് തീരുമാനിക്കപ്പെടുക. മരണവും ഒരാളുടെ ജീവിതവും തമ്മിൽ നേരിട്ട് ബന്ധങ്ങളില്ല. സ്വർഗ്ഗനരകങ്ങളിലേക്ക് പ്രവേശിക്കുന്നതിനുമുമ്പുള്ള ഏക വഴിയാണ് ഇസ്ലാമിക വീക്ഷണ പ്രകാരം മരണത്തിന്റേത്. ഏതൊരു ജീവനും അത് രുചിക്കുകതന്നെ ചെയ്യും.

ഹൈന്ദവ വിശ്വാസത്തിലെ പ്രബലമായ പുനർജന്മ സിദ്ധാന്തം മുന്നോട്ടുവെയ്ക്കുന്നത് തികച്ചും വ്യത്യസ്തമായ മറ്റൊരു പാപ-ജന്മ-മരണ ബന്ധമാണ്. ഒരു ജീവി ചെയ്യുന്ന പാപങ്ങളൊക്കെയും അടുത്ത ജന്മത്തിൽ അതിന്റെ വിഹിതം നൽകും. പാപിയായ മനുഷ്യൻ അടുത്ത ജന്മത്തിൽ നികൃഷ്ട ജീവിയായി പിറന്നേക്കും. നീച ജന്മങ്ങളുടെ നിരന്തരക്ഷമയും ഭക്തിയും അവരെ അടുത്ത ജന്മത്തിൽ ഉന്നതമാക്കി മാറ്റും. അങ്ങനെ പാപപുണ്യങ്ങൾ ജന്മജന്മാന്തരങ്ങളോളം തുടരും. മരണം ജന്മങ്ങൾക്കിടയിലെ, തുറന്ന വാതിലുകളുള്ള ഒരു ചുമരുമാത്രം.

നോക്കിയാൽ കാണാത്ത ആകാശം

മരണത്തെയും ജീവിതത്തെയും പാപത്തെയും കുറിച്ച് ഇത്രയും വിശദമായി എഴുതിയത് റഷീദ് കെ മുഹമ്മദിന്റെ 'നോക്കിയാൽ കാണാത്ത ആകാശം' എന്ന നോവലിന്റെ

പ്രമേയത്തെ മുൻനിർത്തിയാണ്. ഈ നോവലിന്റെ ദീർഘ മായ ആമുഖത്തിൽ, മരണത്തെക്കുറിച്ചുള്ള ഒരു നോവലാണ് ഇതെന്ന് നോവലിസ്റ്റ് വിശദീകരിക്കുന്നുണ്ട്. എന്നാൽ, മരണ ത്തെക്കുറിച്ചു മാത്രമല്ല, മനുഷ്യന്റെ പാപപങ്കിലമായ ജീവിത ത്തെക്കുറിച്ചും സങ്കീർണമായ മനുഷ്യബന്ധങ്ങളെക്കുറിച്ചു മുള്ള ഒരു നോവലാണിത് എന്നാണ് വായിച്ചുവായിച്ചു പോകവെ വായനക്കാർക്ക് എളുപ്പം മനസ്സിലാക്കാൻ സാധി ക്കുന്നത്.

മരണം അതിന്റെ ഒരു പശ്ചാത്തലം മാത്രമാണ്. ഈ ലേഖനത്തിന്റെ തുടക്കത്തിൽ സൂചിപ്പിച്ച ക്രൈസ്തവ തത്ത്വ ശാസ്ത്രത്തിന്റെ സ്വാധീനവും നോവൽപ്രമേയത്തിലുണ്ട് എന്ന് കരുതാനുള്ള ന്യായവും അതാണ്. മരണത്തെക്കുറിച്ച് പറയുമ്പോൾ അത് ജീവിതത്തിലെ പാപങ്ങളെക്കുറിച്ച് ആയി പ്പോവുകയും 'പാപങ്ങളുടെ ഫലമാണ് മരണം' എന്ന സിദ്ധാന്തത്തിന്റെ ജനപ്രിയത നോവൽരചനയിലേക്ക് കടന്നു വരികയും ചെയ്യുന്നു.

എന്നാൽ ദുഷ്ചെയ്തികളുടെ കർമ്മകാണ്ഡങ്ങളുമായി ജീവൻ വെടിയേണ്ടിവരുന്ന മനുഷ്യന്റെ നിസ്സഹായമാത്രകൾ നോവലിസ്റ്റ് കാൽപ്പനികമായി വരച്ചുവെക്കുന്നത് മരണത്തെ നായകസ്ഥാനത്ത് പ്രതിഷ്ഠിച്ചുകൊണ്ടാണ്.

'ചുറ്റിലും നിറഞ്ഞുനിൽക്കുന്ന സ്വാർത്ഥമോഹങ്ങളുടെ ക്ഷണികനേരങ്ങളിൽ എങ്ങനെ ഈ ഭൂമിയിൽ ദീർഘാധി പത്യത്തിന്റെ ഉടമയാകാം എന്ന് ചിന്തിക്കുന്ന, അത്തരം ചി ന്തകളുടെ ചന്ദനക്കാടുകളിൽ മേയുന്ന ഒരു മദയാനയെ' ആണ് ഈ നോവലിൽ താൻ വരച്ചിടുന്നത് എന്ന് ആമുഖ ക്കുറിപ്പിൽ നടത്തുന്ന സത്യവാങ്മൂലത്തിലൂടെ, ഈ നോവൽ, പാപത്തെക്കുറിച്ചുകൂടിയാണ് എന്ന സൂചന നേരിട്ടുതന്നെ നോവലിസ്റ്റ് നൽകുന്നുമുണ്ട്. അതോടൊപ്പം, ഏതൊരു മനുഷ്യനും അനുഭവിക്കേണ്ടതാണെങ്കിൽപോലും ഒരാൾക്കും ആവിഷ്കരിക്കാനാവാത്ത ഏക യാഥാർത്ഥ്യ മാണ് മരണം.

എങ്കിലും ഈ നിഗൂഢമായ പ്രമേയത്തിന്റെ ചുറ്റളവു കളിൽ നിന്നുകൊണ്ട് നോവലിസ്റ്റ് അതിനെ ആവിഷ്കരി ക്കാൻ ശ്രമിക്കുന്നതായി കാണാം.

ബൈബിളിൽ, അപ്പോസ്തലനായ പൗലോസിന്റെ ലേഖന ങ്ങളിൽ ഏറ്റവും ശ്രദ്ധേയമായ ഒന്നാണ് റോമ ലേഖനം. മനുഷ്യൻ കൃപയാൽ രക്ഷിക്കപ്പെടുന്നു എന്നതും അതിന്

മനുഷ്യന്റെ പ്രവൃത്തികൾ നിദാനമല്ല എന്നതും പാപം ചെയ്യുന്നതിനുള്ള അനുവാദമായി വ്യാഖ്യാനിക്കുന്നവർക്കുള്ള മറുപടിയാണ് അതിലെ ആറാം അധ്യായം. ക്രിസ്തുയേശുവിലെ വിശ്വാസത്താൽ ഒരുവൻ ക്രിസ്തുവിനോടു ചേരുകയും ക്രിസ്തുവിനെ ധരിക്കുകയും അവനോട് ഐകമത്യപ്പെടുകയും ചെയ്തിരിക്കെ ക്രിസ്തുവിനെ വിട്ട് പഴയ യജമാനനായ പാപത്തെ സേവിക്കുവാൻ അയാൾക്ക് കഴിയുന്നതെങ്ങനെ എന്നാണ് പൗലോസ് ചോദിക്കുന്നത്. ക്രിസ്തുവിനെ സ്വീകരിച്ച് ജ്ഞാനസ്നാനം ഏറ്റവൻ പാപം ചെയ്യരുത്. കാരണം 'പാപത്തിന് അവൻ മരിച്ചുകഴിഞ്ഞു' എന്ന് ഈ ലേഖനത്തിന്റെ തുടക്കത്തിൽ പൗലോസ് പ്രസ്താവിക്കുന്നു. എന്നാൽ, നേരാംവണ്ണം ക്രിസ്തുപാത പിൻപറ്റാത്തതിനാലും നിരന്തരപാപങ്ങളാൽ സ്വജീവിതം പങ്കിലമാക്കിയതിനാലും 'പാപത്തിന് മരിച്ചുകഴിയാത്ത' കടലപ്പാപ്പൻ എന്ന ദുഷ്ട മനുഷ്യന്റെ മരണമാണ് ഈ നോവലിന്റെ പ്രതിപാദ്യവിഷയം.

മലയാളനോവൽ സാഹിത്യത്തിൽ പുതുമയുറ്റ ഒരു പ്രമേയമല്ല മരണം. എന്നാൽ ആഖ്യാന ശൈലിയും ഭംഗിയും കൊണ്ട് ഓരോ രചനയ്ക്കും പുതുമയും വ്യതിരിക്തതയും പകർന്നുനൽകുവാൻ എഴുത്തുകാർക്ക് സാധിക്കുന്നുണ്ട്.

അത്തരം ആഖ്യാനലാളിത്യംകൊണ്ടും ദാർശനീക മൂല്യങ്ങൾകൊണ്ടും ഈ നോവൽ വേറിട്ടുനിൽക്കുന്ന ഒന്നാണ്.

മലയാളത്തിലിറങ്ങിയ ആയിരക്കണക്കിന് ഡിറ്റക്ടീവ് നോവലുകളുടെ പശ്ചാത്തലം ഒരർത്ഥത്തിൽ മരണംതന്നെയാണ്. അപസർപ്പകനോവലുകൾ മരണത്തെ ഒരു സംഭവമായി കാണുമ്പോൾ, മരണമെന്ന സത്യത്തെ ദാർശനികമായും തത്ത്വശാസ്ത്രപരമായും കാണുന്ന നോവലുകളും ഉണ്ടായിട്ടുണ്ട്. ശംസുദ്ദീൻ മുബാറക്കിന്റെ 'മരണപര്യന്തം: റൂഹിന്റെ നാൾമൊഴികൾ' ആണ് പെട്ടെന്ന് ഓർമ്മ വരുന്ന പുതിയ നോവൽ. കെ.ആർ. മീരയുടെ 'ആരാച്ചാർ' മരണത്തിന്റെ മറ്റൊരു ദേശത്തെ സർഗ്ഗാത്മകമായി വരച്ചിടുന്നു. ശ്രീനാരായണഗുരുവിന്റെ സമാധിസന്ദർഭത്തെ ആവിഷ്കരിക്കുന്ന 'നാരായണം' പെരുമ്പടവം ശ്രീധരന്റെ ശ്രദ്ധേയമായ രചനയാണ്. കേരളചരിത്രത്തെ മാറ്റിമറിച്ച ഒരു വ്യക്തിയുടെ മരണം ചരിത്രത്തോടും കാലത്തോടും കുഴഞ്ഞുമറിഞ്ഞു കിടക്കുന്ന വായനാനുഭവം ആ നോവൽ നൽകുന്നുണ്ട്. സി. രാധാകൃഷ്ണന്റെ 'മരണശിക്ഷ' മറ്റൊരു ഭയാനകമായ മരണാനുഭവം പകരുന്നു. മരണാസന്നനായ ഒരാളുടെ ജീവിത

സന്ദർഭങ്ങളുടെ ഓർമകൾ നിവർത്തിവെക്കുന്ന നോവൽ രചനകളിൽ ക്ലാസ്സിക് എന്ന് പറയാവുന്നത് പാറപ്പുറത്തിന്റെ 'അരനാഴികനേരം' തന്നെയാണ്. മലയാള നോവലുകളെ പ്രമേയപരമായി വർഗീകരിച്ചാൽ മരണത്തിന്റെ ആവിഷ്കാരം എന്ന വിഷയശ്രേണിയിലേക്ക് ചേർത്തുവെക്കാവുന്ന പുതിയ നോവലാണ് റഷീദ് കെ മുഹമ്മദിന്റെ 'നോക്കിയാൽ കാണാത്ത ആകാശം'.

മരണമെന്ന നായകനെതരിൽ നിൽക്കുന്ന വില്ലൻ കടലപ്പാപ്പൻ ആണ്. പാപത്തിന്റെ എല്ലാ ഇടങ്ങളിലും വിഹരിച്ച ആ ജീവിതത്തെ നൊടിനേരംകൊണ്ട് മരണം ആദ്യ അധ്യായത്തിൽതന്നെ കാൽചുഴറ്റി തലയടിച്ച് വീഴ്ത്തുന്ന സന്ദർഭത്തിലാണ് നോവൽ ആരംഭിക്കുന്നത്. അങ്ങനെ ആദ്യ അധ്യായത്തിൽതന്നെ നായകൻ (അതോ പ്രതിനായകനോ) വീഴുന്ന അപ്രതീക്ഷിതമായ തിരിവ് ഒഴിച്ചുനിറുത്തിയാൽ പിന്നെ നോവൽ മുന്നോട്ടുപോകുന്നത് രേഖീയമായാണ്. തുടർന്നുവരുന്ന ഓരോ അധ്യായത്തിലും നായകന്റെ മഹാപാപങ്ങളുടെ ചാർജ് ഷീറ്റുകൾ മരണം നിവർത്തിയിടുകയാണ്.

ജോയിച്ചൻ മുതലാളി, ഔസേപ്പ്, ഗൾഫുകാരൻ അശോകൻ, അശോകന്റെ മകൾ അനില, ഇട്ടിപ്പുറം കൊച്ചുലോന, പെരുങ്കായം വിൽക്കുന്ന പളനി, മുരുകന്റെ ഭാര്യ രുഗ്മിണി എന്ന റുക്കു, ത്രേസ്യ, കടലപ്പാപ്പന്റെ ഭാര്യ അന്ന, മഞ്ചവർക്കി തുടങ്ങിയവരൊക്കെ പാപ്പന്റെ പലതരത്തിലുള്ള ക്രൂരതകൾക്ക് ഇരയായവരാണ്. കൊലപാതകം, വഞ്ചന, ബലാത്സംഗം, പിടിച്ചുപറി, കൊള്ളപലിശ, മയക്കുമരുന്ന് വിതരണം, വ്യഭിചാരം, ചതി എന്നിവയൊക്കെ ഒരു പശ്ചാത്താപവുമില്ലാതെ ചെയ്തുകൂട്ടിയ അപൂർവജീവിതമാണ് കടലപ്പാപ്പന്റേത്. അതുകൊണ്ടുതന്നെ പാപ്പന്റെ വീഴ്ചയിൽ ആരും സങ്കടപ്പെടുന്നില്ല. മാത്രമല്ല, നാട്ടുകാർ അതിൽ ആനന്ദിക്കുകയും ആശ്വസിക്കുകയും ചെയ്യുന്നുമുണ്ട്. ഈ മരണം പാപ്പൻ അർഹിച്ചതുതന്നെ എന്നാണ് വായനക്കാർക്കും തോന്നുക. ഈ നോവലിൽ മരണം നായകനായി മാറുന്നത് അങ്ങനെയാണ്. പാപ്പൻ എന്ന ദുഷ്ടനായ പ്രതിനായകനെ കീഴ്പ്പെടുത്തുന്ന നല്ലവനായ നായകനാണ് ഇവിടെ മരണം.

റഷീദ് കെ മുഹമ്മദിന്റെ രണ്ടാമത്തെ നോവലാണിത്. 'ഒറ്റയ്ക്കൊരാൾ' എന്ന ആദ്യത്തെ നോവൽ മറ്റൊരു പ്രദേശത്തെ തികച്ചും വ്യത്യസ്തമായ കാൻവാസിൽ ആണ്

ഇതൾവിടരുന്നത്. ആത്മാംശമുള്ള ആ നോവലിൽ, വലുപ്പം കൊണ്ട് ഇതിന്റെ ഇരട്ടിയിലേറെ ഉണ്ടെങ്കിലും മരണത്തിന്റെ അപൂർവ സാന്നിധ്യം ശ്രദ്ധേയമാണ്. നോവലിന്റെ അവസാന അധ്യായത്തിൽ സലി എന്ന കഥാപാത്രത്തിന്റെ അനിവാര്യമായ മടക്കമായാണ് അതിലെ മരണസാന്നിധ്യം. എന്നാൽ, ഒറ്റയ്ക്കൊരാൾ നോവലിലെ, നല്ലവനായ നായകൻ മാജിദ് ഇടയ്ക്കിടെ കാണുന്ന സ്വപ്നങ്ങളുടെ ദീർഘമായ വിവരണങ്ങളിൽ ഇരുട്ടും വെളിച്ചവും മരുഭൂമിയും തണൽനിലങ്ങളും പൗരാണിക പടയോട്ടങ്ങളുടെ ശേഷിപ്പും ആസക്തിയുടെ അനന്തപതനത്തിലേക്കുള്ള കുതിപ്പും കിതപ്പും കടന്നുവരുന്നത് കാണാം. നോവലിന്റെ അവസാനത്തിൽ സലിയുടെ മയ്യിത്തിനെ അനുഗമിക്കുന്ന നോവലിസ്റ്റിന്റെ മരണബോധം 'നോക്കിയാൽ കാണാത്ത ആകാശം' എന്ന നോവലിൽ തിടംവെച്ച് പെരുകുന്നു. ഇവിടെ മരണത്തിന്റെ മറ്റൊരു ഇമേജായി ഇരുട്ട് മാറുന്നു. ആ കട്ടപിടിച്ച ഇരുട്ടിലേക്കാണ് കടലപ്പാപ്പനെന്ന കഥാപാത്രം അവസാന അധ്യായത്തിലൂടെ ആണ്ടുമറയുന്നത്. മരണത്തിന്റെ നിസ്സഹായവും അനിവാര്യവുമായ ഇരുട്ടാണ് അത്.

മരണത്തിന്റെ മറുതല

ലോകത്തിന്നോളം ഉണ്ടായിട്ടുള്ള മിക്ക ദാർശനിക ചിന്തകരും ചിന്തകളും മരണത്തെ അഴിച്ചെടുക്കാൻ ശ്രമിച്ചിട്ടുണ്ട്. ലോകസാഹിത്യത്തിൽ അതിന് ധാരാളം ഉദാഹരണങ്ങളുമുണ്ട്. വളരെ സ്വാഭാവികമായ സംഭവങ്ങൾ ഒരു മനുഷ്യന്റെ മരണാസന്ന സന്ദർഭത്തിലേക്ക് സ്വരൂപിച്ചുകൊണ്ട് മരണത്തെ മറ്റൊരു തരത്തിൽ വ്യാഖ്യാനിക്കാനാണ് ഈ നോവൽ ശ്രമിക്കുന്നത്. ഇതിലെ ആദ്യ അധ്യായം ഇരുട്ട് ആണ്. അവിടെ കടലപ്പാപ്പൻ വീഴുന്നു. അവസാനത്തെ അധ്യായം കൂരിരുട്ട് ആണ്. അവിടെ ആ പാപജീവിതം മരണത്തിന്റെ സനാതമായ കൂരിരുട്ടിലേക്ക് കൂപ്പുകുത്തുന്നു. ഒറ്റയിരുപ്പിന് വായിച്ചു തീർക്കാവുന്നത്രയും ഒഴുക്കോടെ ആഖ്യാനം ചെയ്യപ്പെട്ട ഈ നോവൽ വായിച്ചുതീരുമ്പോൾ ഉള്ളിലുണർന്ന വ്യത്യസ്തമായ ഒരു ചോദ്യത്തെ അഭിമുഖീകരിച്ചുകൊണ്ട് ഈ കുറിപ്പ് അവസാനിപ്പിക്കാം. അതോടൊപ്പം, തേൾ, സർപ്പം, പുഴു, വണ്ട്, എലി, ഉറുമ്പ് തുടങ്ങിയ ജീവിവർഗങ്ങളുടെ ജൈവസ്വഭാവങ്ങളോട് മരണാനുഭവത്തെ കാല്പനികമായി ബന്ധിപ്പിക്കുന്ന വിവരണങ്ങളും നോവലിലുണ്ട്.

അത്രയും ദുസ്സഹമായ ഇരുട്ടാണോ മരണം? മരണത്തെ പ്രതീക്ഷയുടെ വെളിച്ചമായും മറ്റൊരു ജീവിതത്തിലേക്കുള്ള വാതിലായും സ്വർഗലോകത്തിന്റെ താക്കോലായും കാണുന്ന സമാന്തരമായ ഒരാഖ്യാനത്തിനും സാധ്യതയില്ലേ? കടലപ്പാപ്പൻ തന്റെ ജീവിതത്തിലുടനീളം തകർത്തുകളഞ്ഞ ഇരകളുടെയെങ്കിലും മരണം അയാളുടെ അത്രയും ഇരുട്ട് നിറഞ്ഞതല്ല എന്ന സത്യം നോവൽ ബാക്കിവെക്കുന്നുണ്ട്. ദുഷ്ടരിൽ ദുഷ്ടനായ ആ മനുഷ്യൻ ജിവതത്തിൽ ചെയ്ത ഒരേയൊരു നന്മ മരണവേളയിൽ ആശ്വാസത്തിന്റെ ഇത്തിരി വെളിച്ചമായി അയാളെ പുണരുന്നുണ്ട്. നോവലിസ്റ്റ് ഒന്നു സൂചിപ്പിക്കുകമാത്രം ചെയ്ത ആ അർത്ഥപൂർണമായ സഫലതയാണ് മരണത്തിന്റെ മറുതല. ലളിതവും വ്യക്തവുമായ ആഖ്യാനഭാഷയിൽ ആണ് വളരെ സങ്കീർണമായ ഒരു പ്രമേയം നോവൽ കൈകാര്യം ചെയ്യുന്നത്. എന്നാൽ അത്രയും ലളിതമല്ലാത്ത ജീവിതത്തെയും മരണത്തെയും കുറിച്ചുള്ള നിർധാരണങ്ങൾ ആ സൂചനയിൽ ഒളിഞ്ഞിരിപ്പുണ്ട്. 'പാപത്തിന്റെ ശമ്പള'മല്ലാത്ത മരണത്തെയും കാണാനാവുന്ന ഒരാകാശത്തെയും ഈ നോവൽ അപ്പുറത്ത് നിർമിക്കുന്നുണ്ട്. നോവൽവായന നൽകുന്ന മെച്ചങ്ങളിൽ ആ ആകാശമാണ് ഈ ലേഖകനെ സംബന്ധിച്ചിടത്തോളം പ്രധാനപ്പെട്ടത്. ■